சமூக பார்வை

பாகம் - 1

மு. லதா

Made with ♥ on the Notion Press Platform

www.notionpress.com

முன்னுரை - வணங்கல்

எண்ணத்தின் ஊன்றுகோலாய், எழுத்துக்கு வித்திட்டு பாதைக்கு விழியான மூவரையும் உடன் இறைனிலை ஆற்றலையும் வணங்குகிறேன். அன்னையும், பிதாவும் முன்ன(குரு)றிவின் தெய்வமதன் எண்ணும் எழுத்தும் கண்ணாக. அன்பில் ஆணித்தரமாக இயல்பில் ஈதலாக உணர்வில் ஊன்றாய் எண்ணத்தின் ஏற்றமாய் ஐந்தும் ஒன்றாக ஓம்கார ஔஷதமாக விளங்கிய தாயின் பாதமதை வணங்குகிறேன்.

அனுபவம் ஆற்றலாய் இயல்பில் ஈட்டியாய் உண்மையை ஊடகமாய் எளிதில் ஏற்காத ஐயமாய் ஒளி ஓங்கும் ஔஷதமாக விளங்கிய தந்தையை வணங்குகிறேன். அகண்ட பார்வைதனை எடுப்பது அனுபவம், அனுபவ அறிவின் சூழலாக அனைவருக்கும் இருப்பவை தாங்கிய உரையாக விளங்கிய அனுபவ ஆற்றலறிவை வணங்குகிறேன்.

இறைனிலை உரைத்ததை தரணி வாசிக்க எழுத்தின் வண்ண வடிவமாக்கல். இயல்பில் அவற்றை புரிதலாக வழங்க உதவிய அனைத்து நிலையாற்றலையும் வணங்குகிறேன். வாழ்வியலை இறைனிலை கருத்தூன்ற சமய வழியேற்றவைகள் பல உண்டு. அனைத்து இறைநிலைக்கும் சிரமதன் வணக்கத்துடன் கைகூப்பி என்றும் நன்றியுடன்,

மு. லதா

பதிப்புரை - சமூக பார்வை

(1 - 30 தலைப்புகளில்)

எவையும் புதியதுமல்ல, சுலபமுமல்ல ஆகாய ஊர்திபோல், வேகமும் அன்று. எதன் பார்வைதனை அணுகுகிறோமோ அவற்றை சார்ந்தவைகளே அனைத்தும் ஆகும். எதற்கான எதை நோக்கிய பயணம் என்பதன் தெளிவான தெளிவுக்கே.

நம் முன்னோர்கள் விதைத்தவைகள் கண்ட விளைச்சல்களே நம் முன்னேற்றம். நாம் விதைக்கும் விதைகளே நம் தலைமுறைகள் காணும் வளர்ச்சி. வளர்வது வேகமெடுக்கா விவேக கண் கொண்டு காண்க நிகழ்வுகளை.

வளர்வினை வளர்பவர்கள் எவ்விதைதனை எவ்வித கண் கொண்டு விதைத்ததென. மௌன பார்வையது விதைத்தது வலிதாங்கி வளர்ந்ததை கண்டு மகிழும். வலி காணும் நிலமும், சொல் தாங்கும் மனமும் உச்சமதை தொடும். அனைத்து வாழ்விலும் நிதர்சனமதை ஏற்றால்

தலைமுறைகள் தடைகளை தகர்க்கும். வலியது தனக்கானது அல்ல மாற்றத்திற்கானது, அடிப்படை மாறா ஆரோக்கியமாக்க.

சமூக பார்வை: இரண்டு பாகங்களாக.

உள்ளடக்கம்

1 – குடும்பம்

1.1.தாத்தா

1. தன்வாரிசு தந்தவாரிசை கவனிக்க காலம்
வகுத்த ஒரு உயர்பதவி.

2. தான் ஆடிபாட முடியாத காலந்தனை
மீட்டு தன்னிடம் தந்தது.

3. தான் கண்டு உணர்ந்த அனுபவத்தை
தரும் இலவச கல்விகூடம்.

4. தன்னலம் கருதா தயாள குணத்தால்
பண்பை பாங்காய் பகிர்பவர்.

5. சொந்தங்களை கடந்து பற்றின் பாங்கை
பக்குவ நிலை நிறுத்துபவர்.

6. திடம் கலந்த காலத்தின் பாதையின்
அனுபவ ஆற்றலை ஆராய்பவர்.

7. தன்னை ஈன்றவர்களையே தெய்வமென மனதால்
வழிபடும் பண்பான பாங்குடையவர்.

8. முகமலர்ச்சி வல்லமை, பலவகை உலகலாவிய
சுகங்கள் கிடைத்தது போற்றதொரு.

9. மனதிட தியான வாழ்க்கை ஏற்பவர்
அனைவரின் துன்பங்கள் நீங்கிட.

10. மனகணக்கு வல்லமை பொருந்தி தன்
ஆசான்களுக்கு பெருமை சேர்ப்பவர்.

11. மதிநுட்பமே வல்லமைக்கு எடுத்துக்காட்டு என்று
குடும்ப வேர்தாங்கி நிற்பவர்.

1.2.பாட்டி

1. தன் அனுபவ வாழ்க்கையை தொடராமல்
புது பொலிவுடன் வழிவகுப்பவர்.

2. ஏட்டில் புரியாததை தன் அனுபவ
வாழ்வில் வந்ததை புரியவைப்பவர்.

3. தன் மணாளனின் குடும்ப ஒற்றுமையை
தன்னுடையதாக்கி தரம் காண்பவர்.

4. தாங்கும் வல்லமை கொண்டதை இறுதிவரை
கடைபிடித்து வென்று காட்டுபவர்.

5. பரம்பரைக்கு பதமாக பக்குவ நிலையை
பதிவிட துயர் துடைப்பவர்.

6. தன் தடம் பதிய தயக்கமில்லாமல்
போர் கொடி எடுப்பவர்.

7. பழமையை நிலைதாங்கி நிறுத்த தன்வாயால்
வாழ்க்கையை வாசித்து காண்பிப்பவர்.

8. இறுதிவரை பெரியவர்களின் மதிப்பின் பாங்கை
தலைமுறைக்கு கொண்டு செல்பவர்.

9. வயதென்பது எண்ணிக்கை சாதிக்க அதை
கணக்கிட கூடாது என்பவர்.

10. வறுமையே வாழ்வென்றாலும் மனவலிமை
தாங்கி மனதியானத்தில் வென்று சாதிப்பவர்.

11. குடும்பத்தின் வேர்தாங்கி நிற்க வைக்க
மதிநுட்ப செயலாற்ற வல்லவர்.

1.3.தாய்

1. சோதனையே பிறவியென்றாலும் வாழ்வில்
உதிர்வது
நல்லெண்ணாசி வார்த்தை துளிகள்.

2. தாய்க்குனிகர் தாயே தன்னிகரில்லா தன்மையால்
தரணியை தாங்கி நிற்பவள்.

3. நிதர்சன நிகழ்வினை நடத்தி நன்னலம்
நயம்பட நாண் ஏற்றுபவள்.

4. ஏறா ஏணியானாலும் எட்டா எண்திசையாகினும்
எண்ண ஏற்றத்தால் ஏற்றுபவள்.

5. ஏடெடுக்கா விடினும் அகக்கண் வழி
கண்டு மாசை மாற்றுபவள்.

6. வேர்துளி விரயமாக மாந்தரை மாட்சியாக்குவாள்
தரணியில் தடம் பதிக்க.

7. என் நிலைதனை தன்னிலையாக கொண்டு
தரணியாள வந்தாயோ அன்னையே.

8. வாழ்க்கை வாடினாலும் வையகத்தை
நற்சொற்களால்
வாழ்த்தி விடை காண்பவள்.

9. ஞானத்தின் திறவுகோலாக வாழ்வை வாழவைத்து
வேதனையை தனக்குதானே அனுபவிப்பவள்.

10. உலகளாவியது மனதால் புரிந்துகொள்பவள் யாரும்
தன்னை புரிந்து கொள்ளாவிடினும்.

11. இருப்பதும், பிடிப்பதும் கடினம் என்றும்
உன்னிடத்தை உனக்கு ஈடாக.

1.4.தந்தை

1. சோதனையே பிறவியென்றாலும் சாதிக்க வந்ததை சந்ததிகள் வழி காண்பவர்.

2. தடம்பதிக்க விட்டதை எம்வழிதனில் தரமேற்றி பயிற்றுவிக்க வந்தாயோ தந்தையே.

3. உனக்கான உலகம் கண்டபின் எதற்காக தயங்குகின்றாய் பூவுலகை ரசிக்க.

4. மற்றவர்களுக்காக பாடுபடும் ஏடு எடுக்கையில் வரும் துன்பத்தை தாங்கி.

5. தெய்வந்தனை வணங்கும் முறை அகத்தில் உள்ளதன்றி புறமில்லை என்றுரைத்தாய்.

6. நம் தெய்வம் நம்மை ஈன்றெடுத்தவர்களின் அக ஆசியில் வலுப்பெறும்.

7. அக ஆசியில் வலுபெற புறமதன் ஆசையை பொருட்டாக எண்ணார்.

8. நிலைனிறுத்து இருப்பதை வருவதை வரவில் சென்றதை செலவில் வைத்து.

9. எழுத்தாணி ஆக்கினால் உய்யுமோ தந்தை உரைத்த வார்த்தை சாரமதை.

10. பிள்ளைகளிடம் இருக்கும் நிறைவுதனை தந்தை மட்டுமே கண்டு குளிருபவர்.

11. தான் வாழ்ந்த வாழ்க்கையை படமாக்க பாடமாக வாழத் துடிப்பவர்.

1.5.கணவன்

1. பிறப்பின் பலனாக ஆதிக்க வல்லமைக்கான சம உரிமையை கொண்டாடுபவன்.

2. காலங்களின் மாற்றமதன் வல்லமை புரிதலுக்கு உகந்த பேராற்றல் வலுவாக.

3. தன்னையே தஞ்சம் என்று அடைந்த பெண் மாண்பை காப்பவனாய்.

4. தன்னைவிட நிகர் ஏதுமில்லை என்றவளின் துயர் நீக்க வல்லவனாய்.

5. தனக்கானவளின் தியாக செயலுக்கு தூணாக மேற்கொள்ளும் தனித்துவ ஆதிக்கம்

6. பெற்றவர்களையும் தன்னுடையவளையும் தாங்க தன் சுகதுக்கத்தை தரம் பிரிக்காதவன்.

7. மனைவியின் வல்லமையை வெளிக் கொணரும் மாசில்லா மனமருள் வழங்குபவன்.

8. தன்னவளின் நினைவுடனும் தன் விதிவழி வைராக்கிய ஆயுதத்துடனும் வாழ்பவன்.

9. தனக்கான ராஜ்ய பந்தத்தை உருவாக்க தடம் பதிப்பவன் வாரிசினில்.

10. பந்தங்களின் பாங்கை பகுத்து துயர் துடைக்க துணிந்து செல்பவன்.

11. தானேற்கும் பகுத்துணர் பாத்திரம் சந்ததி தன்வழி தடம் பதிக்கவே.

1.6. மனைவி

1. கணவரின் மாண்பை தன்னகப்படுத்தி தரம்கண்டு சந்ததி வளமோங்க வாழ்பவள்.

2. தான் கொண்டவனின் மன சாதனையை புறமெடுத்து வென்று முடிப்பவள்.

3. தம் எண்ணங்களை விண் வெளிச்சமாக்க மண் தாங்கி வாழ்பவள்.

4. வாழ்க்கையை வாழ்ந்து வாழ வைக்க வையகம் வலம் வருபவள்.

5. தன்னிடம் தான் வகிக்க எதையும் எதிர்கொள்ளும் வேகம் எடுப்பவள்.

6. தனக்கு நிகரில்லா மனவழிதனை தேடி சாதிக்க பாடம் பயிலுபவள்.

7. கொண்டவனின் குலம் காக்க குண வடிவமைத்து எக்காலமும் வாழ்பவள்.

8. சந்ததிகளுக்கு பழமையின் பெருமையை தொடர தெளிவிலும் ஓதுக்கா ஓதுபவள்.

9. அனைத்தையும் அடையாளம் காண்பவள் மனைவி என்ற அடையாளம் தாண்டி.

10. ஆறுதல் வழங்க எவர் இன்றியும் இல்ல வேரூண துயரறுப்பவள்.

11. கொண்டவரில்லா தருணமே ஆனாலும் கொண்ட கொள்கையை விடாது முடிப்பவள்.

1.7. மகள்

1. தன்னுயர்வில் தரம் கண்டவர்களையும் வளம்
சேர்த்தவரையும் தாங்கும் வல்லமை.

2. பேரறிவின் அழகு களஞ்சியம் அவள்,
அழகின் கலை அகராதி.

3. மண்ணுயிர் தந்தவர்கள் விண்ணளவு உயர
புதுமை ஆராய்ச்சியை ஆராய்பவள்.

4. சிந்தனை தூணாக தடம் தந்த
இடமதை வேரூன்ற சிறபிப்பவள்.

5. திகைக்கும் சிந்தனை சிற்பங்களை திறம்பட
கண்முன் கணப்பொழுதில் காண்பிப்பவள்.

6. இனம் பிரிக்கும் போட்டியை தகர்த்தி
தடம் பதிப்பவள் தலைமுறைகளுக்கு.

7. ஆடம்பர அழகு நோக்கை அறிவழகு
சார்ந்த திசை திருப்புபவள்.

8. அயராது பாடுபடுபவள் தான் கொண்ட
கொள்கை சார்ந்த சாதனைகளுக்கு.

9. செங்கோல் சிந்தனையாக்குவாள் புதுமைகள் சாதித்து
தரணி ஆளும் வல்லமையை.

10. வாழும் வாழ்வின் நிறைவான சிந்தனை
தெளிவின் ஊற்றின் உறைவிடமவள்.

11. அவணியதனில் ஈடுண்டோ மருமகள் மகளாகும்
நேரமதில் மன மகிழ்விற்கு.

1.8. மகன்

1. தன்னுயர்வில் தரம் கண்டவர்களையும் வளம் சேர்த்தவரையும் அணைக்கும் வல்லமை.

2. தானூன்ற தரணியில் வழிதேடும் மாண்பின் பயிரை ஆராய்ந்து அறிபவன்.

3. தனக்கான சிந்தனை தெளிவு காண எங்கும் பயணிப்பதில் தயங்காதவன்.

4. தரத்தின் வல்லமை காண ஆய்வக உதவி நாடா உருவாக்குபவன்.

5. பயிற்சி பயணமல்லாது பயிற்று பயணமாக அனைத்தையும் உற்று நோக்குபவன்.

6. ஆடம்பர வாழ்வுக்கு வித்தானவன் அவணிதனில் வளர்ச்சியை வளர விட.

7. விளக்கின்றி விடியல் காணாதவன் மன ஆதிக்க பருவ நிலைக்கேற்ப.

8. தாயின் சிந்தனையை தாங்கும் வல்லமை கொண்டு தரணியில் ஜெயிப்பவன்.

9. என்றுமே எதிர்வாத பாங்காய் தகப்பனின் சொல்லிலும், செயலிலும் இருப்பவன்.

10. மகனாக சிந்திப்பதைவிட மாற்றம் காண செயலாற்ற சிந்திப்பதில் வல்லவன்.

11. மருமகன் மகனாகும் தருவாய் தன்னில் மனமது மகிழும் தரணியளவு.

12.

1.9. தமயன்

1. தந்தையின் பாசம் தமயனிடம் வெளிப்படும்
அவரவர் வாழ்வாதார தொனியில்.

2. தந்தையின் தரத்தை தன்னகம்தாங்கி தாங்கும்
தயக்கமில்லா தன்னலமற்ற தடம்.

3. தனக்கல்லாது முதுமை நயத்துடன் இன்சொல்
வழங்க தமயன் ஆனவர்.

4. அண்ணாந்தே பார்க்கும் பாவனை படைத்தவர்கள்
அதனாலேயே அண்ணன் ஆனார்கள்.

5. பழமையின் வல்லமையை வாயார பேசி
மனமார மகிமை ஆற்றுபவர்.

6. செயல் வல்லமை தலைமுறை தாண்டி
வழி நடத்தி வலுவாக்குபவர்.

7. சிந்திக்கும் சிந்தனைகளை நித்தம் வழங்குவதில்
நிகரில்லா வல்லமை வாய்ந்தவர்கள்.

8. பாசத்தின் உறைவிட அங்கம் என்றால்
அவணியில் அது மிகையாகாது.

9. புரட்சி பாதை பேசும் பேச்சால்
ஆனந்தம் காணும் தீரர்.

10. மனமதன் மகிமையை பணமதன் மகிமையால்
மகிமை கூட்ட முயல்பவர்கள்.

11. எதுவாகினும் அண்ணன் அவணியில் தனித்து
வாழ தரம் ஏற்றுபவர்..

1.10. தமக்கை

1. தாயின் சாயலாக தன் பாணியில்
சொல்லாமல் சொல்ல துடிப்பவர்.

2. சொல்லால் இனிமை சேர்ப்பவர் தாயின்
பாங்கை தான் ஏந்தி.

3. பக்குவ நிலை காண தரணி
வலம் வந்து வணங்குபவர்.

4. தலைமுறைக்கு தன்னக காட்சியை தரமேற்றி
பாங்காய் பண்பாக விளக்குபவர்.

5. தன் பயத்தை தரணி பாங்காய்
புரட்சி பாணியில் கலப்பது.

6. பழமையில் வல்லமை புதுமையின் மகிமை
பேசும் பேச்சால் மனமகிழும்.

7. செயலாற்றும் வழக்கத்தை தடையின்றி வழி
நடத்தும் பக்குவ பாங்கு.

8. தன்னையே அன்னையின் இடமாக நினைத்து
கற்பனை காட்சி பிரகடனமாக.

9. அனைவரும் வேரூன்ற எப்போதும் காரணமாக
வேண்டும் என்றான உணர்வுநிலை.

10. வைராக்கிய தன்மையை பாசமேற்ற பாங்காய்
பதமான பாதையில் பயணிப்பவர்.

11. பயணப்படும் பாதைக்கு பாங்காய் பதமாய்
முயலுவோம் நேர்வழி எனில்.

1.11. தம்பி

1. தனக்கான தெளிவின் செயல் வழித்தேடும் வாஞ்சை வல்லமை உடையவன்.

2. படைதனை நேர்பட தோள் வல்லமை கொண்டு எதிர் கொள்வார்.

3. தனக்கென தனி சிந்தனை யற்றுது போன்ற தோற்ற தொனி.

4. செய்கிற செயல் ஆற்றலின் வல்லமை நாடி வழங்க வருபவன்.

5. முதல் என்பதைவிட இளைய என்ற பட்டத்தின் பயன்பாட்டில் வல்லவன்.

6. தம்பிக்கு என்றுமே தனித்துவம் வேர்தாங்க ஆர்வத்துடன் விரைந்தோடி வருவதில்.

7. அண்ணனுக்கு தம்பி உடையோன் தோள் சுமைக்கு அஞ்சோன் பாரமிரக்க.

8. அன்பாக பேசுவதிலும் ஆர்ப்பாட்டம் இன்றி அணி சேர்ப்பதிலும் வல்லவன்.

9. அன்பையும் நாங்க ஆர்பாட்டமாகத்தான் சொல்லுவோம்
என்னும் உற்சாக மிகுதியாக.

10. பாங்காய் பக்குவமாய் பேசுவதை தன்தர பாச பிணைப்பில் பகிர்பவன்.

11. தனித் தன்மையை தாமதமாக தரமாக தரணியில் நிலை நிறுத்துபவன்.

1.12. தங்கை

1. தன்னுடன் வந்தவர்களின் நலமேற்ற சிந்தனை தெளிவுடன் நகர முற்படுபவள்.

2. தாயைபோல் அவளும் பாசத்தை தாண்டி வேறெதும் பெரியதாக கொண்டாடாதவள்.

3. தாங்கும் வல்லமையை தாய்கடுத்த மனம் கொண்டதனால் த+ங்+கை ஆனதோ.

4. தங்கத்தின் மதிப்பு பெரியதாக பார்பர் தங்கையின் மதிப்பு அறியார்.

5. தங்கையின் அறிவு தரமேற்ற தயங்கும் மாந்தர் புறம் பேசுபவர்.

6. வல்லமை வழங்க விடை தன்னகமதில் ஆராய்வாள் தரத்தினை வழங்க.

7. நாபிக் கமலத்தின் எண்ணங்களை நாவினிக்க நயம்பட புரிய வைப்பவள்.

8. தனக்கான இடமதை தேடாமல் தாயக வேர்தாங்கி விடை எடுப்பவள்.

9. தனக்கான தேவைகளை விட்டுக் கொடுக்காமல் தட்டிக் கேட்பவள் கிடைக்காதபோதும்.

10. வேண்டியதை வேண்டியவாரு வழங்குவதில் சிந்தனை
    கண்ணோட்ட பார்வை பதிப்பவள்.

11. பெற்றவர்களின் பெருமையை நிலைக்க நின்று மனமாசியை பெற்று வலுப்பெறுவாள்.

2 - உறவுகள்

2.1. பெரியவர்கள் ஆசியும், மகிமையும்

1. முதுமையில் கண் காணும் பொருள்
விளங்க வழங்கும் நல்லாசி.

2. விண்ணவரை துதித்து வழங்கும் ஆசியது
முதுமை கண்கண்டு வணங்குவது.

3. முதுமை வளர்வாழ் திசைகாணும் அனுபவங்களால்
அளிப்பது அளவுடன் அன்பாக.

4. எப்போதும் கண் காண்பது நல்லெண்ண
நல்லாசி வழங்கும் விதமாக.

5. முதுமை வேற்றுமை காணாது இனம்
பார்க்காது ஆசி வழங்குவதில்.

6. வல்லமையில் வல்லமை வாய்ந்தவர் மனம்
மண் மாறா பாங்கதனில்.

7. மாறும் காலமதை கணக்கில் வைத்து
மாற்றத்தை தர வல்லவர்.

8. கணித கணிப்பில் கணக்கை கண்ணியத்துடன்
காலமதில் களம் காண்பவர்.

9. மகிமையோடு மாமனின் மார்பை மாய
மல்யுத்த மைதான மயமாக்கலாம்.

10. மங்காத ஒளியாய் சிங்க நடைபோட்டு
மிடுக்கான பாங்கை தாங்குபவர்.

11. சிந்திக்க தித்திக்கும் தினம் அன்பை
பண்புடன் பாங்காக அளிப்பவள்.

2.2. ஆசைகளில் பலவிதம்

1. அனைவற்றிக்கும் ஆசைபடுவது தவறன்று என்றும் நமக்கு தேவையின் புரிதலுடன்.

2. எண்ணமது ஆசையினால் சிதைந்து விடுமாகின் ஆசையின் அளவு நன்று.

3. எத்தருணமதிலும் ஆசையின் தரவளவறிந்து பார்ப்பது
சுயசிந்தனை செயலாக்க பயன்படும்.

4. தன் மாண்பை தடம் பதிக்க
தன்னையே தரம் பார்த்தல்.

5. தனக்கான அடையாள மாண்பை ஆர்பரிப்பில்லா செயலில் தடம் பதிப்பவர்.

6. பாதுகாப்பு கௌரவ மார்க்கமதை நாடுவதே தலைமுறையின் வேராழம் பதிய.

7. ஆற்றல் வந்தடைய தன் மண்
வளம் காண பாடுபடுதல்.

8. தன்னகமாக வந்த இடமாண்பை தன்
மூலம் தாங்கி நிறுத்துவது.

9. தன்னக குடிலில் பதவி உயர்வு
இடமாண்பு தரத்தை வலுவாக்க.

10. குடிலின் அழகு சேர்ந்த கடமை
பொருப்பு மேம்பட கட்டமைப்பவர்.

11. வாழும் கலைதனை பயிற்றுவிக்க மாண்பு
பொருந்திய பயிலகம் அமைப்பது

2.3. உறவுகளின் உன்னதம்

1. தன்மன ஆழதுயர் தானேற்றாலும் மண்
மனமாற என்றும் ஏற்காதவள்.

2. குழந்தைகளை கஷ்டபட்டு வளர்க்க கூடாது
இஷ்டபட்டு வளர்க்க வேண்டும்.

3. இஷ்டபட்டால் மட்டுமே வளர்ச்சியின் உன்னத
உண்மையான தோற்றம் பொலிவுரும்.

4. வளர்ப்பில் பழமொழியின் உண்மை ஆராய
விளக்கும் அறிவினை பயிற்று.

5. தன்னலம் அற்ற உறவு என்பது
உதவியின் உயர்நிலை காண்பது.

6. மற்றனைத்து உறவுகளும் தாமரை இலைத்
தண்ணீர் வகை சார்ந்தது.

7. மற்றவரின் துயர் துடைக்க வரும்
உறவு தன்னலம் தாங்கியது.

8. பணத்தால் அனைத்தையும் வாங்க முடியும்
மனிதனின் மனங்களை தவிர்த்து.

9. குறை துடைப்பது போல் வரும்
வேடதாரிகள் இனம் காண்க.

10. நண்பனும் பகைமை ஆவான் முறையற்ற
ஆசாக்கனி ஆசை ஏற்ற.

11. நல்லதொரு உலகத்தை நோக்கியே அனைவரின்
பிறப்பு பயண பிரவேசம்.

2.4. நகர்வு

1. நகர்வு நோக்கதனை கடக்க உயிர்களின்
அம்சமாக செயலாக்கம் பதிவாகும்.

2. நிலை சரிபார்ப்பு தன்மையை பகிரும்
நற்பண்பு சார்ந்த கொள்கை.

3. சரிபார்த்தல் என்ற போர்வையாகும் சிலர்
கையாலும் ஈட்டி வல்லமை.

4. உறவுகள் வலுபட நல்லெண்ண மைய
பார்வை காணும் அகக்காட்சி.

5. காலமதன் போக்கை கணக்கெடுக்கும் நேரத்தில்
கைகொடுப்பதுபோல் காட்சியாய் வருபவர்கள்.

6. காலம் போட்ட கணக்கின் விடைகாண
குறிக்கிடும் தடைகற்களாய் சில.

7. மனமுவந்து வாழ்த்த வந்த நேரமதை
வாழ்த்தி பயன் ஆக்குவது.

8. தன்வேர் தாங்க தயங்காது தயாள
மனம் போல் பதிவேற்றுவது.

9. உண்மை முகமதை காணா கற்பனை
காட்சியை பாங்காய் படமாக்குபவர்கள்.

10. தன்பாரமேருமோ என்றெண்ணி தியாக திருவாய்
வல்லமை தாங்கி உரையாற்றுபவர்கள்.

11. உறவுகள் உன்னத நிலைத்தன்மை புரிதல்
சார்ந்த நகர்வெனில் நிலைக்கும்.

2.5. மானுட இயல்பு

1. நம்மையும் நம்திறனையும் நமதுள் நமக்கான
   நலன் நாடுவது நன்று.

2. நம்மையும் நம் உணர்வுகளையும் மதிக்க ஆத்ம
   ஞான பெறும் மனம்.

3. நம் உணர்வுகளை உணர ஞான
   மார்க்க வழி பிறக்கும்.

4. ஞான மார்க்க வழி நல்லுரை
   பயில வழி தேடும்.

5. நல்லுரை பயில நன்னெறி நாட
   வழி வகுக்கும் வாழ்க்கைக்கு.

6. நன்னெறி நாட வாசல் வழி
   காண துணை புரியும்.

7. வாசல் வழி கண்டு விளங்க
   கேள்வி கணை தொடுக்கும்.

8. கேள்வி கணை பகிரும் விடை
   கண்டு தெளிவு பெற.

9. தெளிவான தெளிவடைய ஆய்வக தகவல்
   தொடர்பை காண விழையும்.

10. ஆய்வக தொடர்பு அனுபவ எண்ண
    ஆய்வக அலுவலரை நாடும்.

11. அனுபவ எண்ண வாசல் மனுதர்ம
    நீதி உரை வழங்கும்.

2.6. தர்மமாக நாம் ஏற்பது

1. மனு தர்ம நீதி உரைதனில்
நிதர்சன நிகழ்வை அறியும்.

2. நிதர்சன நிகழ்வின் வழி உன்னத
மேன்மைக்கு பாலம் அமைக்கும்.

3. பாலமதை பலமாக்கும் பாங்கை பக்குவமாய்
பண்பை உடன் அனுப்பும்.

4. பண்புடன் பாலமதில் பயணம் மேற்கொள்ள
ஒருமித்த கருத்தார்வலர்களை கைசேர்க்கும்.

5. பயணம் சிறப்புடனும் தரணிவாழ் தரத்துடனும்
ஆய்வுகள் தொடரவும் தூண்டும்.

6. உலகிற்கு, உடலும், வண்ண எண்ணங்களால்
உள்ளமும் அறிமுகமாகும் பெற்றவர்களால்.

7. உடலுள்ளம் சேர்ந்ததே உயிரானவொன்று உடலுள்ள
தூய்மையே உயிரான தூய்மை.

8. பேச்சுத் திறனிங்கு கைக்கொடுக்கும் ஏற்பட்ட
காய வடுக்களின் வலிக்கு.

9. வடுவது அடையாளம் என்பதை ஆனந்த
தன்மையாக பார்க்கும் மனோபாவம்.

10. காரணியின்றி காரணமோ, காரணமின்றி காரணியோ,
தரணியதனில் எதுவும் இல்லை.

11. இவையதனால் இவையாவும் நிகழப்பெறும் என்பது
நிதர்சன நிகழ்வான நிசர்சனம்.

2.7. இறையதனின் உன்னதம்

1. இறை அல்லாது யாவரும் காண்போமோ
கற்பதால் அகண்ட அகிலமும்.

2. அடங்கி போவது என்பதை அடிமைத்தன
பண்பாக மாற்றுவதை தவிர்.

3. உன் மாண்பை அவ்வெண்ணம் தரமதை
தாழ்த்தி நகைக்க வழியாக்கும்.

4. திறன்மிக்க வளர்ச்சி நோக்கமாக இருத்தல்
நன்று பேசுவதை எதிர்த்தல்.

5. திரும்ப திரும்ப தெரியாமல் செய்தேன்
என்பது பயன்பாடு நோக்கத்தோடு.

6. நல்லெண்ணங்கள் என்றுமே புறமது பேச
தூண்டாது நற்சிந்தனையை வளர்க்கும்.

7. கடவுளின் நிலைத்தன்மையை புரிந்து கொள்ள
உறவுகளுடன் நிசர்சனமாக பழகு.

8. உறவுகளும், சொந்தங்களும், ஒன்று, நமது
அல்லது அவர்கள் கடனதுகழிய.

9. பந்தம் என்பது எப்போதும் உடனிருப்பது
திருப்பி செலுத்த அவசியமன்று.

10. உறவும், சொந்தமும் இல்லாமலும் வாழலாம்
உனக்குள் உன்னை அறிவின்.

11. மனமது செம்மையாக்கு உன்விடியல் காணும்
யாரும் அருகில் இல்லாமலும்.

2.8. தனிமை தடையாகாது

1. தனிமை தடையாகாது உன் விடியல்
காண்பதற்கு எங்கும் என்றும்.

2. நிதர்சன நிகழ்வின் புரிதலுக்கான உன்
பாதமதை எடு முதலடியாக.

3. நடை பயில நிதர்சனத்தை தவிர
உன்னருகில் எவையும் தங்காது.

4. உறவுகளின் அம்புகள் தாக்க தகர்க்கும்
நிதர்சன வாழ்வதனை பின்பற்றினால்.

5. உறவுகள் உன்னதமானது, தன் குறைதனை,
கை நீட்டும் மற்றவரென.

6. சொல்லாடல் காணா, மனமதில் குளிர்ந்து
புறமதில் பன்மடங்கு ஏற்றும்.

7. எங்கும் விண்ணொளி, மழைத்துளி தூய்மை
தூய்மைதனை காத்து வணங்குவோம்.

8. யாவருக்கும் யாதுமாய் யவ்வன யதார்த்த
யதேச்சையாய் யாவரும் பயணிப்போம்.

9. கணிதத்தில் வரும் கணக்குகளுக்கு நாம்
பல்வேறு வழிவிதமாக விடையளிப்போம்.

10. எல்லோரும் கேட்பது விடை கிடைத்ததா
பிறகுதான் எவ்வழி விதமாகவென்று.

11. ஆசிரியரின் ஒரே வழி அதைவிடுத்து
முனைப்புடன் ஆராய்யும் பல்வழி.

2.9. மதிப்போம்

1. நம்மை நாம் மதிக்க நமக்குள்ளெழும்
ஒலிவொளிதனை விவரிக்க இயலாது.

2. மாற்றமதனை மாற்றி மாறாத மாற்றமென
மாற்றமாய் மாற்றும் மானுடமதை.

3. நிலையான நிலைதனை வகிக்கும் இடமங்கில்
வருவது யாரென அறி.

4. எண்ணமது நிறைவேற்ற இடமதனில் விட்டதை
பூர்த்தி காண வகிக்கும்.

5. வழிவகுத்த எண்ணமங்கே நிறைவடைய
நிறைவேற்றும் நாம் ஏற்கும் பாதைதனை.

6. ஆன்மீக வாசலதனில் எவற்றை அனுமதிக்கவெனும்
பயிற்சிதனை பயிற்று பண்பாய்.

7. காலி அறைதனை அலங்கரிப்பது நம்முடைய
செயல் வரவின் பொருட்களாக.

8. எண்ணங்கள் உருவாகி வண்ணங்களாகி திறன்களை
உருவாக்கி விடியல் காணுமங்கு.

9. விடியல் காணும் வேளையில் பொழுதை
புலர்விக்க மாற்றமதை யோசிக்கும்.

10. மாற்றமதை காணும் வேளைதனில் சில
முன்னேற்ற வழிதனை உரைக்கும்.

11. முன்னேற்ற பாதைக்கு விதியின் கோட்பாடுடைய
நற்பாதையை நற்செயலாய் நல்கும்.

2.10. மாண்பின் மகிமை

1. நற்சிந்தையது உதிக்க உதையத்தே உணர
   வைத்து உரைகாண உரைக்கும்.

2. நேர்த்தி கண்ட உரைதனை பூர்த்திகாண
   பூரண மகத்துவ மாண்பாக்கும்.

3. மாண்புதனை உணர மகிமைதனை அகிலமதன்
   செயலாக புலப்படும் யாவருக்குமிங்கே.

4. புலனாய்வுதனை தமக்குள் தாமே பரிச்சையதனை
   நிகழ்த்த தன்னாய்வை துவக்கும்.

5. துவங்கியது அனைத்துக்குண்டான காரண காரணி
   மகத்துவ மாண்பை காட்சியாக்கும்.

6. பரிபூரணமதை உணர்ந்து ஏற்றயிறக்க பாதைதனை
   பகிர மனமகிழ் காலமாக்கும்.

7. காலமதை அகிலவாழ் மானுடற்கு மனுநீதி
   பாங்காய் பக்குவமாய் புலப்படும்.

8. வழங்குவதை வழக்காடு காணாமல் நற்பாங்காய்
   நல்வழிகாண வகுத்து வழங்கும்.

9. காணும் வழிதனில் நன்றி உவகையோடு
   மனமேற்று வணங்குவது வழக்கமாகும்.

10. வணக்கமதை மனதார மந்திர மார்க்கமாய்
    மனமதில் ஒலிப்பதை உணரலாம்.

11. அன்பானதை பண்பாக்கி பண்பானதை பதமாக்கி
    உண்டாவதே இல்லற மாண்பு.

2.11. பலவாகும் அறம்

1. இல்லற மாண்புடையவற்றை பல்லறமாக்க நல்லற
செயலதை நல்கும் நாட்டமுடன்.

2. ஒளியுடைய விதி ஒளிபொருந்திய மதியதனில்
மட்டுபடுமன்றி மாற்றம் காணா.

3. ஒளிபொருந்திய உதயலை உணருகையில்
அறமானது
உன்னத உவகையுடன் வெளிப்படும்.

4. மாற்றமது மறை பொருளென எடுக்க
மாற்றத்தை மாற்றும் மாற்றல்.

5. நாடாளும் அறமாம் நானில நயமதை
நன்காய்ந்த மானுட மனக்கூறு.

6. நாடாளும் வல்லமைக்கு வலுவாக வழங்குமாங்கே
நானில நன்மையதனை பயக்க.

7. செயல்கள் அனைத்தும் நமது கவன
பார்வையில் இருப்பது அவசியம்.

8. கடந்து வந்த பாதையானது இறையாற்றல்
நமக்குள் வைத்த எண்ணமதில்.

9. பிள்ளைகள் பெற்றவர்களிடம் கோவப்பட முயல்வது
பெரியவர்கள் நலனதனை காக்கவே.

10. பெற்றவர்கள் பிள்ளைகளிடம் கோவமாவது
பிள்ளைகளின்
சுதந்திரம் நல்வழியில் காக்க.

11. புரிதலின் செயல் தன்மை விளங்குமிடமதில்
அளவிடமுடியா பண்பாடின் மேன்மையை.

2.12. காப்போம்

1. யாவருக்கும் யாதுமாய் ஆனவனின்
திருவிளையாடல்
இங்கே நிதர்சன நிகழ்வாற்றும்.

2. நித்தம் விந்தைனாதனின் ஆடலிங்கே அரங்கேறி
நடனமாற்றும் பணியதனில் நின்று.

3. நாதரூப பரிபாலன லீலைதனை மனதியான
அரங்கமதில் காணலாம் நோக்கமதை.

4. புவியீர்ப்பதன் நேசிக்கும் நேசமதை நேர்த்தியாக்கு
மகிமையாகும் மனித நேயம்.

5. பாசமதை பாங்காய் பக்குவபடுத்த யாவரும்
மனமகிழ் வாழ்வதனை வாழலாம்.

6. காதலை கண்ணியமாக்கு தரணி வேர்தாங்கி
விழுது காணலாம் தடம்பதிய.

7. மனமதற்கு பற்றை பக்குவபாங்காய் உணர்த்தி
அகற்ற வித்திட்டு விடைகாண்.

8. மனம் பயணிப்பது நம்முடன் நமக்கான
விடியல் காணும் நன்மைக்காக.

9. மனம் எழுந்து சுழற்சிதனை காண்பது
நமதுள் இருக்கும் கசடறுக்க.

10. யாவருக்கும் சிந்திக்க செயலாற்ற வழிவகை
காணும் உறவின் உன்னதம்.

11. உறவுதனை காப்போம் அன்பான அன்பின்
வண்ணமதை எண்ணமென ஏற்று.

3 - வாழ்வியல் தத்துவம்

3.1. திடம்

1. நம் திறனவைகள் வெளிப்பட காணாமல்
போகும் தற்பெருமை சொல்.

2. முடங்குவது சுதந்திரம் காணுகையில்
முடக்கப்பட்டது
காணாமல் போய் விடும்.

3. நம்திறன் திறம்பட வெளிக் கொணருகையில்
பலதிறவுகளுக்கு சாவி கிடைக்கும்.

4. அடிபணிதலின் நோக்கமங்கு வழங்கும் நோக்கமாக
மாற்றமதை மாறி மாற்றும்.

5. நமதுள் நம் நலம் நாடுவது
நம் திறனது வெளிப்பட.

6. வழங்கும் பொருளின் அளவு கணக்கன்று
வழங்கும் விதமே கணக்கு.

7. பதவி பதிவினால் பயக்கும் பயன்
பதவிக்கு பதவி பதியும்.

8. மாற்றத்தை மாற்றும் மாற்றம் மாற்றத்திற்கே
மாற்றமாக மாற்றமாகும் மாற்றமானது.

9. அன்பிற்கே அன்பானது அன்பாகும்போது அன்பு
அன்பாக அகலும் அகிலமும்.

10. வாழ்வதன் கடலில் உதிர்த்தது வார்த்தை
சிந்தனையாக சிறுசிறு துளிகள்.

11. மனிதனுக்கு நிகர் மனிதன் என்பது
சாலச் சிறந்ததாகும் இனபிரிவகற்ற.

3.2. மேம்படுதல்

1. நிகரில்லா தன்மை நிகர் படுகையில்
மேம்படுதலின் புரிதல் புரியும்.

2. மேன்படுதல், மேம்பாடு எல்லாமே எல்லைதனை
வகுக்கா மனவழி செல்வது.

3. மனமதற்கு நிகர் தன்மை அணையாகா
வண்ணம் புரிதலின் நிலைப்பாடாக.

4. திறவுகோலாக அவரவர் செயல் திறனின்
சிறப்பினுக்கு முனைப்பை முன்னிருத்துக.

5. அனைவரின் மனதிலும் முனைப்பின் நிதர்சன
நிஜ பிம்பமது வெளிப்படும்.

6. படிப்பறிவும் அனுபவ அறிவும் கலந்து
இருப்பது எதிலும் மேம்பாடுடையது.

7. நாம் பிறந்து வளரும் நற்சூழல்கள்
வழியாக வாழ்வை மேம்படுத்து.

8. மேம்படுதல் என்பது அனைத்து வகையும்
சார்ந்தது அவரவர்கள் நிலைதனில்.

9. நம் எண்ணமதன் மேம்பாடுதனை உணர
மௌனமதை மேற்கொள் திரைவிலகும்.

10. ஈரடியில் விளங்கியது ஆறடியில் யோசித்தால்
அகிலம் காணும் அங்கமதில்

11. நேர்கொண்டு பார்க்க சீர் தூக்கும்
வகுத்த பாதையை வலுவாக்க.

3.3. ஆற்றாமை

1. நேரத்தில் சொல்லாத சொல்லும், செய்யாத செயலும் ஆக்கத்தின் அடைப்புகள்.

2. ஆக்கத்தின் அடைப்புகள் ஆற்றாமை
உணர்வுகளாக
மனமெழுந்து நிலை குலையும்.

3. மாற்றம் காணும் இடமது மாறி
மன கிளர்ச்சி ஏற்படும்.

4. வயதில் அடையாதது எதுவும் முழுமையாக வயோதிகத்தில் அடைய முடியாது.

5. அதிர்ச்சியினால் கோபமும், ஒதுக்காமல்
ஏற்றுக்கொள்வது
மனமாற்றம் காணுமென்ற நம்பிக்கையோடு.

6. மன எண்ணம் சார்ந்த அறிவாற்றல்
மாறா துயர் துடைக்கும்.

7. தடைகளை தாண்ட தானியக்க தடைகளே
தகரும் தானே தடயமின்றி.

8. நல்லவைகளை உரைக்க உறவாக இருக்க
வேண்டும் என்ற நிர்பந்தமல்ல.

9. ஆற்றாமை ஆற நம்மை புதுபித்து
கொண்டே இருக்க வேண்டும்.

10. நம் செயலதனை நேர்த்தியாக்க ஆறாத
ஆற்றாமை ஆறாக ஓடிவிடும்.

11. நம்மை வழி நடத்த எண்ணமதை
நட்பாக்கி கலந்து சொல்வது.

3.4. சுவாரஸ்சியம்

1. விதி வழி தீர்மானிப்பதை மனம்
   கேட்பது சால சிறந்தது.

2. வாழ்வது சுவாரஸ்யமாவது எத்தருணமென்றால்,
   நம்வண்ண
   சிந்தனை நீரோட்ட வாழ்வதனில்.

3. தியானயோக கற்பனை எவையாகினும்
   நிர்ணயிக்கயியலாது
   அகண்ட அண்ட அகிலமதை.

4. ஆன்றோர்களும் அறிவாய்வாளர்களும்
   ஈன்றோர்களும்
   மெய்ஞான
   வித்தகர்கள் யாவரும் கூறியது.

5. வணங்கும் நிலைதனை பயில குளிரும்
   மனமதை தயார் செய்கிறோம்.

6. குளிரும் நிலைதனை உணரவே நன்றியும்
   வணங்கும் நிலையும் உருவானது.

7. தான் உயர மற்றவர்களை புண்படுத்தாத
   உறவு என்றுமே சுவாரஸ்யம்.

8. இறையாற்றலை வணங்குவோம் நன்றியோடு
   விதியாக
   நம்முடன் பயணித்து வருவதற்கு.

9. ஆற்றலை வணங்குவது அவரவர்களுக்கு ஏற்ற
   மாற்றம் ஏற்படுத்திய பாணியாக.
10. நல்லதை நினைப்போம் நல்லவைகளாக
    நடக்கவென்ற
    ஒலிதனை தாரக மந்திரமாக்கி.
11. தாரக மந்திரமதை அன்றாடம் நினைக்க
    சமயமதில் வழி பிறக்கும்.

3.5. பூர்த்தி

1. பரிபூர்ண திருப்தியடைய, நம்மை உந்தும் காலமதை இறையாற்றல் உருவாக்கும்.

2. அவைகள் என்றுமே உருவாவது நம்மை அறியாமல் நமக்குள் வரும்.

3. மாற்றம் காணும் மையமது விளையாட்டும் கல்வி பருவமும் இணைகையில்.

4. நிலைதனை நிறுத்த உன்னுள் உத்வேகத்தை வழங்கும் மறைபொருள் ஆற்றல்.

5. இடமதில் வழியை பிடித்துவிட்டால் எல்லைதனை நாம் வகுக்க வாய்ப்பாக்கும்.

6. இடமதில் தீர்மானிக்க நற்சிந்தனை நூல் வாசிப்பது மிகவும் அவசியம்.

7. வளர் வாழ்வதற்கு பயனளிக்குமா என அறிய அனுபவங்களை நாடும்.

8. விதி தன்வச வேலையும் ஆரம்பித்து தன்னுடைய பணிகளை தொடரும்.

9. பூரணமாவது பூர்த்தி காலமதை மனமுவந்து ஏற்பது என்பதை அறிந்ததே.

10. பூரணமும், பூர்த்தியும், நிறைந்ததே பரிபூரண பூர்த்தியாகி அமைதி தவழும்.

11. ஏற்புடைய அல்லாத ஒன்றை ஏற்கும் மனோ பாவமே பூர்த்தி.

3.6. நல்லுரை

1. நல்லுரை வழங்கியே பயிர்விக்கும் உடன்
கைதாங்கி நடை பயின்று.

2. நல்லுரை பயின்ற மனமிங்கு விண்ணுரை
கேட்டு விளக்குமிங்கு யாவருக்கும்.

3. நல்வழி வாழ விளக்கிய உரையதனை
சீர்தூக்கி நிறுத்த நல்கும்.

4. உரையதனை ஒப்பில்லா ஓதுவார் தம்மை
சுயநலமற்று ஆற்றவென அறியும்.

5. தரணி வாழ்விற்கு நலம் ஓங்கவென்ற
தன்னிறைவு யாவருக்கும் ஆனதாக.

6. இன்னிலை யாம் எய்த தன்னிகரில்லா
துயர் தாங்கிய தயாளா.

7. சாத்திய கூறுகள் மூலம் உள்ளார்ந்த
செயலை ஆராய்ந்து அறியும்.

8. அனுபவ ஆராய்ச்சிகள் அவற்றிற்கு துணை
நிற்க முயற்சி சாத்தியமாகும்.

9. சொல்லாக்க செயலது செயலாக்க செயலாக
விண்சார்ந்த தளமதை நாடும்.

10. அறிவார்ந்த சொல்லாடல் துணையுடன் அகபுற
நலமதை தாங்கி நடக்கும்.

11. முன்னோர்களின் நல்லுரையும் நற்செயல்களும் பரவி
சிதறி இருக்கும் வாரிசுகளுள்.

3.7. அளவு

1. காலமதை கணக்கிட்டு இலட்சியத்தை கவனிக்க
பாதையை பதமாக்கும் பக்குவத்துடன்.

2. வகுத்த கணக்கை வழக்காடு காணாமல்
வாழ்வுயர சிலவற்றை ஏற்க.

3. அளவிற்கு அதிகம் ஆவது அளவிற்கே
அளவு ஆகும் அவ்வளவே.

4. அளவிற்கு அதிகமாவது ஆற்றாமை ஆக்குவதால்
அவ்வளவிற்கு அழகு அல்ல.

5. எந்த இடமாகினும் எஃதாகினும் அளவுக்கு
அதிகமாவது என்றுமே ஆபத்தானது.

6. அளவின் அளவை அறிவதற்கு ஆற்றாமையின்
ஆரம்ப நிலையே அறிகுறி.

7. ஆற்றாமை துயரறுக்க என்னிலையாகினும்
ஆற்றலை
அளந்து அறிவது நன்று.

8. **என்னிலை** பெருக்கெடுத்தாலும் அதற்கான
நிலைதனின்
அளவை அளந்து அளி.

9. என்றைக்கும் ஒரு நிலைதனை வழி
வகுக்க வகுத்த அளவு.

10. மாற்றம் காணும் விகிதாசாரம் மாற்றமாய்
மாற்றமென மாறும் புதுப்பொலிவுடன்.

11. அவணிதனின் அளவை அளக்க ஆன்றோர்கள்
ஆராய்ந்ததன் தகவலே அளவு.

3.8. பெண்ணுரிமை

1. பெண்ணுரிமைதனை சொல்லாமல் செயலில் நடத்தும்
பெண்தனை கண்டதுண்டோ தரணிதனில்.

2. தந்தையின் தைரியமதை தன்னகத்தே நிறுத்தி
செயல் விளக்கமில்லாமல் நடைபோடுபவள்.

3. வீருநடையை வீரியத்துடன் போடுபவள் என்பது
வெற்றி தோல்வி தாண்டி.

4. கணக்கிலடங்கா கசப்பினை உண்டு உரமேற்றி
காயங்கள் காணா கரையேருபவள்.

5. தூசை தட்டாமல் தூசில்லா வண்ணம்
சிந்தனையை தெறிக்க விடுபவள்.

6. தவ மங்கையருக்கு வேண்டுமோ மாதவம்
மாதவமன்றோ மானுட தவமங்கை.

7. பெண்ணுரிமை வழங்கி பார்க்குமிங்கே தரமது
வலுப்பெற்று தழைத்தோங்கும் தாரணியில்.

8. ஆணை சார்ந்தில்லாத போதும் அவளின்
உரிமையை வழங்குவது நன்று.

9. பெண்ணுரிமைதனை அறிவது என்பது யாரையும்
சாரா தருணமதில் திறனறிதலே.

10. பெயரெடுக்க பழமையில் மாற்றம் கண்டு
புதுமை காணும் அவணியில்.

11. தகவலின் பரிணாம வளர்ச்சி காணுமிங்கு
இருப்பதன் புது பரிணாமமதை.

3.9. பெண்

1. ஆச்சர்ய ஆச்சாரிய பிறப்பது தனிப்பிறப்போ
தவவேள்விதனை ஏற்கும் தவமங்கைக்கு.

2. விட்டது குலமன்று கரம்பற்ற ஏற்றது
குலம்தழைக்க வேள்வித் தீயினை.

3. அக்னி தகதகைக்க தணலாக காத்தது
நீரோட்ட பாசனமாக அன்பு.

4. இனமல்லா தவ வலிமை வல்லமை
காக்க வலுவாகும் தவம்.

5. விண்ணுயர வாழ்வதனை மண்தாங்கி பசுமை
காத்து பண்பாய் பாடுபடுபவள்.

6. பெண் நினைக்க பாரதனில் பெரியதாய்
சாதிக்கல்ல தரத்தை தரமாக்க.

7. தரத்தை தரணியில் தடம் பதிக்க
தானியக்க வல்லமை கூடும்.

8. தானியக்கும் வல்லமை ஆற்றல் வலுப்பெறும்
கடல் கடக்கும் வல்லமையை.

9. பெண் நினைப்பது நிலைப்பாட்டின் நிலைத்தன்மை
அறியாத பெண்ணின் மனோபாவமும்.

10. பிறப்பிடம் ஒன்றாகினும் தோன்றுமிங்கு பல
பாங்கை உரைக்க பலகோணங்கலாக.

11. அறிவாற்றலால் வரும் ஈர்ப்பு நிலை
காலத்தால் என்றும் அழியாதது.

3.10. பொதுவானது

1. என்றுமே குறையை மட்டுமே காண்போர்
தந்தையிடமுள்ள பெருமையை அறியாதோர்.

2. பிள்ளைகளின் நிறையை மட்டுமே உணர்ந்து
மனதினுள் மகிழ்பவர்கள் பெற்றவர்கள்.

3. வாய்ப்பு என்பது நம்மை தயார்
நிலைக்கு எடுக்கும் அவகாசம்.

4. பள்ளி பருவமதன் மன எண்ணமதை
எழுதும் திறனறிதல் நன்று.

5. நம் வல்லமை தலைமுறைக்கு நிலைப்படுத்தி
வளர்ச்சிக்கு வழி வகுக்கும்.

6. நமக்கான வழிதனை இறைவன் படைப்பில்
உடன் வைத்தது அனுபவம்.

7. உடலுக்கு அளவான வேலையும் உள்ளத்திற்கு
நிறைவான வாழ்வையும் அளிப்போம்.

8. மதியால் உயர்ந்தாலும் நிதர்சனம் விதி
தன்வழி கொண்டு செல்லும்.

9. தெளிவாக உலகமதை புரிய உண்மையாய்
வாழ்வதனை வாழ்ந்து பார்.

10. உண்மைதனை புரிய உணர்ந்து பார்
உன்னில் நீ இருக்குமிடமதை.

11. நாம் இருக்கும் இடமதை புரிய
கடந்து பார் உனக்குள்.

3.11. குறிப்புகள்

1. வாழ்வியலில் குறிப்புகள் மிகவும் பயனுள்ளது தத்துவங்களின் துல்லிய நுணுக்கறிய.

2. குறிப்புகள் நம் திறனது மென்மை கண்டு மேன்மையாக வளர.

3. ஞாபகமின்மை என்னும் இடமதில் குறிப்புகள் மூலம் செயல்பட முடியும்.

4. குறிப்பினால் முக்கால நிகழ்வுகளை கோர்வையாக ஒன்று சேர்க்க முடியும்.

5. பொழுதுபோக இவற்றை யாம் செய்யவில்லை புரிதலில்லா மானுட தன்மைக்காக.

6. **என்னிலையுலும்** தன்னிலை கொண்டு இருப்பவரிடம் சார்ந்து இருப்பது தவறன்று.

7. அறிந்த நல்லறிவாற்றல் மிகுந்ததை தன்னுடன் தன் தோழமைக்கு பகிர்தல்.

8. அன்னிலைதனை உணர்ந்து மகிழ்வான தருண சூழல்களை அமைத்து கொள்.

9. உன்னிலைதனை உணர உம்மிடம் உம்மை உனக்குள் உன்னதமதை உயர்த்து.

10. ஊர் போற்ற காத்திருக்காதே உன்னுள் உன்னை உயர்த்தியவுடன் எழ.

11. மனமதை கட்டுபடுத்தும் வல்லமை ஆற்றல் கொள்ளும் உள்ளம் நினைக்கையில்.

3.12. பழையவற்றின் இன்றைய புரிதல் எம் பார்வையில்

1. அக்கால நடைமுறை சாத்தியமானது இக்காலமதில் சில தகவல்கள் நிலைக்காது.

2. அக்கால இனவேற்றுமை கண்ட செயல்கள் இக்காலத்தில் ஒற்றுமை கண்டது.

3. வாழ்வியல் கோட்பாட்டு நெறிகள் இன்றைய வாழ்வாதார சூழலில் மாறியது.

4. பெண் தனித்துவம் இக்காலத்தில் உயர்நிலை காண்கிறது அக்காலங்களை விட.

5. ஆதிமூலமதை பார்த்து பழக முடியாது நிலையுணர்ந்து பழகுதல் நன்று.

6. வயதில் ஓடிய நீரோடை வயோதிகத்தில் வற்றல் காணுவதே இயல்பு.

7. வருவது போவது இருப்பது முக்கால உணர்வை எதிலும் உணர்.

8. வாழ்ந்தது வாழ்வது வாழப்போவது உனக்கு உண்மையாக உமக்குள் நீமட்டுமே.

9. தனக்கானது தக்க சமயத்தில் வரும் என்பது முயற்சியின் பலன்.

10. மன உளைச்சலால் வரும் துன்பமும் துயரமும் உன்னை மேலுயர்த்த.

11. யோக தியான நிலைதனை உணர் பூரண பூர்த்தி காலமாகும்.

4 - வழிபாட்டு முறை

4.1. செய்யும் முறைகள்

1. வழிபடுதல் என்பது சீர் நிலை
தாங்கி முறை படுத்துதல்.

2. ஒரு நிலைதனையே அன்றி பல்லுயிர்
விருப்ப முறை காணல்.

3. நாம் வணங்கும் இறைத்தன்மைக்கு நன்றி
பாங்கை உன்னத பதமாக்க.

4. அனைவரின் விருப்பு வெறுப்பற்று பகிர
குளிரும் பிரபஞ்ச பிரம்மம்.

5. இவற்றின் இதனால் அன்றி இவற்றால்
இதனை ஏற்கும் பிரபஞ்சம்.

6. எவருக்கும் ஆனதான வழிதனை வழிகண்டு
வாழ்த்தும் வழிபட்டு வணங்க.

7. எவ்வகை நெய்வேத்தியமும் ஏற்புடையதே உள்ளதை
மனமதில் வைத்து உயரேற்ற.

8. வாழ்த்தொலி வழங்க வழிமுறை அன்று
முறைதனை வாதிட்டு வரைபடுத்தா.

9. ஆற்றல் கண்டு வியக்க அல்ல
ஒன்றான ஒன்றை விளங்க.

10. முடிந்ததை முனைப்புடன் முடியும் தருணத்தில்
மனமுவந்து வழங்கு பிரபஞ்சமேற்கும்.

11. வழிபட உன்மனதை பிரகாரமென ஏற்று
உன்னை உனக்குள் நேசி.

4.2. ஏற்கும் கலாச்சாரம்

1. கலாச்சாரம் என்பது நம் செயல்
திறன் சிறப்பம்சமதை விளக்க.

2. பதபடுத்தி பண்படுத்த வேண்டியது அன்றி
திடமாக்கி திணிப்பது அன்று.

3. அன்னாந்து பார்க்க பழகாதே அற்புதமாக்கு
சின்ன சின்ன திறனையும்.

4. அனைத்து செயல் திறன்களும் ஏற்புடைமையாகின்
கலாச்சாரம் யுகங்கள் காணும்.

5. தளிர்கள் தழைத்தோங்க திறனேற்றி காண்போம்
திணித்து செயல் திறனிழைக்கா.

6. எவற்றை சொல்வதற்கும், வயதைதாண்டி நீடிக்க
நடுனாயக நிலை சிந்தினை.

7. நாம் ஏற்கும் நடுனாயக நிலையே
பண்படுத்தும் பூமிதனை காணும்.

8. எழுத்தில் மட்டும் மாற்றம் காண
அல்லாது ஊன்ற எண்ணமதில்

9. வாழ்ந்தால் புலப்படும் என்போம் எதையும்
அனுபவ வார்த்தை ஆணிவேராகும்.

10. வாழ்க்கையை வழக்காக்காதே வாழ்வதனின்
போக்கை
வழிகண்டே விதைக்கும் விதி.

11. நேர்கொண்ட பார்வை நிதர்சன நிலை
இவைகளை தாங்கி பிடி.

4.3. வணங்கும் முறை

1. மனமதில் வணங்கல் தன்மையை வளர்க்க குணமதில் ஏற்புடைய வைப்பது.

2. மனமதன் தன்மை சிறப்பியல்பில் சேர்வதே வணங்கும் முறைதனின் சிறப்பு.

3. வாழ்பவரின் இயல்பில் வணங்கும் முறை மேன்மையான மனமதன் பாங்காக.

4. இறைநிலை சார்ந்த வணங்கும் முறை நிலை ஆற்றல்களை அறியவே.

5. அறியும் ஆற்றல்களின் நிதர்சன நிலை வணங்கும் முறைதனில் காணலாம்.

6. உள்ளார்ந்த எண்ணமதன் தெளிர்நிலை அவகாசம் காணலாம் வணங்குவது இயல்பெனில்.

7. அவகாசமாவது உன்னிலை எண்ணமதை உறுதி செய்யவன்றி சோதிக்க அல்ல.

8. மனமதன் வணங்கும் முறையும் ஒருவித பயிற்சியே மனநிறைவு காண.

9. ஓம்கார நாதமய ஆற்றலை வழிபட்டு வணங்குவது உன்னத மேன்மைக்கே.

10. எவ்வித நிலை ஆற்றல்களும் வணங்கும் முறைதனில் தெளிவை தெளிவாக்கும்.

11. வணங்கும் முறைதனில் உடல் நலமாவது நினைக்கின் வழக்கமாகும் வணக்கம்.

4.4. படைக்கும் (பூஜிக்கும்) முறை

1. பரப்புவது நிலைக்காது, சமர்பிப்பதை நிதர்சன நிகழ்வாய் நிலைனிறுத்த நிலைப்படும்.

2. **படைப்பதன்** நோக்கை உணர்ந்தறிந்து தெளிவதனால் மனமதன் ஆற்றல்கள் ஆனந்தமாகும்.

3. பகிரும் நோக்கமாம் படைபாற்றல் தன்மை என சொல்லாமல் சொல்லும்.

4. படைப்பது, நோக்கு தாண்டி விதத்தை நல்கினால் வளமது நலமாகும்.

5. தலைமுறைகள் வழியேற்க படைபாற்றலின் பொருள் புரிதல் வேண்டும் தெளிவுடன்.

6. வழங்கும் அறிவாண்மை ஆற்றல் விளக்கமது வரவேற்கும் ஆவல் கொண்டு.

7. வாழும் இடமதன் படைப்பு பொருள் ஏற்பது வழிபடுவது நீடிக்க.

8. **படைப்பது** தெய்வங்களுக்கும், நம்முடன் வாழ்தவர்களுக்கும்.
   பிரபஞ்ச சக்திகள் அனைவற்றிற்கும்.

9. கிரகங்கள் சக்திகள் ஏதோவொரு தருணமதில் நம்மனைவருக்கும் நன்மையே அளிக்கின்றன.

10. திருமண, சுபநிகழ்வில் அனைத்து இறைனிலையையும் வணங்கி நன்றி உரைக்க.
11. வாழ்வதன் நோக்கமதை நன்கு தெளிந்த நீரோட்டமாக உரைக்க வேண்டி.

4.5. விரத முறைகள்

1. விரத முறை வகைபாடு இருப்பின்
அவை திட திணிவு.

2. அடிமை பாங்கின் தொடர் நிலைதனை
ஆராய்ந்து அறிந்துணர் பக்குவமாய்.

3. முப்பொருளின் நலனுக்கானதாக வேண்டும் இனமாக
விரத தன்மையது ஆகாமல்.

4. இனமதன் விரத தன்மை குணமதை
மாற்றாது மாறாக குன்றும்.

5. மனித உடல் நலனுக்காக அன்றி
செயலாக்க மாற்றம் காணா.

6. மதி மயக்கி விதிவினை செயலென்று
குன்றொடுங்க திணிப்பின் திணிவு.

7. உண்ணாமுறை வகை வளர்க்கா வாழ்த்தும்
மனமதை விரத தன்மையாக்கு.

8. விரத கால வழிபாட்டு நோக்கமதனில்
இலக்கு பார்வை ஸ்திரபடும்.

9. நாம் அதை அடையும் வரை
உண்ணா நோன்பு என்பர்.

10. எண்ணிய எண்ணமதை ஈடேற்றும் உன்னத
பாதையது உனக்குள் இருப்பின்.

11. விரத காலங்கள்
நமதுள்ளுறுப்புகளை உறுதிபடுத்தவன்றி
ஊறு விளைவிக்க அன்று.

4.6. உணவு படைக்கும் முறை

1. சமூகத்தர் நிலம் சார்ந்து விளைந்ததை இறையாற்றலுக்கு சமர்பிக்கும் முறை.

2. நாளடைவில் அவரவர் விரும்பிய வண்ணம் சமர்பிக்கும் முறையாக கொண்டனர்.

3. பகிருதலும் இங்கே மாட்சி பொருந்தி நல்லாக்க வளர்ச்சியாக மாறியது.

4. மாற்றம் காணும் யாவும் சமூகத்தாருக்கு நன்மை பயத்தல் ஏற்புடையவொன்று.

5. விரத காலங்களில் சில உணவுகளின் முக்கியத்துவம் கருதி படைப்பது.

6. பருவகால மாற்றமதில் எந்தவகை உணவை சேர்க்க வேண்டும் என்று.

7. பண்டிகையில் பலவகையான உணவுகளை சேர்ப்பது என்பது பகிர்ந்து உண்ண.

8. சாங்கிய சம்பிரதாய நெய்வேத்தியம் சமர்பித்தல் ஞான மார்க்க நிலைத்தன்மை.

9. சுபநிகழ்வுகளில் இறையாற்றலை வரவேற்று நெய்வேத்தியம்
வைத்து வணங்குவோம் ஆசிபெற.

10. சமயமதில் சமர்பித்து வணங்குவதில் மாற்றம் காணலாம் அனைத்தும் நன்றிக்கானதே.

11. இருக்குமிடமதன் விளைபொருள் சமர்பித்து ஆதவனுக்கு
நன்றியுரைப்போம் இருகரம் குவித்து.

4.7. வாங்கும் பொருட்கள்

1. நாம் வாங்கும் பொருட்களால் வணிக
   சிந்தனை புதுயுத்தி காணும்.

2. நல்லவைகளை நாடும்பாங்குதனை உரைத்திட
   உதித்த
   வழிபாடு காண்பவரை ஈர்த்தபாங்கானது.

3. தனக்கான தேவைகளின் புரிதலை தெளிவாக்கும்
   எதற்கென கேள்வி எழுவிதமாக.

4. **இறைனிலை** சார்ந்த பொருட்களை வாங்கி
   வழிபடுவதால் மனமது குளிரும்.

5. பலரின் வாழ்வாதாரத்தை சரிசீர் செய்கிறது
   நாம் அனைவரும் வாங்குவதால்.

6. அறியாததை அறிய அறிந்து அர்பணிப்புடன்
   அமைதியாய் அனுதினமும் அணுகு.

7. நிதர்சன முறையது, வாழ்த்தும் மனமதை
   பெருக்கி நலன் காப்பது.

8. வழிபடும் தெய்வ நிலைதனை அறிந்து
   வேண்டி வணங்கி வழிபடு.

9. நம்பிக்கை நமதுள் உருவாவது, மூடநம்பிக்கை
   பிறரால் அவர்களுக்காக உருவாக்கப்படுவது.

10. மூடநம்பிக்கையின் நோக்கம் பலனலிப்பது
    போன்றதொரு
    தோற்றம் சார்ந்த நிலை.

11. எங்கு எப்போது எவரால் தோன்றியது
    என்றான தனி வரலாறின்றி.

4.8. உடுத்தும் உடை

1. நாம் அணியும் உடை உரைக்கும்
மகிழ் தருணமதன் வழிதனை.

2. புதுயுடையணிவது புத்துணர்ச்சியை மனமது
உணர்ந்து
நல்லாக்க சிந்தனை செலுத்த.

3. நன்றி உரைப்பதன் உன்னத மேன்மையை
பார்க்கலாம் நிதர்சன நிகழ்வாக.

4. வளரும் பருவமதில் எண்ணங்களை வண்ணங்களாக
வடிவமைக்கும் ஆர்வமதன் ஊக்கமாக.

5. வளர்ச்சி தருணங்களை மனமது உருவாக்கி
வித்திடும் வளங்களை பயன்படுத்த.

6. மனமது உடுத்தும் உடை காண
நிதானம் நின்று நிலைப்படும்.

7. மனமேற்கும் முறைதனை பயிலின் தரமிக்க
ஏற்றம் காணும் நோக்கமது.

8. இலக்கை நோக்கி காலவரை வகுத்து
பயணப்பட உத்வேகம் பிறக்கும்.

9. **நமக்குள்ளிருக்கும்** தெளிந்த நீரோடைதனை பேணி
காக்க வழி சொல்லும்.

10. நாடும் பொழுதினில் நாடாதது ஏனென்ற
உரைதனை உரைக்கும் உதயத்தில்.

11. தாய் தந்தை அரவணைப்பாக மனம்
நமக்காக நம்முடன் பிறக்கிறது.

4.9. எண்ணும் எண்ணம்

1. எண்ணும் எண்ணமது தூய நிலை
சார்ந்த சூழலில் தூய்மைபடும்.

2. வந்த வாழ்வின் வாழ்வை விளக்கி
வாசல் வழி வகுக்கும்.

3. நேர்மறை எண்ணங்கள் கூடகூட எதிர்மறை
எண்ணங்களின் சதவிகிதம் குறையும்.

4. தூய எண்ணமதில் ஆதவன் ஆளுமை
கொண்டு மனமதை ஆளுவான்.

5. ஆதவனின் ஆளுமையில் ஆர்பரிப்பில்லா மனமது
ஒளியேற்றி ஒப்பில்லா தன்மையாக்கும்.

6. ஆதவனே ஆண்டவன், ஆண்டவனே ஆதவன்
என்னும் தெளிவை தெளிவுபடுத்தும்.

7. எண்ணோட்ட வேகமதை மதியதன் பார்வையால்
சரிசீர் வேகமாக பக்குவபடுத்தும்.

8. விதியிங்கு ஒளிப்பார்வைதனை வழங்க மதியிங்கு
ஒளிவாங்கி பணி புரியும்.

9. வாழ்வியல் சாதனைக்கு எண்ணமேலெடுத்த ஆறு
நிலையுமங்கு ஆற்றுமது அளவிற்கடங்கா.

10. ஏழாமதில் ஏழேழு விண்ணளாவிய சாதித்தவர்களின்
ஆய்வக அருளாசியோடு சாதிக்குமிங்கு.

11. எண்ணங்கள் ஒருமித்த கருத்தோங்கும் வண்ணம்
நினைப்பதை வெளிப்படுத்தும் வழிபடுதலில்.

4.10. உறவின் பரிமாற்றம்

1. பழமையின் சிறப்பும் புதுமைகளின் வளர்ச்சியும் பரிமாறும் பரிவர்த்தன கூடமாக.

2. பாரம்பரியம் காட்டிய பாதையின் ஒன்றிய செயலாற்று கருத்தினை வழியேற்க.

3. பண்பட்ட கருத்தை நடுனாயக நிலையின் எதிர்கால சிந்தனை செயலாக்க.

4. அனைவரும் ஒன்று கூடுதலின் நன்மைக்கான நிகழ்வின் பயன்பாட்டை உணர்த்த.

5. உறவின் பரிமாற்ற பரிவர்த்தனையில் பல நிதர்சன நிலை புரியும்.

6. வாங்குவதும், வழங்குவதும் இங்கு நிலையின் தன்மைதனை விளக்கும் விதமே.

7. உறவுகளின் உண்மையான புரிதலுக்கான நோக்கமதை
வெளிப்படுத்தி செம்மையை செழுமையாக்கும்.

8. அனைவரும் செழுமை கொண்ட வாழ்வதனை வாழ வணங்கி வழிபடுவோம்.

9. வன்சொல்லாக பார்க்கும் வண்ணம் அல்லாமல் பன்முகமதை பாங்காய் பதமாக்கு.

10. அவையறிந்து நாம் நம் பாதையை கவனித்து செல்வது நன்று.

11. நம்பிக்கை சூழலில் சில கருத்தாழ சிந்தனை நித்தம் நிகழும்.

4.11. அனைத்தின் நோக்கம்

1. செயல்கள் யாவும் எங்கும் வழிகாட்டல்
தாண்டி படைப்பாற்றல் திறனறிதல்.

2. இவ்வழிதனில் மேன்மை பொருந்திய
நிலைப்பாட்டின்
ஆழமதை காண முடியும்.

3. செயலாற்று திறன் மேம்பட வாசல்
வழியாக அனைத்தும் அமையும்.

4. விழிப்பு நிலைதனை சிறுகச் சிறுக
நிசர்சன நிலையாகும் நித்தம்.

5. அடிப்படை காரண காரணி நோக்கை
புலப்படுத்தி புரிய வைக்கும்.

6. போகின்ற பாதை எவ்வழி பாதை
என தெளிந்த நீரோடையாக்கும்.

7. வங்கிதனில் பணசேர்வை போல் மனமதில்
நல் எண்ணமதை சேர்க்கும்.

8. ஞான தெளிவுக்கு பல்வகை உண்டு,
பக்தி வகைதனில் ஒன்றானது.

9. நோக்கமது ஒன்றே பிடித்த வழிதனை
தேர்வாக்குவது அவரவரின் நிலை.

10. தேர்வான தேர்வதை தெளிந்து தெளிவாக்கி
நமதாக கடைபிடிக்க வேண்டும்.

11. நம்வழி காணும் நேரமதில் நிலைக்கான
சரிசீர் வகுக்க முடியும்.

4.12. பொது

1. தேர் நிற்கும் நிலைதனை உணர்வில்
ஏற்றும் உன்னிலையதனை உயர்த்த.

2. தேரதை வணங்கி நிலையதனை அறிவித்த
உள்ளமதை ஏற்று வணங்கு.

3. பிறப்பின் நோக்கமதை விளங்க செய்ய
தேரின் உள்தெய்வம் ஆசிர்வதிக்கும்.

4. பிறந்த நோக்கமறிந்து செயல் புரியும்
வளர்வாழ் உன்னத மேம்பாடாக.

5. வையகமதை வணங்கும் பொழிதினில் காட்சி
விளங்கி விளக்க கொடுக்கும்.

6. யாவர்குமாய் யாதுமாய் நின்றவனின் லீலைகள்
எதற்கானது என விளங்கும்.

7. புரிதலின் புரிதலை அனைவருக்கும் உரைக்கும்
முறைதனை பயிற்றுவிக்கும் பக்குவமாய்.

8. தன்னுரை எழுதி வந்தவர்களை தாம்
கையாண்ட விதமதை உரைக்கும்.

9. தரணியோர் ஏற்கும் உள்ளொளி ஏற்று
நித்தம் ஒலியாக தெளிவாக்கும்.

10. நமக்குள் இருப்பவற்றையே எந்தாய் ஆனாய்
போற்றி என்று உரைக்கிறோம்.

11. பிறப்பின் பிறப்பாக பிறப்பது, பிறப்பதன்
பிணி பிறவா பிறப்பறுக்க.

5 – உணர்வுகள்

5.1. தனிமை

1. வீழ்வதற்கன்று தனிமை திறமையை தரமேற்ற இறையாசி பெற்றவர்கள் அவணிதனில்.

2. தனிமை பிரபஞ்ச தேர்வாளர்கள் தனித்துவமான தனித் தன்மையை வழங்க.

3. **தனித்தோருக்கே** தெள்ளத்தெளிவாக புரியுமிங்கு சாதிக்க
எண்ணற்ற நிகழ்வு உள்ளதாக.

4. தனிமை வேதனைக்கு வித்தல்ல விவேகத்திற்கு பாதை இறையாற்றலால் வழங்குவது.

5. விவேகம் வேகமெடுக்காமல் இருப்பது அறிவாற்றுபசிக்கு
தனித்துவ உணவதனை வழங்கும்.

6. தனித்தன்மை தரணி தழைக்க தரவல்லவைகளை தளர்வில்லா தானெனாது தாமென்றுணர்ந்து.

7. தனிமையை நேசி இறையாற்றலின் வல்லமைதனை காணலாம் மதிநுட்ப மனநோக்கில்.

8. தனிமையாக இருப்பதும், அனைவருடனும் ஒன்றாக இருப்பதும் ஒன்றே அறிவாற்றலுக்கு.

9. தனித்துவத்தின் வல்லமை பெருகும் தனிமை வாழ்வதனுள் ஒற்றுமை உணர்வு.

10. ஓங்கி உன்னத பாங்கினை வெளிக்கொணரும் ஒருவித கலை காவியம்.

11. ஒருமித்த உள்ளாழ விளக்கங்களை சேகரிக்கும் நம் அனைத்து பதிவியிலிருந்து.

5.2. மௌனம்

1. மூளையின் தனித்தன்மை, உறக்கத்திலும் விழிப்பு, அறிவாற்றுபசி மூன்றும் மும்மூர்த்திகள்.

2. தனித்திரு, விழித்திரு, பசித்திரு எப்போதும் மும்மூர்த்தியுடன் இருக்க பழகு.

3. மும்மூர்த்தியுடன் இருக்கும் தருணம் எண்ணற்ற பாதை வகுக்கும் ஏற்றத்திற்கு.

4. உடல், பொருள், ஆவியானதே மும்மூர்த்திகளாக மௌன மகிமை காண்பவர்களுக்கு.

5. வகுத்தவைகள் யாவும் வழிதாங்க விளக்கவுரை இக்கால புரிதலின் பதிவுகளாயின்.

6. உள்ளுணர்வு உணர்வை உணரும் உண்மை உருவக உன்னதம் உன்னுள்.

7. பார்வை பாதையை பக்குவபடுத்தி பயனுள்ள பண்பான புத்தக புலர்வாக்கு.

8. தூக்கம் என்பது தூண்ணாக ஏற்கும் கவசம் நமதுள் ஆராய்சிக்கு.

9. தன்தாயகம் உரைக்காமல் உரைக்கும், தரணிதனில் மனித மாண்பின் தடம்பதிய.

10. தடம் பதிக்கும் மாட்சியை வாழ்வதனில் வேரூண வை மனமதனில்.

11. மௌனமதன் மேன்மை உன்னுள் உரைவிடமானதன் துதி சொல்லி போற்று.

5.3. உணர்வின் சிறப்பு

1. தயக்கமதை தயங்கும் தயக்கத்தில் தயக்க
   தயக்க தயக்கம் தயங்காது.

2. தமிழை தழுவ தழைத்தோங்கும் தமிழதனுள்
   தவழும் தமிழில் தமிழாக.

3. தவழும் தமிழை தழுவ தாழ்திறக்கும்
   திறன்வாழ் தமிழாக தமிழில்.

4. மதிபோல், செவியது மொழி கேட்கா
   யாழ்போன்ற எவ்விசையும் கேட்க.

5. மதியழகை ஓங்கி ரசிக்கும் பாங்குணர்ந்து
   அழகாக்க அவணிதனில் மறுக்கின்றோம்.

6. வியக்க தரமேற்று வையக வாழ்வில்
   தனக்கான பாதை அமைத்து.

7. விண், தன்னக வையக தேடலுக்கு
   விடை தந்து வைத்தவள்.

8. விண்ணகம் தன்னகம் வைக்க தாயக
   வாழ்வை தாங்கி பிடிப்பவள்.

9. வியந்த தன்னை வையக மானுட
   பிறப்பின் தடம் காண்பவள்.

10. விதைத்த விதவிதமானதை வையகத்தில் வாழ்ந்து
    பெயரெடுக்க வானுயர வாழ்த்துபவள்.

11. வியக்க தன்னலமற்ற வாழ்வை வித்திட்டு
    விண்ணளவு தரமேற்றுபவள் வையகத்தை.

5.4. மனம்

1. மண்ணையும், விண்ணையும் இணைக்கும் நுட்ப மந்திரமாவது மன எண்ணமே.

2. மனமதில் செம்மை காணின் மதிநுட்பம் ஊற்றெடுக்கும் வெள்ள பிரவாகமாக.

3. செம்மையின் வழித்தேடல் நமக்கு நன்மை சார்ந்த பாதைக்கு வித்திடும்.

4. மனம் ஆய்வின் நிகழ்வாக நிசர்சன நிலை தன்மைதனை உணர்த்தும்.

5. மண் நுட்பமதை ஆராய்ந்து அறிவதால், மதி விண்ணளவு உயர்த்தும்.

6. **உள்ளாழ்ந்த** வலியதனின் மிகுதி உயர்வின் வேட்கை கொண்டோர் மனமதில்.

7. வலி ஏற்போம் என்றால் மனக்கண் விடையாகும் விழி திறந்து.

8. மனமது உருவாகும் இடமதன் தன்மைதனை சார்ந்த நிகழ்வுகளை சேர்க்கும்.

9. மனம் சார்ந்த நிகழ்வாக அனைத்தும் இருக்க புலப்பார்வை செலுத்தும்.

10. மனம் தன் தன்மைதனை மறைபொருளாக வைத்திருக்கும் இலக்கை அடைய.

11. மனமது நினைக்கின் அனைத்தும் சாத்தியம் என்பதை உள்வாங்கி ஆராய்யும்.

5.5. சிரிப்பு

1. சிரிப்பொலியாக மனமகிழ் எண்ண அலையாற்றல்கள்
உருவாக்கும் எண்ணற்ற ஒளியாற்றல்களை.

2. சிரிப்பின் சிறப்பது ஆற்றும் செயல்
புண்பட்ட மனமதை குணமாக்கல்.

3. இயற்கையின் ரசிக்கும் தன்மையும் சிரிப்பும்
மனிதனின் உணர்வின் உச்சம்.

4. மனமதன் குளிர்வால் நிகழும் அனைத்தும்
மனமகிழ நல்லாழ மகிழ்வாற்றும்.

5. தேடாமல் குடிகொண்டுள்ள ஆற்றலே, நம்முடன்
நமக்காக பயணிப்பது எங்கும்.

6. கவன பார்வை இல்லாத தருணமதிலும்
நம்முடல் நலனை காப்பது.

7. வேரதன் சாரின் துணைகொண்டு மருந்தின்றி
உள்ளிருந்து வியாதியை குணப்படுத்தும்.

8. எல்லோருக்கும் பொதுவான அள்ள அள்ள
குறையாத ஆற்றலை பெருக்கும்.

9. வேதனையின் வளர்ச்சியை சிறுகச் சிறுக
கூண்டோடு வேரறுக்க உதவும்.

10. இனமொழி தேர்ந்தெடுக்காத உள்ளாழ மகிழ்வினை
உண்டாக்கும் உயர்வாக நமக்கு.

11. அவணிதனில் எவ்விட மதமொழி இனமாறுபாடு
என்றல்லாது உணர்வின் மகிமையாக்கும்.

5.6. வேதனை

1. மனமதில் பெருக்கெடுக்கையில் மனமது அமைதி காணின் வேதனை வேரறும்.

2. சொல்ல வார்த்தைகளையும், ஆட்களையும் தேடினால்
வேதனை தளிரிட்டு வேரூனும்.

3. பிரபஞ்ச நுட்பம் மிகவும் துல்லியதாகும், மனமதன் வேதனையை துயரறுக்கும்.

4. பொருளதனை பொருளதனில் பொருளதை பொருத்தி பொருள்பட பொளம்புவது பொருளாகா.

5. கானகவாழ் கண்டு கணக்கில்லா கதை களம் காணும் கலங்காதே.

6. காட்சியமை பொருள் வைப்பதன் புகழ் காண்பீர் இல்லாமை நீங்கி.

7. **இல்லாருக்கு** இல்லாததன் பொருள் புனிதம் இருப்போருக்கு இல்லாதது புனிதம்.

8. இல்லாருக்கு வாஞ்சை அதிகம் இருப்போருக்கு வஞ்சனை மிகுந்து தென்படும்.

9. பாச பிணைப்பை பகிர மனமின்றி கடக்க கரைந்ததே காலம்.

10. தன்னின் பிழையாகா பொருட்டு வேதனையின் பொருள் அர்த்தம் அற்றது.

11. **பணமதில்** குணமதை வாங்க நினைப்பது மனமதனின் லஞ்ச பரிவர்த்தனை.

5.7. சிந்தனை

1. சிந்தனை என்பது ஓருயிருணுள் தங்கி
அடங்கி மாற்றமாகும் அழியாது.

2. சிந்திப்பது தினமும் பயிலாமல் போனால்
அழிந்து விடும் தன்னுள்ளே.

3. பயிலுவோம் சிந்திப்பை, சிந்தனை மேலோங்க
எண்ண வண்ணங்கள் ரீங்காரமிட.

4. நிதர்சன நிலைதனை அறிய நமதுள்
நமக்கான நபர் நிதானம்.

5. விண்ணெட்ட நேர் கொண்ட பார்வை
நிலம் சார்ந்த சிந்தனை.

6. வழிகாணின் விழிகண்டு மேலோங்க தடம்பதி
தயக்கமில்லாமல் தடைகளை தகர்த்தி.

7. நிகழ்வின் நிகழ்வில் நிகழ்வானது நிகழ்கையில்
நிகழ்வின் நிகழ்விற்கே நிகழ்வு.

8. பெருந்தன்மை பெருமைதனின் பெருமைமிகு
பெருமைக்கே
பெருமையான பெருமையாக்கும் பெருமை
.

9. அன்பான அன்பை அடைய அறிந்தாலே
அவணிதனில் அறும் அறியாமை.

10. நற்சிந்தனை உரையாடல் அனைத்தும் நமக்காக
பெற்றவர்கள் வழியாக இறைவகுத்தது.

11. நாம் அனைவருமே நற்சிந்தனையாளர்கள் வளரும்
தருணமதில் விகிதாசாரம் குறைகிறது.

5.8. தன்னில் அறிவது

1. கோபமே வராத ஜீவ ராசியில்லை,
கோபத்தின் நோக்கினை தேடு.

2. பயத்தின் போக்கை உற்று நோக்கு
உன்னை வெளிக்கொணர என்று.

3. து+கம் துக்கம் என்றல்லாது நாம்
வெளி+சம் வெளிச்சம் ஆகிடு.

4. ஆசை வித்து பேராசை விருச்சம்
நடுவில் பசுமை காண்.

5. எதிர்பார்ப்பு இருந்தால் தான் ஏமாற்றம்
எது என்று தெரியும்.

6. பகுத்தறிவு மங்கும் பொறாமை கொண்டால்,
மிகும் பொருமை காணின்.

7. அதிகார ஆணவம் தலை தூக்குவது
அதிகார நிலைதனை அப்புறப்படுத்தும்.

8. மேலுள்ள ஏழு எழும் குணமறுப்பதால்
எட்டா நிலையையும் எட்டலாம்.

9. தன்னிலை தாம்மறிவதானது தனித்துவம் தானன்றி
தாக்கத்தை தரணியறியாது தாங்கி.

10. அன்பு எண்ணத்தில் ஆக்கம் உண்டானால்
அறிவாற்றல் வளம் பெறும்.

11. உன்னில் உன்னை அடக்கினாய் என்றால்
உன்னை உன்னுள் அறிவாய்.

5.9. நடிப்பு

1. தையலை தைத்து தத்வார்த்த தாயக
தன்னகம் தானகம் காண்பது.

2. தன்னிகரில்லா தர்க்கம் தாங்கி நயம்பட
தனக்கென விடியல் காண்பது.

3. தரமேற்ற கலையை தான் தவமேற்று
தரணியை கை வசமாக்குவது.

4. தானென்று தவமேற்று தன்னிகரில்லா பெயர்
தாங்கி தரம் காண்பது.

5. தாங்கும் ஏணியை தாங்கி பிடித்து
தரம் காண மகிழ்வது.

6. தரத்தை தலைமுறை தாங்கி வையகத்தில்
தலைமுறைகள் தரம் காண்பது.

7. தன்னிலையில் நின்று கருத்ததனை தாங்கி
தடம் காணும் நோக்கு.

8. தன்னிலையதனை உயர்த்த பணியாக
மேற்கொள்ளும்
தாம் காணும் மார்க்கம்.

9. தான் கொண்ட காயமதை போக்கி
தரணிவாழ் மானுடம் மகிழ்காண.

10. தானென்று அல்லாது தாமென்றாக திகழ
தன்னலமற்ற தன்னிகரில்லா பணி.

11. தரணிவாழ் யாவரும் இறையாண்மையின்
பிம்பமதை
அரிதாரம் பூசாமல் ஏற்றவர்கள்.

5.10. பயம்

1. நம்மின் உணர்வதை கட்டுபடுத்தி அடிமையின்
உச்ச வரம்பேர பயன்பட்டது.

2. பயமின்றி செய்யும் செயலது சீராக
அமையாது என்ற நம்பிக்கை.

3. பயமது சுதந்திர சுவாச மார்க்கமதை
தடுத்து திசை திருப்பும்.

4. எண்ண சிதறல்கள் ஏற்பட்டு குழப்பமதை
உருவாக்கி அவர்களை ஈர்க்க.

5. வலிகளையும் காயங்களையும் ஏற்படுத்தி அதில்
குளிர்காய நினைப்பவர்கள் ஏற்படுத்துவது.

6. பயபக்தி என்பது நிலைபக்தி, சொல்பக்தி,
சுயபக்தி, மனபக்தியானால் நல்லது.

7. அர்த்தமதை அறிந்தால் பயமானதை விடுத்து
சொல் செயலாக விரிவடையும்.

8. மனிதருள் நேசமதை உருவாக்கி மேன்மை
வழி காண்போம் வையகத்துள்.

9. பயமாக உருவாக்காமல் குணமாக உருவாக்குவோம்
இதயத்திற்கு நமக்கானதை நற்செயலாக்க.

10. இதயமது ஏற்றால் துடிப்பதை நற்செயலாக
சீராக்கி இதமான இன்பமளிக்கும்.

11. நன்மையும் பயக்கும் தெளிபயம் கவனமது
சிதறாமல் கொள்கையது கைபற்ற.

5.11. குணம்

1. தாமச, சத்துவ, இராசத விதமாக
குணமதை வேதமது கையாளும்.

2. நாமல்ல நாங்கள் உயர்ந்தோம் என்றுரைத்து
பார் உள்ள குளிர்ச்சிக்கு.

3. சிறப்பு நாளொன்றை தேடார் இயக்க
விடியல் மாண்பினை தேடுவோர்.

4. மாற்றமது செயலாக்க பணியின் சதவிகிதத்திலன்றி
அடிப்படை குணமதை மாற்றாது.

5. அடிப்படையின் எவ்வித மாற்றமும் தங்களின்
நிதர்சன நிகழ்வதனில் விதியாற்றுவது.

6. **பல்வழிதனில்** நோக்கமதை சார்ந்தே குணம்
சேரும் குணமதை வெளிப்படுத்த.

7. நோக்கத்தின் சரிசீர் தன்மைதனை வகுக்க
குன்றா குணமதில் இருக்கும்.

8. சேரும் தன்னிலை ஒன்றான பாங்கதனில்
வித்தான வளர்வழி பிறக்கும்.

9. குற்றவியலை ஆராய்ந்து குணமறிந்து நோக்கின்
குற்றம் காணாமல் போகும்.

10. நமதின் குணத்திற்கேற்ப அவற்றை பழகும்
சதவிகித மாற்றமே செயற்கையாகும்.

11. குணமழகு குவியும் குவியல் குன்றா
குணமேற்கும் குணமானதே குணம்.

5.12. ஆசை

1. அனைத்திற்கும் ஆசைபடு ஈர்ப்பை விகிதாசாரமதன் எண்ண வழி இனணத்துவிட்டு.

2. நேர்படும் உன்வழிதனை தானேந்தி வழிநடத்தும் சரிசுத்த பார்வைதனை செலுத்தி.

3. விகிதாசாரம் அங்கு வகுக்கும் பாங்காக வரையறைதனை பக்குவ பணியேற்று.

4. வண்ணங்களை எண்ண ஓட்டமதில் இணைப்பின் தேவையின் தேவையை உணர்த்தும்.

5. உணர்வின் செயலது செயலாக்க பணியின் பார்வைதனை மெருகேற்றி செயலாற்றும்.

6. உணர்வின் உன்னதமும் தேவைதனின் பூர்த்தியும் ஒருங்கிணைந்து அனைத்தையும் உயர்த்தும்.

7. அனைத்தும் ஆனதன் ஆற்றல் பெருக நீரோட்ட பாதையாக களமேற்றும்.

8. அனைத்தும் எட்டும் எட்டா நிலையான எதுவும் எவருக்கும் எங்கும்.

9. ஆசைக்கானதல்ல உணர்வின் ஆற்றல் இயக்கமதன் ஆசைக்கானது என்றாக ஏற்பது.

10. ஆசைபடுவது தவறில்லை முயற்சியானது அவ்வழியாக
செயல்பட்டல் உணர்வாக்கும் அடைய.

11. நம் எண்ணங்களுக்காக பயணமதை ஏற்க தயங்காமல் கால்கள் துணையாகும்.

6 - உரிமைகள்

6.1. பெண் குழந்தை

1. பெண் சாதனையை உருவாக்குபவள், அதன் பிறப்பின் ஆரம்ப நிலையே.

2. பெண்மைக்கு மெருகேற்ற நான் உதிக்கவில்லை சாதனைக்கு மெருகேற்ற உதித்தேன்.

3. ஆணும் பெண்ணும் சமமல்ல பெண் ஒருபடி மேன்மையானவள் ஆணைவிட.

4. தளிர் தழைத்தோங்க துணையிருப்பவள் சாதனை தளிர்களை கண்டு எடுத்து.

5. உன் பருவம் பலவாக பிரித்து பார்க்க படலாம் இப்பூவுலகில்.

6. அனல் பறக்க ஒளிவீச இளம் சூரிய கதிர் பிறப்பு.

7. பெண்ணை ஈன்றெடுத்த தாய்க்கு தெரியும் தான் வாழ்வது சொர்க்கமென்று.

8. சொர்க்கம் வெளியில் தேடாதே புதைந்து இருக்கும் மகளின் அன்பில்.

9. என்னிலைதனில் இருப்பினும் தாயின் தன்னிகரில்லா நிலைதனை நித்தம் கவனிக்கும்.

10. தாய்க்கு நிகர் தாயே தயக்கமில்லா பார்வையாக அடையாள படுத்தும்.

11. தனக்கான ஒன்றை தாமதிக்காமல் நிமிடமதில் எட்டிப் பிடிப்பதில் வல்லமை.

6.2. பெண் வாழ்க்கை

1. மனிதனின் வாழ்வில் பெண் என்பவள்
   சட்டம் வகுக்காததோர் அடிமை.

2. இக்கால சமூக தவறன்று, கட்டமைத்த
   ஆரம்பகால வாழ்வியல் முறைகளே.

3. நாம் இதையேற்று பழக்க நிலையில்
   மூழ்கடிக்க பட்டு விட்டோம்.

4. பதினைந்து வயது கடந்த நிலையில்
   சூரிய பார்வை செலுத்து.

5. கண்கொண்டு பார் சூரிய நமஸ்காரம்
   உன்னிலையை உன்னுள் உணர்வாய்.

6. ஆணின் ஆதிக்கம் பெண்ணுள் புகுத்திய
   அத்துணை செயல்களின் உண்மை.

7. பல்னோக்கு பார்வையதனிலும் நிதானம் இருக்கும்
   பெண் மென்மை என்பது.

8. பெண் எப்போதும் வரவைப்பவள் இருக்குமிடமதில்
   தேடி ஓடாமல் புகழாரமதை.

9. சாதனைகளுக்காக செயலதை கடந்து புவி
   காணும் மாண்பை ஏற்பவள்.

10. புலர்வின் பொழுதாக பூவின் வாசமாக
    செயலின் தரமதை காண்பவள்.

11. பெண்மை மென்மையின் உறைவிட மட்டுமல்லாது
    மகிமையிலும் என்பதனை உணர்த்துபவள்.

6.3. விடியல்

1. புவி புலர்வு, ஆக்க சிந்தனைக்கு
   வித்திடும் விடியல் பொழுதில்.

2. மண் கண்டு பார்க்கும் விதையாவும்
   விண் சார்ந்த விடியலுக்கே.

3. புலர்வின் பொலிவு பிரபஞ்ச அங்கமான
   பூமிக்கு விடியல் சொந்தம்.

4. எங்கோ விண்ணில் காண்பதன்று விடியல்
   என்பது, உயிர்ப்பு யாவற்றுக்கும்.

5. விடியல் நேர்த்திக்கான உரிமையை மீட்கும்
   பகுத்தறிவு சிந்தனையாக பாகுபாடின்றி.

6. போராட்ட களம்கண்டு பெரும் வெற்றியன்று
   உணர்வதன் சிந்தனையின் உரிமை.

7. தானே வரும் உரிமையது உன்னத
   மேன்மை தாங்கி வருவது.

8. கால அவகாசமதை எடுக்கும் தானே
   வரும் உரிமை உன்னதத்திற்கு.

9. விடைதனை விட்டு செல்வார்கள் விடியல்
   காணா பொழுதை கடந்தவர்கள்.

10. காணும் விடியலின் முயற்சியின் புரிதலை
    கணக்கிட்டு வழிவகை வகுத்துரைப்பார்கள்.

11. கணக்கிலடங்கா விடியலை கணப்பொழுதில்
    விடைகண்டு
    விடைகாண்பர் விளங்கி வாழ்ந்தவர்கள்.

6.4. வெளிச்சம்

1. அறிவும், ஆற்றலும் உணர் நிலை
ஒன்றாவது உயிர் நிலை.

2. பண்பட்டதால் பண்பாடானது விண் தொட்டதால்
ஊற்றானது ஊக்கம் உன்னுள்.

3. விண்விட்டதால் பண்பட்டது மண்ணுள்ளே விதை
பொருள் ஒன்றாக அதுவே.

4. எண்ணங்கள் உருவெடுக்கும் உன்னுள் பார்வை
ஊடுருவி கடக்கும் சக்கரனிலைதனில்.

5. நிலை விதியானது மாற்றம் மதியானது
மாற்றுநிலை விதி வழியானது.

6. நிதர்சன வணங்கும் நிலைதனை எண்ணலையான
உணர்நிலைதனை உண்மை நிலையாக்குக.

7. பிரபஞ்சம் எதுவென்று யாரறிவர், மாறாக
அறிவோம் அறிவின் பாதையை.

8. சக்கர நிலையில் ஒன்றி சக்கர
நினைவில் ஒன்றியது அறு.

9. மாதாவும், பிதாவும், குருவும், தெய்வமென
அறிந்ததும் திரும்புவாய் மாதாவிடமே.

10. நல்லதை நாட்டமுடன் நாடி நன்கறிந்து
நினைவில் நிறுத்து நீ.

11. எண்ணித் துணிக எண்ணற்ற செயல்களை
எண்ணியபடியே ஆற்றும் செயல்.

6.5. உண்மை

1. உணர்வின் உன்னத உயரமென உச்சமதை
உணர்த்திய உண்மைதனை உணர்.

2. உண்மைக்கு விளக்கமிங்கு தேவையன்று தானேந்தி
விளங்க விளக்கும் வாழ்வதே.

3. சொல்தாங்கா வேர்தாங்கி தடமதை பதிக்க
சத்திய சொல் செயலாற்றும்.

4. சோதனையே சாதனைக்கு வித்தாக சத்தியமதை
மேற்கொணரின் புதுயுக பிறப்பெடுக்கும்.

5. தனக்கான உரிமைதனை தானே எடுக்கும்,
உண்மையை வித்தாக விதைக்க.

6. உண்மைதனை கையில் எடு வாழ்விக்கும்
வளமான பாதைக்கு வித்திட்டு.

7. உண்மைக்காக வாழ்ந்து பார் சோதனைகளை
சாதிக்கும் சாதனை ஆக்கும்.

8. உண்மைக்கே சோதனை முத்தங்களின்
அரவணைப்பும்
பற்றும் அதிகம் சேரும்.

9. உண்மையும், நேர்த்தியும் உடன் பிறப்புகள்
அறிவழகாக சேர்ந்தே வரும்.

10. உள்ளாழ புரிதலில் அவற்றை உணர
முடியும் தன்னிலை வருத்தியது.

11. உன்னத வாழ்வின் மேம்பட்ட வாழ்வான
உணர்வின் உச்சமது தொட்டதே.

6.6. குழந்தை பருவம்

1. மண்வாழ் வளமதை காக்க விண்விட்ட
துளி விதை தழைக்க.

2. மண்ணாக மனமிருந்து விண்ணிடம் பகிரும்
செயலாக்க பணிதனை மௌனமாக.

3. அனைத்தையும் என்னால் செய்ய இயலுமெனும்
நம்பிக்கையூட்ட மாதமதிலே வணங்கும்.

4. வளரும் தருணத்தின் வாசல் வழிகண்டு
அமர்ந்து இளைப்பாற துடிக்கும்.

5. காணவந்த உலகமதை கண்டுயர வண்ணங்களே
எண்ண வாசலாக கருதும்.

6. வண்ண எண்ணங்களை மூளையின் இருபக்க
செயலாக்க பதிவாக பதிக்கும்.

7. வார்த்தை கொண்டு அனல்பறக்க சைகை
காட்டி சொல்ல துடிக்கும்.

8. இருகரமதை சேர்கரமாக பயன்படுத்த பழகி
தானே தட்டிக் கொள்ளும்.

9. முகமலர்ச்சி சொல்லும், அனைவரையும்
வரவேற்பதில்
என்னிடமிருந்து கற்க என்று.

10. எல்லாவற்றையும் என்னிடம் தாருங்கள் பார்த்து
ரசித்து ஆராய வேண்டும்.

11. ஆராய்ந்தால் அனைவருக்கும் வருங்கால
புதுமைகளை
நாங்கள் தருவோம் என்றாக.

6.7. விடலை பருவம்

1. குழந்தை பருவமதை நாங்கள் விடவில்லை
அதனை நோக்கியே தொடருவோம்.

2. ஆராய்ந்து அறிந்த அனைத்தையும் எங்களின்
இனமாற்றமின்றி பகிர்வோம் நாங்கள்.

3. என்னிலைதனை பகிர்வது என்னென்ன விளைவுகள்
என்பதற்கான அனுபவதிற்காக பெற்றோருடன்.

4. சொல்லாலும் செயலாலும் வளர்வித்த,
எங்களுக்கான
ஒலியொளியாக நிற்கவென்று உரைத்து.

5. பெற்றோர் தன்னிலைதனில் சிந்தித்து வாரிசுகளுக்கு
நல்லதொரு மாற்றமதை கொடுப்பார்கள்.

6. அடிப்படை தளமிங்கு வேர்பதிக்க நல்லாற்றலதை
செயலாற்றி வெற்றிவாகை பலசூட.

7. மண், விண் தொட்ட ஆற்றல்
எதற்கும் தடம் பதிப்போம்.

8. மனகுழப்பமான சூழலில் ஏற்படும் கருத்துக்கு
உண்மை தெளிவுகளை தேடும்.

9. கவனமதை கருத்தை சார்ந்த பாதையில்
வழி நடத்தும் பயணிக்க.

10. பயணப்படும் மார்க்கமதில் உடன் சேருமிங்கு
ஒருமித்த கருத்தார்வளர்களாக கைகோர்க்க.

11. நாம் கோர்க்கும் நோக்கத்தின் திசைதிரும்பா
செயலாக்கும் முனைப்பு ஏற்று.

6.8. கல்வி பருவம்

1. அடிப்படை கல்வி பயில்வது தன்னுடைய உரிமையாக பார்க்க வேண்டும்.

2. இப்பருவத்தின் அறிவின் புரிதல் வளர்ச்சி மிகவும் துல்லிய நோக்காகும்.

3. அனனத்து நிலையானவற்றை ஆராய்ந்து அறியும் ஆற்றல் பெருக்கெடுக்கும் பருவமது.

4. தனக்கான தேடலை தானே தேடி முடிவெடுக்கும் பக்குவ நிலை.

5. ஆணித்தரமான பதிவுகளை பதிவித்து, செயலெடுக்க உருவாக்கும் நிலைதனை உணரும்.

6. பயண தெளிவின் விளக்கம் அனுபவங்களாக வழிகண்டு வழியேற்றும் நிலைக்க.

7. சொல்லும் செயலும் இருவேறு நிலை ஒன்றாக்கி உயிர் நிலைப்படு.

8. பயமும் பக்தியும் எப்போதும் சேர்ந்தே உணர்ந்து தெளிவாவது ஞானம்.

9. வானவர் அன்றி வாழ்வை அறிவாயோ இயங்கும் இயக்க நிலையை.

10. ஒன்றாவதை அறிந்து உணர உயரும் பல சக்கர நிலைகளை.

11. வீற்றிருப்பது ஒன்றில் வளர்ந்து இருப்பது பன்முக உலக நிலையில்.

6.9. இளமை பருவம்

1. இளமை பருவமதில் எண்ணங்களின் வழி
கணக்கிலடங்கா உரிமைதனை பெற.

2. உரிமையின் உண்மைதனை ஆக்க பதிவை
பதிக்கும் சரியான காலமிதே.

3. உரிமைதனை மீட்டெடுக்கும் தான் கற்கும்
கல்வியின் ஆழம் தெளிவாயின்.

4. பயிலும் பருவமதன் காலங்கள் நீடிக்கலாம்
தெளிவதன் பயிற்று நீடிக்காது.

5. ஈன்றெடுக்கும் தாயின் கணக்காக காலத்தே
உரிமைக்கான கல்விதனை ஏற்பது.

6. கதிரவனின் உச்சம் வடாமிற்கு நல்லது
வத்தலுக்கு தேவை ஏற்படாது.

7. உரிமைக்கான உச்சம் என்றுமே வென்று
முடிப்பதில் முனைப்பை ஏற்படுத்தும்.

8. தாங்கும் தயக்கமில்லா தரவுகளை ஏற்று
ஆய்வின் அழுத்தமான விடியலாக்கு.

9. வயதில் ஏற்கும் ஆய்வின் ஆரம்பமே
உரிமையின் உன்னதமதை தரும்.

10. தனிமை படுத்தி பாருங்கள் இவை
அனைத்தும் புரியும் தெளிவாக.

11. சுதந்திர தன்மையது நம் வளர்ச்சிக்கு
ஏற்ற இடமதில் பயன்பாடாக்க.

6.10. வயோதிக பருவம்

1. அனுபவங்களை அள்ளி வழங்க தயங்காது
   தருணமதில் புரிதல்களை தெரிந்து.

2. தனக்கான ஆற்றலினால் அனுபவங்களை கற்றதும்,
   பிறருக்கதை உரைப்பதிலோர் பேரானந்தம்.

3. வங்கி சேமிப்பின் வட்டியைவிட பிறருக்காக
   தாம் கொடுப்பது அளவதிகமாக.

4. தனக்கான இருப்பு நிலையது பன்மடங்கு
   வழிவகை வகுத்து பெருகும்.

5. வாழ்வியல் இங்கு எவை அவசியமானது
   வளர் வாழ்விற்கு என்பதாக.

6. அனுபவங்கள் என்றும் வழி காட்டுமே
   அல்லாது சுமைகளை சுமக்காது.

7. அனுபவம் வாழ்க்கையை வாழ்வித்து வரும்
   நன்று தீது எவையென.

8. நல்லவைகளை ஏற்பதும் அல்லவைகளை விடுத்து
   தவிர்ப்பதும் ஆற்றலுக்கு நல்லது.

9. வாழ்வியலை இங்கு பூ வனமாக
   மாற்றுதல் நம்மிடமே உள்ளது.

10. சாதிக்க சாதனைகளை நீரோட்ட பாதையென
    ஓடும் அனுபவமும் ஆற்றலுமாக.

11. ஏற்பதும் எடுப்பதுமே சவாலாக வாழ்க்கையை
    இயற்கையது வழங்கியது பயன்பாடாக்க.

6.11. உரிமையின் உன்னதம் புரிதல்

1. ஆணுரிமை என்ற எதிரொலி எந்தவொரு
   முழக்கமும் முழங்காத நிலையே.

2. பெண்ணுரிமை என்று முழங்கும் முழக்கம்
   ஒன்றே பறை சாற்றும்.

3. உரிமை என்பது தனியாக வகுத்ததல்ல
   உன்னதத்திற்கு ஏற்புடையதே உரிமை.

4. பலவற்றில் பலவிதமான உரிமைகள் உண்டு
   யாவற்றிலும் மேன்மை வளர்க.

5. உண்மையான உரிமைதனை உணர உன்னுள்
   நேர்படுதலை நிலை நிறுத்து.

6. வாழ்வது சுலபம் உண்மையை தழுவி
   எப்போதும் வாழ்வது கடினம்.

7. நிதர்சன நிகழ்வதனில் சோதனைகளை தாங்கி
   நேர்படுதலை நிலைநிறுத்தல் கடினம்.

8. இருக இருக நூலானது பயனற்றதாகும்
   மெல்ல சுற்ற பண்பழகாகும்.

9. மாண்பின் மார்க்கமதில் சாதனைகள் உதிக்கலாம்
   மண்மாறா தன்மைதனை ஏற்க.

10. உரிமைக்கான உணர்வுகள் ஏற்பது நன்று
    உணர்வுகளால் உரிமை ஏற்காது.

11. உணர்வின் உரிமையது உடையவரின் உடைமையது
    உரிமையின் பாங்காக பகிரா.

6.12. பொது

1. ஆதிகாலம் தொட்டே பொதுவான நிகழ்வதனில்
வகையறா புரட்சி உரிமைக்கானதாக.

2. எவ்வினமாகினும் உரிமைகள் சில நேரங்களில்
வகைவகுக்கா நிலைதனில் இருக்கும்.

3. பாதிப்புகளை சந்தித்த பிறகே கேட்க
தூண்டும் செயலாக பார்க்கப்பட்டது.

4. அதிகார துஷ்பிரயோகம் இதனை சார்ந்தே,
மனமதற்கு உளைச்சளை ஏற்படுத்தும்.

5. சட்டங்களை நாடவும் பண்பின் பாங்காய்
பிரிக்க அதற்கான தீர்வாக.

6. வரையறுப்பது என்பது சுலபமன்று, உரிமைகள்
எதற்கானதென்று ஆய்வாக பார்க்கபடுவது.

7. காலமாற்றங்களில் முன்னேற்ற பாதையை
தீர்மானிக்க
உருவாகி கொண்டே இருக்கும்.

8. நம்முடைய இலக்கானவைகளை தீர்மானித்து,
உன்னத
பாங்கை உரிமையாக்க வேண்டும்.

9. எவருக்கும் வையகத்தில் இடமுண்டு பாதைகளை
தீர்மானித்து வளர்வாழ் உன்னதமேற்க.

10. நிதர்சன நிகழ்வினை உரிமைக்கான பாதையாக்க
பயனளிக்கும் முயற்சியின் விகிதாசாரமதில்.

11. உரிமையான உரிமையாக உரிமையுடன்
உரிமையாக்க
உரிமை உரிமையாக உரிமையாக்கும்.

7 - வாழ்க்கை

7.1. மார்கம் (மதம்)

1. நம் பாதையை நாம் வகுக்க
அமைய வல்லதே மார்க்கம்.

2. மார்க்கம் மாற்றத்தின் மகிமை வித்தாக
இருப்பின் மாறமாட்டார்கள் மக்கள்.

3. விளை பயிர் நிலமாக மார்க்கம்,
மாறாக களை பயிராகா.

4. மார்க்கமாக மாற வாழாதே, தரணி
அவைதனில் தளிர்தழைக்க தரமேற்று.

5. மார்க்க மாற்ற சிந்தனைக்கு மாறாக
மக்கள் மகிமையை காண்.

6. மதி மயக்கும் மார்க்கம் காணா
விதி வியக்க சிந்தி.

7. பூஜ்ஜியம் ஒன்பது இடையில் கோடானகோடி
எண்கள் சிந்தி செயல்புரி.

8. வாழ்வை மார்க்கத்தில் தேடாதே உன்
மாண்பில் தேடி விடைகாண்.

9. உன்மன எண்ண பயணமே இன்ப
துன்பம் எல்லாம் மார்க்கமல்ல.

10. நம்பிக்கையை மனிதன், மனமதில் நேயத்துடன்
வைத்தால் மார்க்கம் தழைக்கும்.

11. நாட்டின் ஒற்றுமைக்கான ஆணிவேர் அடையாள
மார்க்கமாகும் அதுவே காலபோக்கில்.

7.2. மதம் சார்ந்த வழி

1. மதம் மனம் சார்ந்த வழியாக
   இருப்பின் அது தவறாகாது.

2. மனம் தேடும் அறம் வினையாகா
   விதை ஊன்றாக வேண்டும்.

3. மதமார்க்க வரைமுறை கோட்பாடு மக்கள்
   தலைமுறை தளிர் தழைக்க.

4. மதம்சார்ந்த வழியன்றி மதிசார்ந்த வழியாகின்
   நாட்டின் வளர்ச்சி பெருகும்.

5. வளமிக்க வாழ்வை வாழ்விக்க வாதாடு
   வழக்காடு வாசல் வராமல்.

6. மானுட தன்மையின் வளர்வுக்குகானதாக மத
   விளக்கங்கள் அமைவது நன்று.

7. நற்சூழல் வாழ்வாதாரத்தை சார்ந்ததாக மத
   கோட்பாடு இருப்பின் மதமோங்கும்.

8. சார்வின் எதிர் பிரிவு இரண்டும்
   கூடா தன்மை ஆகும்.

9. ஒருநிலைத் தன்மையை நாடுவது அன்றி
   அந்த நிலை ஏற்புடையதாகாது.

10. பாட பதிப்பினை பயிர் ஆக்குவோம்
    பண மதிப்பினை பயிராக்காமல்.

11. மனமேற்பது எதுவும் எதற்காக என்ற
    எண்ண தெளிவாதல் நல்லது.

7.3. பக்தி

1. பக்திக்கு ப+க்+தி பரபிரம்மமும் சக்தியும்
திக்கெட்டும் பரம்பொருள் விளக்கம்.

2. பண்பாக ய(எ)வருக்கும் பரமாற்றல் திக்கெட்டும்
அனைத்தும் அளித்ததால் பயபக்தி.

3. முன்னேற்ற பாதையாக்கு தலைமுறைக்கு பக்தியை,
முள் வழியாக ஆக்கிடாதே.

4. வணங்குவது என்பது இறங்குவது அன்று
வழி நடத்தல் பாணி.

5. தளிர்தனின் பசுமைக்கு வேதங்களின் பண்பாட்டு
மாண்பு உரமாகும் வளமடைய.

6. காணும் கனவை கண்டுணர காட்சியகம்
அமைக்கும் மெய்ஞான பொருளுணர.

7. வேதகால மெய்ஞானமும், இக்கால விஞ்ஞானமும்
வேரூன்ற வருங்காலம் வளமாகும்.

8. தளிருக்கு விளக்கி தரமேற்றும் வேர்
கண்ட விதை யாவும்.

9. நிலமதில் தங்கி வேரூண மலருமாம்
தாமரை மனமதன் எண்ணமாய்.

10. படைப்பின் பாங்குணர்வாய் மாறிய மாற்றத்தை
மனமது ஏற்க பண்பாய்.

11. சாதித்த சாதனையை வேரது நிலத்தில்
பதிக்கும் உள்ளொளி தன்மையாக.

7.4. வழிபாடுகள்

1. மன எண்ண கோவில் அமைத்து
உண்மை ஊற்றை உரை.

2. உள்ளமதை விடுத்து வழிபட எங்கேயும்
எதையும் கேட்டதில்லை பரம்பொருள்.

3. வியாபார ஸ்தலமாக மாறியது மனிதனின்
வேலைக்காக வழிபாட்டுக் கூடங்கள்.

4. உரைத்தது உண்மையாக வழிபடும் நாயகர்களை
மதிப்பிடும் வியாபார பொருளானது.

5. மதக் கோட்பாட்டின் சின்னமாக வடிவமைக்க
அனைவரின் கோரிக்கை மனுயிடமானது.

6. கொள்கைகளின் புனிதத் தன்மை மாற்றம்
காண அதிகார ஸ்தலமயமாகியது.

7. பிறப்பின் மாண்பை விளக்க சாமி
சாமியார்கள் பெயரில் உருவகமானது.

8. வினை தீர்க்கும் இடமாறி பரிகார
பணவரவு இடமாக மாறியது.

9. அகமதை பார்க்கும் கடவுளை புறமதில்
தேடி அலைகின்றோம் நாம்.

10. வழிபாட்டின் நோக்கமானது மனம் சார்ந்ததன்றி,
பின்பற்றும் கட்டுப்பாட்டின் வழிக்கானதன்று.

11. தெய்வம் என்பது ஒன்றே, மாற்றம்
வழிபாடும் வழிபடும் நோக்கமும்.

7.5. குடும்பம் & முதுமை

1. குறைவில்லா மடு மனம் ஆரம்ப
   ஆனந்தம் ஆகியதே குடும்பம்.

2. குடும்பம் கோலாகலம் கலந்ததாக வேண்டும்
   மாறாக கதிர் களமாகா.

3. தரணி காணும் வைபவம் தன்னை
   பகிர்ந்து நாண் ஏற்றும்.

4. திருமணம் மன மார்க்க நிலைத்தன்மையை
   மேம்படுத்தும் ஒரு உன்னதம்.

5. வில் வாள் கற்று ரதமேற
   வித்தாக துணை யாசி.

6. விடியலாய் வாழ்விக்க பந்த பாச
   வாசல் பிணைப்பின் வாழ்வாதாரம்.

7. குடும்பமாக ஒன்றில் இருப்பது, கோவில்
   போல தெய்வங்கள் பல.

8. பழங்கால தூண்கள் போன்ற எண்ணமும்
   பளிங்கு மனமும் குடும்பழகு.

9. மூத்தோர் சொல்லின் உள்ளாழமதன் சொல்
   இனிதே வாழ்வை நகர்த்தும்.

10. முதுநெல்லிக்கனி காய பிணி நீங்க
    கல்ப சுவை அறிவாய்.

11. உள்ளூரின் மகிமை, நிழலின் அருமை
    வெயிலில் தெரிவது போன்றது.

12.

7.6. பொருளாதாரம்

1. அளவு என்பது நமக்கு நாமே
நாணேற்ற உதவும் வில்.

2. தேவை அளவின் நோக்காக பார்க்கும்
பார்வையின் தன்மை - ஆசை.

3. பொருளாதார உயர்வின் அடிப்படை பணமதிப்பு,
மதிப்பின் உயர்வு கொள்கை.

4. பணம் இல்லையேல் வாழ்வது கடினம்
பணமே நிம்மதியான வாழ்வாகாது.

5. பணமதன் பாதை பொருளாதார மேம்பாடு, பணமதன்
மேம்பாட்டின் பாதை உன்னதம்.

6. உன்னத உயர்வின் பாதைக்கு கைகோர்த்து
நடக்க வலுக்கும் தரம்.

7. தன்னுயர் தானோங்கும் தானே தரணியில்
தயங்காதே தரம் தர.

8. உயர்வுக்கு உன்னதம் உன்னிடம் உவகையோடு
உலகின் உண்மை உணர்.

9. மாற்றத்தின் மாற்றமாக மண்ணிற்கு மகி
மருந்திட மகத்துவ மகசூலாகும்.

10. பொருளாதார மேன்மைக்கு மாற்று பயிராக்கல்
நிதிவள வாசல் மேலோங்கும்.

11. உயரும் அனைத்தும் அறிந்து ஆர்வமாக்கி
அணுக மேம்பாடாகும் பொருளாதாரம்.

7.7. வளர்ப்பு & அன்பு

1. குழந்தைகளை கஷ்டப்பட்டு வளர்க்க கூடாது இஷ்டபட்டு வளர்க்க வேண்டும்.

2. இஷ்டபட்டால் மட்டுமே வளர்ச்சியின் உன்னதம் உண்மையான தோற்றம் பெரும்.

3. வளர்ப்பில் பழமொழியின் உண்மை ஆராய விளக்க அறிவை பயிற்று.

4. வட்டத்தில் விட்டதை விட்டமதில் விழிக்கா விதைக்கு வகுத்து வாழ்த்து.

5. வாஞ்சை மனமதை வங்கியில் சேமிப்பதைவிட உடையவருக்கு உடைமையாக்கல் நன்று.

6. வீண் பேச்சும் விரய காலமும் வாழ்வின் வேர் காணா.

7. வகுத்ததை வல்லமையோடு சீர்தூக்க முத்திரை பதித்து வரும் வித்தகர்கள்.

8. தன்னிடத்தின் திறன் காண ஆற்றல் வேறெங்கும் திறன் காணாது.

9. நல்லதை நினைத்து நாடும் நல்லவையை போற்றினால் தொடரும் எதுவும்.

10. பெரியவர்களின் ஆசியும் அருளும் அள்ளி வழங்கும் பேராற்றல் பொக்கிஷம்.

11. அன்பினால் வளர்க்கும் எவையாகினும் ஏற்றம் காணும் நிலைதனில் நெகிழும்.

7.8. வாரிசுகள்

1. விலையேற்ற பாதை அதிக உயிர்களின்
இறக்குமதியால் வந்த விளைவு.

2. வாழ்வதனிலே அறிந்துணர் நாம் யாவரும்
பிரபஞ்ச நோக்கத்தின் வரவென்று.

3. படைப்பின் நோக்கு நுட்பமது பரப்பி
வாழ்வை வளமிக்க வாழ்வாக்க.

4. வாழ்வின் விளையாட்டில் காரண காரணி
கதாபாத்திரங்கள் சுவாரசியம் கருதி.

5. கணினி செயல்பாட்டில் புதுதரவு போல்
படைப்பில் பல்வேறு புதுவரவு.

6. நம் வண்ண எண்ணங்களை கால
அவகாச நிலையாக கொணர்தல்.

7. புதுமையை வழங்க, பழைமையில் அனுபவ
பாடத்தை ஏற்று அரங்கேற்ற.

8. வழக்கத்தை தொடர வாழ்வை வியக்கும்
விந்தை நிகழ்த்தி வளமாக்க.

9. வாரிசை இனமாக்காமல் பகுத்தறிவை புகட்டி
வல்லமை வழிக்கான வித்திடல்.

10. தனித்தியங்க தனித் திறமையை வளர்த்து
தரமேற்ற வளரும் வாரிசுகள்.

11. வாரிசு எங்கும் எதற்கும் ஏற்படுத்தலாம்
குடும்ப பந்தம் தாண்டி.

7.9. ஆடம்பரம்

1. ஆடம்பரம் தேவையே, அழகும் ஆக்ரோஷமும்
கலவா அறிவாற்றும் ஆராய்வில்.

2. இவைகள் சார்ந்த புரிதல் தன்மை
வளர்வாழ் நலம் காணும்.

3. புதிய யுத்திகளும் தலைமுறைகளின் சிந்தனை
சார்ந்த எண்ணம் வெளிப்பட.

4. அனைவரின் படைப்பாற்றல் திறன்
வெளிக்கொணரும்
விதத்தன்மை ஆன்மீக ஆரோக்கியம்.

5. அறிவாற்றல் ஆடம்பர ஆய்வு விலையேற்ற
நிலைதனை நிர்ணய நிலைப்படுத்தும்.

6. அனைத்தின் மேலுள்ள பற்றற ஜொலிப்பாய்
மண் மன பண்பாய்.

7. புதுப்படைப்பின் புனிதத்திற்கு விதை வேர்
செழிக்க துணை நிற்கும்.

8. யாவருக்கும் யாதும் பன்முக திறன்
மேம்பட பயன் அளிக்கும்.

9. என்றுமே எதற்கும் திறன் அவசியம்
என்பதன் புரிதல் விளங்கும்.

10. அனைவருக்கும் பயனான பொருள் ஆடம்பரம்
இல்லா அவசியம் என்றறியும்.

11. இவை அனைத்திற்கும் ஆடம்பர வார்த்தையின்
அர்த்தம் விளங்கல் அவசியம்.

7.10. அனுபவம்

1. அனுபவம் ஆராய்சியன்று வாழ்வின் நிகழ்வு
அனைவருக்கும் அது பொதுவே.

2. அனுபவ உயர்வு மேலேற்றும் ஏற்ற
இறக்க நிலை தொட்டு.

3. எண்ணத் தெளிவின் தெளிவாக முயன்றால்
அடைவோம் எண்ணிய எண்ணமதை.

4. அனுபவ ஆற்றலில் உதித்த வார்த்தைகள்
யாவும் ஆணி வேரூன்றும்.

5. வம்பாடும் வழக்கல்ல வாதம் விளக்க,
வேர் சரி பார்த்தல்.

6. கேட்பதும், பார்ப்பதும், பேசுவதும் ஏற்கல்லாது
ஆய்வக மனப்பார்வை நோக்குக.

7. அனுபவமே அனுபவத்திற்கு அனுபவமன்றி ஆணி
வேரெதுவும் காணாது அனுபவம்.

8. எடுப்பதல்ல எதிர் கொள்வதே ஏற்றமதற்கு
எங்கும் எதற்கும் எத்தருணமதிலும்.

9. மனவங்கியில் சேமித்து பயனாக்கத்தில் பங்குதனை
உத்வேக எழுச்சிக்கு வழங்கலாம்.

10. மீண்டும் மீண்டும் மனவங்கி சேமிப்பு
பாங்கின் பண்பு புரியும்.

11. நல்லாற்றல் வழங்கும் சேமிப்பின் வழிகண்டு
சேமித்தல் இலக்குவை இலகுவாக்கும்.

7.11. அறிவுரை

1. தலைமுறைகள் அறிவாற்றல் தன்மையை வளர்க்க
அனுபவ உரையின்றி காணாது.

2. அனுபவங்களை கசப்பாக்காமல் மகிழ்வுரை
கலப்பாக்க
ஏற்கும் எத்தலைமுறையும் ஆர்வமிகுதியாக.

3. நோக்கமிங்கே ஏற்புடைய தன்மையை மையபடுத்த
ஏற்கும் வழங்கும் எதையும்.

4. அன்பினால் வழங்கும் விதமாக உரையை
கையாலும் பாங்கு பதமாகும்.

5. அனைத்து உள்ளங்களும் பிறப்பில் ஒன்றே
குணங்களின் விகிதாசாரமதில் மாற்றமென.

6. சமூக அடிப்படை விகிதாசார தன்மையை
கவனித்து நிலைப்படுத்தலால் மாறும்.

7. சில நிலைகளை மதிகொண்டு கட்டுபடுத்த
நிலை பொருள் தூய்மையாகும்.

8. நம் எண்ணங்களின் தேடலே நம்
முன்னோர்கள் வகுத்ததை அறிய.

9. தனிப்பட்ட சிந்தனை கண்ணோட்ட வரைமுறை
தன்மையை தாங்கிய வேர்.

10. திட மனதில் காயங்கள் மிகும்,
வளம் காக்கும் பாதையில்.

11. மனமதன் மார்க்க தேடலே மாற்றமதை
புதுமையில் பழமையை மெருகேற்ற.

7.12. பாரம்பரியம் (பழமை & வரைமுறை)

1. பழமையை போற்றுவோம் வணங்கி,புதுமையை வரவேற்போம் வாழ்த்தொலி முழங்க.

2. பழமையின் சாற்றை புதுமையில் கலந்து மாண்பின் மகிமையை மெருகேற்றுவோம்

3. பழமையின் வேர்கள் கருத்தூன்ற புதுமையில் பதிப்போம் வண்ண எண்ணங்களால்.

4. பழமையின் மெருகில் புதுமை பொலிவை அங்கீகாரத்துடன் பாராட்டி ஏற்போம்.

5. பாரம்பரியம் மிக்க வகைகளின் புது வரவுகளை பயனாக்க வளமாகும்.

6. அன்பானவர்களின் குரலின் உயர்வு பரம்பரை பறைசாற்றின் வழி தடங்கலாகா.

7. முன்னோர்களின் வாழ்வாதார சூழல்களின் வழி முன்னேற்ற பாதையை உணரும்.

8. முன்னேற்றம் என்றுமே எண்ணங்களின் வழி உருவாவது என்பதே பாரம்பரியம்.

9. எண்ண நீரோடை காலமதை வகுக்காமல் சில நேரங்களில் ஓடும்.

10. காலமதை நிர்ணயபடுத்த பண்பட்ட பாங்காய் அடியெடுத்து மாற்றமதை வழங்கும்.

11. மாற்றம் காணும் எவையும் பாரம்பரிய முறையின் அடிப்படை கொண்டதே.

8 - வீடு

8.1. ஆரோக்கியம்

1. பழமையின் புதுப்பொலிவு காண்பதெதற்கு மறந்த
ஆரோக்கிய உடலை மீட்டெடுக்க.

2. மனமுடன் இயல்பாய் நாம் நித்தம்
உரையாடும் பழக்கம் வழக்கமானால்.

3. ஆரோக்கியத்தை வழங்கலாம் கண்களுக்கு கைபேசி
உபயோக நேரமதை குறைத்து.

4. மனமதன் இயக்கங்கள் எல்லா உணர்வுகளாலும்
கட்டியனுப்பபட்டது பாதுகாத்தல் அவசியம்.

5. துரும்பு, அருகம்பில் சிறிதே எனினும்
ஆரோக்கியம் காக்கும் ஆபத்தில்.

6. நல்லவை ஏற்பதும் அல்லவை விடுவதும்
என்திசையானாலும் நாம் ஏற்புடையவாக்க.

7. நன்கறிந்த என்றல்லாது நானிலமதில் நல்லவை
எங்கும் பரவியிருப்பதை உணருவோம்.

8. வணிக மார்க்க வழிதனில் ஆரோக்கிய
சிந்தனை பார்வை உசிதம்.

9. பயண மார்க்கத்தில் அனைத்துமானதன் அனைத்து
கலவைதனின் தேர்வு நமக்கானதாக.

10. வீட்டின் ஆரோக்கிய சூழல் எங்கும்
இருக்காது அதன் வழித்தேடு.

11. தானாக ஏற்படும் அனைத்து இடங்களும்
ஆரோக்கிய சூழலின் பொலிவு.

8.2. சோம்பல் முறிப்பது

1. சோர்வாகும் நம் பயன்பாட்டு உடல்
   உறுப்புகளை தளர்த்தி செயலாற்ற.

2. முறிப்பது தவறன்று, முறித்து கொண்டே
   இருப்பது தடையாகும் வளர்வுக்கு.

3. சோம்பி திரிவது நன்றல்ல வாழ்க்கையின்
   உச்சமதை எட்டுவதற்கு என்றும்.

4. உழைப்பின் களைப்பது நீங்க எடுக்கும்
   ஓய்வானது காலமதை சிறப்பாக்க.

5. வளர்ச்சி அமைதியாக இருப்பதில் காணலாம்
   சோம்பலில் காண இயலாது.

6. அடிமை சோம்பலின் உண்மை ரூப
   தன்மைக்கான வித்து விளையும்.

7. நேரமதில் இயக்க ஆற்றல், ஆசனங்களால்
   புத்துணர்ச்சி தன்மை அடையும்.

8. வாழ்வை வளமாக்கவே ஓய்வு, சோம்பி
   முடங்கி முயல அல்ல.

9. வாழ்வானது இயற்கையின் அழகைபோல
   பன்மடங்கு
   ரசித்து ஏற்க ஒன்றானது.

10. இன்பமும் துன்பமும் இன்றி வாழ்வை
    புரிய வைக்க இயலாது.

11. தானாக வருபவைகள் சிலவித அனுபவங்களை
    தாங்கி நமக்கு வழங்கும்.

8.3. சுற்றுசூழல்

1. வீட்டின் வளர்ச்சியானது குழந்தைகளின் வளர்ச்சியே ஆக்கம் வளரும் சூழலில்.

2. வளர்ச்சி, பெற்றவர்களின் அரவணைப்புடன் சூழலையும்
சார்ந்து அமையும் பண்பு.

3. நம் எண்ண திணிவின்றி நல்லதொரு சூழல் அமைப்பது நன்று.

4. சுற்றுபுற தூய்மையுடன் நல்லெண்ண ஆக்கமதற்கு சூழலை வளர்ப்பது பண்பு.

5. இல்லங்களில் தூய்மையை கையாள்வது நம் செயல்கள் சிறப்புடன் அமைய.

6. நமக்கான சுற்றுசூழல் தன்மைதனை நாமாக ஏற்க வேண்டும் தூய்மையுடன்.

7. நமக்கான வாழ்க்கையை வாழும் முயற்சியானது நம்முடையதாக நாமாக்க வேண்டும்.

8. கடவுளானவர்கள் நமக்காக நம்முடன் நலமதை காத்து வாழ்வை வாழ்விப்பவர்கள்.

9. ஆரம்பமதில் எல்லோரிடமும் தூய்மை குடியேறும், அழுக்காறதில் கடவு(கட+உள்)ளை மறப்போம்.

10. மறப்பதில் மூழ்கி தனதானதை பிறரிடம் கை நீட்டும் தப்பிக்க.

11. தனக்கான வாழ்வை உணர்ந்து உலகை உய்விப்போம் தூய உள்ளமேற்று.

8.4. பாதுகாப்பு

1. பாதுகாப்பு காற்றோட்ட வசதிகளை உள்ளடக்கிய முறைகளை கருதி அமைவது.

2. நாம் அமைக்கும் முறைதனில் பாதுகாப்பின் அம்சமாக தனித்தன்மை அமையும்.

3. ஒருவருடைய சிந்தனையை புதுபிக்கும் எண்ணமதன் உறைவிட பாங்கு ஊற்றெடுக்கும்.

4. வளர்வாழ் பாதுகாப்பு பலகோணமதில் மாற்ற அழகின் பொலிவுடன் நவீனமயமாகும்.

5. தனிமமாகவும், கனிமமாகவும் சிலபல எண்ணங்களால்
பாதுகாத்தல் தானே அமையும்.

6. நம் எண்ணங்களை திடமேற்றல் தானாக பாதுகாக்கும் ஒரு வகை.

7. இல்ல சூழலாக மனங்களின் புரிதல்களாலும் வீட்டின் பாதுகாப்பு அமையும்.

8. இல்ல பாதுகாப்புடன் உள்ள பாதுகாப்பும் அவசியம் வல்லுனர்களின் நூலேற்பது.

9. வாசித்தல் அன்றாட வாழ்வாதாரமதில் ஏற்பின் தலைமுறை தழைக்கும் ஆற்றலால்.

10. பணமதன் சேமிப்பு அவசர தேவைக்கு வாசித்தலின் சேமிப்பு ஆற்றலுக்கு.

11. இரண்டுமே பாதுகாப்பு கவசங்கள் என்றும் எங்கும் எதற்கும் உடனிருப்பவை.

8.5. மென்மை

1. பெண்ணுக்கே என்றும் மென்மை சொந்தமானது
என்பதால் பரிட்சை அதிகம்.

2. ஆண் ஆதிக்கம் தலை தூக்கும்
எங்கும் எதிலும் தானென்று.

3. படைப்பின் விந்தையாக மென்மைதனை
பெண்மையில்
வைத்தது சரிசீர் தீர்வாக்க.

4. ஆணை ஈன்றதும் தன்வல்லமை தானென்ற
ஆதிக்கம் ஒட்டியது சிலரிடம்.

5. நவீன யுககாலமதை புரிதலில் கொணர
மாற்றமதை தன்கையில் எடுத்தது.

6. மாற்றமது, தனக்கான தேடுதலில் வல்லமை
பொருந்திய தன்மை ஆனவர்களென.

7. ஆதிக்கம் ஆணவத்தை ஏற்படுத்தும், வல்லமை
மென்மையை வலியுறுத்தும் என்றும்.

8. படைப்பே மாற்றம் கருதியே, மாற்றமதற்கே
படைப்பு, படைப்புக்கானதல்ல மாற்றம்.

9. ஆதிக்க நிலைதனை யாரும் கையிலெடுக்கா
பார்வைதனை பதிப்பதே வல்லமை.

10. வல்லமையை உணர்ந்து மெருகேறவே
மென்மைதனை
வலுவாக்கி வளர்ச்சியை வாழ்வாக்கியது.

11. மென்மையின் பாங்கை பக்குவமாய் உணர்ந்து
பண்பான பாதைதனை வகுப்போம்.

8.6. குழந்தையின் சிரிப்பு

1. புன்சிரிப்பதனிலே மென்மை பண்பாக பூத்து
குலுங்கும் பூவை போன்றது.

2. பிறப்பிலே கன்னத்தில் கோலத்தின் வண்ண
மாயஜால வித்தையென ஜொலிக்கும்.

3. மகிழ்வினை அளவிட தொழில்நுட்பமில்லை உன்
சிரிப்பின் பேரொளி தெரிய.

4. மெய் மறக்கும் தருணமதன் உச்சமே
உன் பொன்னொலி சிரிப்பே.

5. மண் பதமாக்கும் விதை ஊன்ற
விண் பதமேற்றும் நகைகண்டு.

6. மண்ணாகுமே எவற்றின் மூலமும், விண்
ஏற்றுமே பதமழகேற்றி வளர்ச்சியை.

7. மண்ணை பழகி ஒளிவழகாக்க புன்னகை
ஒலியில் தரணி தடம்பதிக்கலாம்.

8. யாழைவிட இனிமை சேர்க்க யாழியிடமே
கற்றதோ வல்லமைக்கு வல்லமைதர.

9. தெய்வமதை தேடி அலைவதை விரும்பா
இறையாற்றல் வந்து தங்குமிடமது.

10. என்னாட்டவருக்கும் பொதுவான ரசனை,
மழலையின்
சிரிப்பானதே என்றால் மிகையாகாது.

11. அன்பான அன்பை புன்சிரிப்பதனில் வெளிப்படுத்தும்
நேர்த்தியே படைப்பதனின் ஆற்றல்.

8.7. அழகு

1. அழகாக அழகை வர்ணிக்க வார்த்தை
   தேடல் தாண்டி புரிதல்.

2. வெளிப்படுத்தும் தன்மை அழகின் அழகு
   எதிலும் எங்கும் எப்போதும்.

3. வியக்க விண்ணளவு வார்த்தை வடிவழகு
   வல்லமையை வலுவாக்கி வளமடைய.

4. நம் உடலின் உறுப்புகள் யாவும்
   சரியான பராமரிப்பில் மிளிரும்.

5. ஒவ்வொன்றும் ஒரு இயக்கமதன் உன்னதம்
   தேவை அறிதல் அவசியம்.

6. உறுப்புகளின் புதுபிக்கும் இயக்க நிலை
   உணருதல் பராமரிக்க சுலபம்.

7. தெய்வ நிலைதனை வணங்கும் பாங்காக
   இயக்க நிலைகளையும் வணங்குக.

8. திறமைகளை வெளிப்படுத்தும் நிலையை நமக்குள்
   காத்திருக்கும் கவன பார்வைக்காக.

9. குடிகொண்டுள்ள திறனை தகுதி கொண்டு
   அழகாக மிளிர வைக்கும்.

10. அழகானதை அழகாக்கும் கருவியாக நாம்
    அறிவழகை நேசிக்க பொலிவாகுமே.

11. அழகாக அழகை அறிமுகபடுத்தும் அதிசய
    அளவின் அளவில்லா அவணியே.

8.8. வசதிகள் & உள் அலங்காரம்

1. வீட்டில், வளரும் போதே குழந்தைகள் வசதிக்கான பாதையை வகுக்கும்.

2. நிதி திரட்ட நேர்மறை எண்ணங்களின் சிந்தனை நோக்கி பயணபடுவோம்.

3. தேவைதனின் வாசலாக இருக்க வேண்டுமெனும் வழிகாட்டி நெறி வசதிகள்.

4. நாம் நம் எண்ண வெளிப்பாடாக அலங்கார அழகு அமையும்.

5. நம் சிந்தனைக்கு ஒரு உத்வேக பாங்காக என்றுமே திகழும்.

6. மற்றவருக்கும் கருத்து சிந்தனை தொனிக்கும் வகையாகவும் இவைகள் பொலிவூட்டும்.

7. உள் அலங்கார அமைப்பதனில் நம் எண்ணமதன் ஏற்றம் தொனிக்கும்.

8. ஆடம்பர உள்ளலங்கார அமைப்பு வேறு, எண்ணமதன் அலங்காரம் வேறு.

9. படைப்பாற்றலின் பொக்கிஷங்கள் மன மகிழ்வை ஏற்படுத்தும், அழகுக்கு அழகேற்றும்.

10. சின்ன சின்ன ஓவியமதன் அழகு சொல்லும் மனமதன் மகிமையை.

11. வசதியும் உள்ளலங்காரமும் ஏற்படுத்துவது மனமாதிக்க
நிலையாயிருப்பின் நிம்மதியின் உச்சமாகும்.

8.9. பிரச்சனை

1. ஐயத்தின் வெளிப்பாடன்றி பிரச்சனை என்பது
மதமோ, மனிதனோ அன்று.

2. ஐயத்தின் வெளிப்பாடு மாயை அவைகள்
பரப்புவதால் தெளிந்ததான பிம்பம்.

3. ஆறுதலான வார்த்தைக்காக பிம்பம் பரப்பும்
சூழலது வழக்கு முறையாகியது.

4. வளரும் மார்க்கத்தின் ஸ்திர தன்மையை
தரவல்ல ஞான பாதை.

5. எள்ளி நகையாட காணும் காட்சிக்கு
பண பரிவர்த்தனை பரிகாரமாக்கா.

6. கடலலை கண்டதுண்டோ ஓய்வுக்கான
நேரமெதுவென
ஆய்வகமதனை தேடி விடைகாண.

7. வாழ்வதனில் பிரச்சனை என்றாவது எதிலாவது
இல்லாமல் இருக்குமோ ஓய்வாக.

8. பிரச்சனை இல்லாத லோகமும் அன்று
இல்லமும் அன்று வாழ்வதனில்.

9. எதற்கானது என்றதான பார்வையை செலுத்தி
தீர்வை திடமேற்ற வேண்டும்.

10. திடமதை தீர்க்கமாக்க பிரச்சனையின் பார்வையானது
பலகோண நிலைக்கு தீர்வாக்கும்.

11. எவ்வகையாகினும் வாழ்வது புரிதலில்
இயங்குவதன்றி
எதற்காகவும் என்னிலைக்காகவும் நிற்காது.

8.10. மன்னிப்பு

1. குழந்தைகளின் செய்கைகளும் செயல்களும் ஆரம்ப நிலையில் நம்மை பின்பற்றுவது.

2. பெற்றவர்களும் சுற்றுபுற சூழலின் நிகழ்வுகள், இவைகளே அவர்களின் உலகம்.

3. சரி தவறு என பகுத்து வகை காண தெரியாது.

4. நம்முடைய அனைத்தையும் உள்வாங்கும் பணியில் சிந்தனையது கலந்து இருக்கும்.

5. அனைத்து விதமான பாவனைகளையும் பொருள் உணரா கவனித்து பார்க்கும்.

6. நம்முடைய கூற்றின் கலவை செயல் மாற்று தன்மை விளங்கா.

7. செயல் தவறென்றால் மன்னிப்பு என்பதான கலந்த பார்வையை பதிக்கும்.

8. திரும்ப திரும்ப நம்முடைய யதார்த்தத்தை விளக்கும் செயல்கள் யாவும்.

9. குழந்தைகளுக்கு அனைத்தும் தொனிக்கும் நாமும் பின்பற்ற வேண்டும் என.

10. தவறானது திரும்ப திரும்ப வருமாறான சூழலை தவிர்ப்பது நன்றானது.

11. நம் உடல் நலனும் குழந்தைகளின் பின்பற்றலும் சீராக அமைய.

8.11. நன்றி

1. மனமது உறைந்து உணரும் குளுமைதனை
நன்றி நன்கு உரைக்க.

2. நம் தேகமதற்கு நாம் நன்றியுரைக்க
கனமான மனமது குளிரும்.

3. நம்முடைய தேகமதை குளிர்விக்க மனமதன்
செயல் வல்லமைக்கு ஈடில்லை.

4. நாம் நம்மை உணரவே நமக்கான
சூழல்களும் காரண காரணிகளும்.

5. மனமே நம்மையறியாமல் நமக்கான சூழலில்
நம்மை காத்து பராமரிப்பது.

6. நற்சிந்தனைதனை ஊட்டி நல்வழி பாதையதை
நம்மாற்றலுடன் பகிர்ந்து வகுக்கும்.

7. ஆற்றலிங்கு கண்காணிக்கும் நேரமதில் உணர்வோம்
நம் மனமேற்ற செயலை.

8. மனமதன் செயலுக்கும், ஆற்றலின்
கைகோர்வைக்கும்
நன்றி உரைப்போம் உணர்ந்து.

9. பரிணாம தோற்றமிங்கு குழப்பமதை கொடுத்தும்
துணை காக்கும் உள்ளிருந்து.

10. புரிந்துணர் நன்றிகளை என்றும் வழங்குவதில்
தயக்கமதை ஏற்படாமல் சொல்வதில்.

11. நன்மை தொடர் செயலால் நலம்
காக்கும் நல்லியல்பு வளரும்.

8.12. அனைத்து நிலைதனின் யதார்த்தம்

1. நிதர்சன நிகழ்வினை ஏற்பதால் வரும் நன்மையும் தீமையும் உணர்வது.

2. வழிகாட்டுதலாக அமையும் வாழ்வதன் அனுபவங்கள் அனைவருக்கும் தனித்தனியான பார்வைக்கானது.

3. வாழ்வதனில் யதார்த்த நிலையில் வாழும் பழக்கமே வழக்க நிலையாகும்.

4. யதார்த்த வாழ்வதனில் மனமது இளைப்பாறும் விதமதை கவனிக்க முடியும்.

5. மனமது இளைப்பாறும் நேரத்தில் அறிவாற்றல் மனவங்கிதனில் சேகரிக்கும் தனக்கானதை.

6. வளர்ச்சி யதார்த்தத்தின் புரிதலில் அபரிவிதமாகும் மனமதில் குளிர்ந்து வாழ்வதில்.

7. நம் உடல் உறுப்புகளின் இயக்கமது தனித்தனி செயல்பாட்டை சார்ந்தே இயங்குவது.

8. அனைத்தின் செயல் தன்மைதனை புரிதலினாலேயே இயக்கமது வெற்றிதனை அடையும்.

9. இவற்றை சார்ந்து அமைவதே தனித்தனி மனிதர்களின் இயக்க ஆற்றலும்.

10. அனைவரின் இயக்கமதை நாம் வகைவகுப்பதே தரணி காணும் வளர்ச்சியாகும்.

11. வாழ்க்கையில் வெவ்வேறு நிலை சார்ந்த நன்மைகள் யாவருக்கும் ஆனதே.

9 - படிப்பு

9.1. ஆரம்ப நிலை

1. மூளையின் சேமிப்பு தன்மையதை அளவிட
முடியாத பேரண்ட அளவானது.

2. முதல் ஈரெட்டில் சேமிப்பின் மடங்கு
வளர்ந்து அதிகரித்து வளரும்.

3. கணக்கிட்டே இளமையின் கல்வி மிகவும்
அவசியமாக கருதப்பட்டது வளர்ச்சிக்கு.

4. தகுந்த காலமதில் கல்விதனை தேர்வு
செய்து பயிலுவது வளர்பாதை.

5. வளர்ச்சி தேர்வதன் பாதை செலுத்த
ஆய்வக ஆராய்ச்சி வலுபெறும்.

6. படிக்கும் ஆர்வமது ஏற்கும் உண்மையின்
உன்னத மாற்றமான மாற்றமதை.

7. பண்பை பகுத்தறிய மொழி தேவையன்று
மனித மாண்புதனை தவிர.

8. ஐயத்தின் வெளிப்பாடு ஆற்றல் பொருந்திய
முன்னேறும் பாதையின் வாசல்.

9. நம்மை நமக்குள் மீட்டெடுப்பதே நிதர்சனம்
நலமுடன் நம்மை நாடி.

10. படிப்பு பாமரன் என்ற வார்த்தையை பண்டிதர்
என்ற மாற்றம் காணும்.

11. மெல்லுவதற்காக சிலவற்றை பார்க்கும் பார்வையாக
இருப்பவர்களில் மனமாற்றமென வழங்கல்.

9.2. எழுத்தின் நிலை

1. காலங்களால் மாறியவை பலவுண்டு
அவ்வரிசைதனில்
எழுத்துகளின் வடிவ மாற்றமும்.

2. எழுத்தின் வடிவமது பண்பட்டு பகுத்தாய்ந்து
பக்குவ வடிவமாகியது புரிதலுக்காக.

3. பழமையின் எழுத்தின் எண்ணிக்கையும் புதுமையின்
எழுத்தும் வரையறுத்து வகுக்கப்பட்டது.

4. நம் அனைவரின் எண்ண துளிகள்
வெளிப்படும் எளிமை நடையாக.

5. நம் தேவைகளை நாம் அறிய
நிதர்சன நிலை அவசியம்.

6. எழுத்தின் நிலையதை ரசிக்க நிலையாகும்
வாழ்வதனை ரசிக்க எண்ணும்போதே.

7. ஒவ்வொரு எழுத்து பிரவாகமது அம்மொழிதனின்
உயிர் ஜீவ நாடியாகும்.

8. எம்மொழிதனிலும் அம்மொழிதனின் ஜீவ ஆற்றலின்
அருவியது அவரவருக்கு சிகரம்.

9. பெற்றவர்களுக்கு குழந்தையின் அனைத்தும் சிறப்பு,
எழுத்தின் நிலைதனின் மொழியற்று.

10. ஊற்றுபிரவாக நிலையாக தம்முள் வீற்றிருப்பது
புலன் ஐந்தும் ஆறுநிலைதனில்.

11. எழுத்துக்கள் காலமதையும், எண்ணங்களையும்
உணர
எடுத்துரைக்கும் ஓர் உன்னதம்.

9.3. எழுத்து

1. எழுத்தின் ஏற்றம், ஏடெடுத்து எண்ணும்
எண்ணத்தில் ஏணியின்றி ஏறுமே.

2. எழுத்தாணிக்கு, எண்ணும் நல்லெண்ண சிந்தனை
ஊட்ட வித்தாகும் என்றும்.

3. எழுத்து என்பது பிரபஞ்சத்தின் போதை
இப்போதை புவிக்கு நல்லது.

4. இப்போதை பிரபஞ்சத்தின் பேரணிகலன் இவைகள்
புவிக்கு பேரழுகு சேர்க்கும்.

5. இப்போதைக்கு முதலும் முடிவும் அற்றதான
ஒருவித நிலை தன்மை.

6. தளிரேது விதையின்றி, ஞாயிறு விடியலின்றி
கருத்தை விதைக்க எழுத்தாணிக்கு.

7. இரண்டு வரிகளில் பல்நோக்கு உட்கருவுடன்
எதற்கு என்பர் பலர்.

8. எழுத்தின் ஆழமும் ரசனையும் கலந்து
சுருங்க சுவையாக சொல்ல.

9. எழுத்தின் நோக்கம் தலைமுறைகளை கடந்து
அனைவருக்கும் என்னாளிலும் தழைக்க.

10. தழைத்தோங்கும் தரணியதில், ஊட்டமாகும் எண்ணும்
எண்ணமதன் ஆழத் தெளிவுதனில்.

11. பதித்த தடயமும், விதைத்த விதையும், எண்ணிய
எழுத்தும் தரமாகும் தரணிக்கு.

9.4. புத்தகம்

1. உலகமதை நம் கையில் கொண்டுவர
தேவை நம் முயற்சியே.

2. நாம் படிக்கும் நூல் நம்மை
எத்திக்கும் கொண்டு செல்லும்.

3. சிறந்த துறையையும் தளத்தையும் நம்
உள்ளங்கை நூல் வழிகாட்டும்.

4. எம்மதமும் பார்க்காத ஒருவர் உண்டென்றால்
நம்மிடம் கையிலுள்ள நூல்.

5. இறுதி வரை நம்முடன் சொந்தமாக
இருப்பவரும் நேசிப்பவரும் அவரே.

6. வாசிப்பின் வாசல் கண்டு வந்தடையும்
தேடலின் நோக்குணர்ந்த நூல்.

7. வாசித்தல் தனித்துவமதன் தன்மை உயரும்,
தனிமைதனின் வெறுமை நீங்கும்.

8. கண்டங்களை தாண்டி நடைப்பவைகளை கண்முன்
நிதர்சன நிகழ்வாய் எடுத்துரைக்கும்.

9. எண்ணம் சார்ந்தும், வாசிப்பு சார்ந்தும்
என்னுமோர் ஆர்வ ஊடகம்.

10. எண்ணமும், வண்ணமும் வடிவ பாங்கென
எழுத்துக்களாக உருவானவையே புத்தகம்.

11. அறிவாற்றலே சிறந்ததெனவும், ஆடம்பரம் வீண்
எனவும் ஆணித்தரமாக அறியலாம்.

9.5. படிப்பு

1. தன்னை தாமறிய தனக்கான பண்பை
பகுத்தாயதொரு வாய்ப்பு பாமரனுக்கு.

2. அனைவரும் தனக்கானயிடம் தனதாக்கி ஆற்றலை
விரிவாக்கி புதுமை புகுவிக்க.

3. படிப்பின் படிப்பினைக்கு பாங்காய் பயண
பாதை பிரித்து பகுத்தாய.

4. மானுட அடிப்படை தேவைகளில் அடிப்படை
கல்வி மிகமிக அவசியம்.

5. படிப்பின் வாயிலாக பந்தங்களை தாண்டி
செல்லும் மண்(நடு)விண் பார்வை.

6. தன்தர தன்மைதனை தரமிக்க தாக்க
படிக்கும் படிப்பு கைகொடுக்கும்.

7. வாழ்வின் நோக்குணர்ந்து அமைதி காணும்
நாம் ஏற்கும் படிப்பது.

8. பயிற்றும் பயிற்றை பாங்காய் பயின்றால்
படைப்பதனை படைக்கும் படிப்பு.

9. வாசிக்கும் வல்லமையும் வழி வகுக்கும்
வாய்ப்பும் வந்தடையும் வாழ்த்தியே.

10. வாழ்க்கை பயண பாதையில் தனித்திறனோடு
அச்சமின்றி மிடுக்காய் பயணப்படலாம்.

11. தன் தேவைதனை அறியவும் தானே
வாங்கும் வல்லமையும் பெறலாம்.

9.6. உருவாக்கம்

1. ஆராய்ச்சி அறிவியலின் வார்த்தை மேம்பாடு
   நம் மொழிதனின் சிறப்பியல்பு.

2. பன்மடங்கு உற்பத்தி வளம் காண
   வல்லமை பாதை புலப்படும்.

3. சிந்திக்கும் திறனாற்றல் எண்ணமதனை மேம்படுத்த
   வழிவாசல் கண்டு பிரவாகமாகும்.

4. கஷ்டமதை உற்று நோக்கின் விரய
   கால கணக்கு புலப்படும்.

5. என்ன எதற்கு எங்கு எப்போது
   புது தடமது என்று.

6. உதய விடியல் ஒவ்வொரு நாளும்
   உருவாக்கும் பலன் அளிக்க.

7. ஓடி முந்துவது தவறன்று எதற்கு
   என்பது மிகவும் முக்கியம்.

8. ஆலமரமது விழுது காண வேர்
   தாங்கி தடம் பதிக்கும்.

9. வாழ்வை வாழ வைத்த வரலாற்றை
   காணும் பதிவிறக்கி தரத்துடன்.

10. இரவின் விடியல் வெளிச்சம் காணும்
    உருவாக்கிய விடியல் புதுயுகமாக.

11. யுகங்களின் விடியல் பண்பட்ட பாத்திரமேற்று
    புதுமுக வரவேற்பை வரவேற்று.

9.7. கல்விக்கூடம்

1. பயிற்றுவிக்கும் பயிலகமதை பண்பட்டவியலாக பகுக்க
பயணிக்குமிங்கு பரணிதனில் பாங்குடன்.

2. பயிலகமானது வளரும் சந்ததியின் எண்ண
நீரோட்ட சிந்தனைக்கு வித்தாக.

3. நற்கருதாங்கி வழங்கும் நூலகம் வளரும்
புதுயுக பொலிவு காண.

4. கற்பிக்கும் மாண்பு கற்பதில் கண்டு
புது களம் ஏற்றுவது.

5. போகின்ற கணக்கும் வருமதின் கணக்கினையும்
வகுக்கவல்ல ஞான கூடம்.

6. வாசிக்கும் வல்லமையையும், நேசிக்கும் பாங்கினையும்
புகட்டுமிங்கே புது மார்க்கமாக.

7. ஏற்பதை ஏணியாக்கும் ஏற்றமதை எதற்கும்
ஏடாக எழுத்தாக எழுந்ததே.

8. எழுமதை எழுச்சியாக ஏற்பதால் என்றைக்கும்
எண்ணிய எண்ணமதை எழுவிக்கும்.

9. கல்விகூடமது உங்களின் திறனதை வலுவாக்கும்
சமூக வளர்வாழ் நிலையம்.

10. மதிபெண்ணாக மனமதிப்பின் எண்ணமது தரமேறி
தரவல்லது நன்னிலமான நானிலமதை.

11. உணர்த்தும் காலமதே கல்விகூடம் மதிபெண்
மட்டும் வாழ்வாதாரமதை உயர்த்தாது.

9.8. படிப்பதில் உயரும் எண்ணம்

1. எண்ணங்களால் செயல்திறனது மேன்மை காண பயிலகம் அனுபவ உரையாகும்.

2. எண்ணத்தின் ஊடாக தன்வச ஈர்ப்பு நிலையானதை உணர வைக்கும்.

3. ஈர்ப்பு நிலைக்கானதின் நன்மைக்கானதா என்றதனின் தெளிவை தெளிவடைய தெளியும்

4. தெளிவின் தேர்வதனின் தேர்வை தீர்மானிக்க தீர்வதனை தீர்த்து வைக்கும்.

5. பிரச்சினை இல்லாத உயிரணுக்கள் உண்டோயென்ற இயல்பு கற்பதால் புரியும்.

6. படிப்பதால் பிரச்சனை அன்று என்றில்லை காரணங்களை கண்டு அறியலாம்.

7. சிந்தனை ஊற்றாக தோன்றும் பல்வழி உரை சார்ந்த நூல்களில்.

8. சிந்தனையை தெளிவாக்கி வளர்விக்கும் ஆற்றலை வழங்கும் பன்மொழி வாசித்தல்.

9. வித்தகராக யாரும் பிறப்பதில்லை வித்தகர்களை உருவாக்க முடியும் நூல்களால்.

10. தன்னிலை தானறிந்து தனக்கான தாயகமதை தான் தரமேற்ற தரவல்லது.

11. அனைவருக்கும் உரித்தான, தனக்கான விடியல் காண தாமே தேர்வாக்க.

9.9. நூலகம்

1. கற்றதும், கற்பதும் கணக்கிலடங்கா எழுத்தின்
ஆதிக்கம் பிரபஞ்சமதை கடக்கும்.

2. நூலகமோ உந்தன் நுகர்வு பார்வையென
சேமிப்பின் அங்கமாக பலர்.

3. பணசேமிப்பின் நோக்கமது தேவையின் பூர்த்திக்காக
புத்தக சேமிப்பு வரலாற்றையுரைக்க.

4. பிரபஞ்ச படைத்தலின் ஒவ்வொரு அணுக்களும்
உரைக்கான தேடலின் அங்கமே.

5. எண்ணிலடங்கா அதிசயமதை தன்னுள் வங்கியாக
பிரபஞ்ச சேமிப்பின் இருப்பிடம்.

6. பாரமென கருதா ஒரே பேராற்றல்
வைத்து வழங்கும் எழுகடல்.

7. வையகத்தோர் தேடலை தேடி விடைகாண
திறந்த வாசல் எதற்கும்.

8. அருவியது தன்வளமதை குளிர்ச்சியாக வழங்கி
வாழ்விக்கும் தன்பணிதனை ஏற்றது.

9. படிப்போர் தேடுதலின் விடை காணும்
பயிலக வங்கிதனின் கிடங்கு.

10. ஆர்வமதற்கு வலுவேற்றும் கேள்வி கணைதனை
உண்டாக்கி வாசல் தேட.

11. வங்கிதனை அறிந்து நுகரும் பணியானால்
ஜீரணமதற்கு ஏற்புடைய நன்மையாக்கும்.

9.10. மற்றவரிடம் கற்பது

1. அனைவருக்கும் சில வார்த்தைகளின் புரிதலுக்காக மற்றவர்களின் சொற்பொழிவினை கேட்பது.

2. ஆன்மீக உரைகளின் விளக்கங்கள் அவற்றை தழுவி இருப்பவரிடம் கற்பது.

3. நாம் பயிலும் கல்வியின் பூரண விளக்கமது பெற நாடுவது.

4. தொழிலின் தரமிக்க வியாபார வளர்விக்காக வழிநடத்தலின் உரையை அணுகுவது.

5. மற்றவரிடம் கலந்து உரையேற்பது திடமான தீர்க்கமான பிம்பமது வெளியேறும்.

6. நற்கருத்தாய்வு சிந்தனை சிதறாமல் சமூகமதனுடன் பயணப்பட பயன்படாதவை தவிர்கலாம்.

7. இன்றைய புரிதல் நாளைய மாற்றத்திற்கானது மாற்றமதன் விளக்கமே கலைந்துரை.

8. மாறாமல் மார்க்கமது பயணப்படுவது இல்லை மாற்றம் எதற்கானதென்ற தெளிவுடன்.

9. கருத்துகளும் சிந்தனைகளும் தனிப்பட்ட உடமையன்று
கணிப்பு கருதாங்கி வளர்வது.

10. உரமேற்பது ஆய்வக ஆராய்வாக்குக பதியும் வளர் சிந்தனை வேறாழமாக.

11. மற்றவரிடம் கேட்பதும் கற்பதும் நம்மை மேம்படுத்தும் செயலாக்க சிறந்ததாக.

9.11. புத்தகம் எழுதும் ஊக்கம்

1. நம்முடைய உடல் அமைப்பின் உறுப்புகள் அனைத்தும் உருவாக்கும் திறனுடையது.

2. தன்னிச்சியாக பலசில உருவாக்க கூறுகள் இயற்கையில் எல்லோரிடமும் இருக்கும்.

3. பலசில உருவாக்கமது நம்முடைய முயற்சியை செயற்கையின் வெளிப்பாடாக மாற்றும்.

4. எழுத்துரை காண்பது இயற்கை செயற்கை எதில் அமைந்தாலும் அழகு.

5. அறிவாற்றல் அழகு என்பது தமக்காகவும் பிறருக்காகவும் சுயநலமான பொதுநலம்.

6. புத்தகமதை எழுதுவதற்கு நேர்பட நயம்பட ஆக்க சிந்தனை ஊக்கமளிக்கும்.

7. சிந்தனை கருதாங்க எண்ணங்கள் கோடான கோடி உருவெடுக்கும் நல்லாக்கமதற்கு.

8. பஞ்சபூதங்களை நாம் உருவாக்க முடியாது ரசித்து உணர்ந்து எழுதலாம்.

9. அகிலங்களில் ஆரோக்கியம் வசமாகும் ரசனை என்றான ஒரு உணர்வுதனில்.

10. வகையான ஒன்றெனாது அனைத்தும் பிரபஞ்சம் வழங்குவது ரசனையின் வழிதனையே.

11. தனித்துவ தன்மைதனை வெளிப்படுத்தும் ஊடகமாக தரணியில் தடம் பதிக்கும்.

9.12. யதார்த்தமதன் பொது

1. புத்தகம் படிப்பது நல்லது ஆனால்
புத்தகமே உலகம் ஆகாது.

2. ஆரோக்கியத்தை வழங்கலாம் கண்களுக்கு கைபேசி
உபயோக நேரமதை குறைத்து.

3. புத்தகம் படிக்கும் பாணிதனை கையாள்வது
உணவாகும் அறிவாற்றலளிக்கும் மூளைக்கு.

4. அறிந்து அளவுடன் ஏற்புடைய ஆரோக்கிய
உணவாக வழங்குதல் நல்லது.

5. எதிலுமே ஏற்புடைய அல்லாத ஒன்றினால்
பலனது பயக்காது ஆரோக்கியமதற்கு.

6. சேமிப்பின் வருங்கால பலனாக வழங்குதல்
பாதையை வகுக்கும் சாதனைக்கு.

7. அனைத்து பதிப்பின் நோக்கமது நல்லவை
நயம்பட திடமான செயலுக்கானதாக.

8. பயன்பாட்டார் வேண்டுவது எதிலும் நேர்த்திக்கான
திறன் வழி காண்பதே.

9. அறமான ஒன்றினால் அனைத்தையும் அடையும்
ஆற்றல் வழங்க வல்லது.

10. அனைத்து நிலைதனையும் அறிய வழியாக
ஏற்படுத்துவது நூலின் தனித்தன்மை.

11. எவ்விடமாகினும் எவற்கும் ஏதுவாகும் படிப்பின்
பலன் காண்பது நன்று.

10 - வரைதல்

10.1. அடிப்படை

1. வரைவதின் அடிப்படையே தாயை போலவே
தன்னை கரைத்து உருவாக்கும்.

2. உயிர்கள் மகிழ்வதே ஒன்றை உருவாக்குவதில்
ஏற்படுத்தும் ஆனந்த எல்லைக்காகவே.

3. உருவாகும் உருவகமதற்கு தம்மை உருவாக்குபவர்
தம் அழகை மிகையாக்குவார்.

4. நம்பிக்கை என்றானது அனைவற்றிலும் இருக்கும்
உலகமது உழல்வதே அதனாலேயே.

5. அங்கமென ஏற்கும் எவைதனையும் அழகுற
பார்ப்பதே பணியாக ஏற்கும்.

6. சுயநலமின்றி காணும் பொதுநலம் சுயநலமதை
காத்து காட்சியாக்கும் வல்லமைக்கானதாக.

7. தலைமுறைக்கான ரசனையை வழங்கிட
ஒருபொழுதும்
அயராது புதுபொலிவை மிளிர.

8. வழியேற்கும் பாதையாகவும் துணை நின்று
வழிநடத்தி உற்சாகமாக தரமேற்றும்.

9. தனி தன்மைதனை தர திருத்தமதையும்
பாங்கென பகிர்ந்து உரைக்கும்.

10. தாயகம் தாங்கிய பணியானது தன்னங்கமாக
தன்னுள் உருவாகும் கருவாக்கம்.

11. தரணிதனின் தன்னிகரில்லா மற்றவரின் உளமகிழும்
பணியாக்கும் தங்களின் படைப்புகள்.

10.2. இயற்கை

1. வரையப்படும் காட்சியை விளக்காமல் விளங்கும் நுட்பது வரைபவர்களின் மாட்சி.

2. இயற்கையின் அழகும் பொலிவும் நேரில் பார்க்க தூண்டும் மதிநுட்பம்.

3. வரையும் வண்ணமது பரிணாம கூற்றாய் பார்ப்பவரை வியக்க வைக்கும்.

4. மதிப்பு கூட்டின் பிம்ப பரிணாம பார்வை பதிப்பை ஏற்படுத்தும்.

5. வேர், இலை, காய், கனியென ஒவ்வொன்றும் துல்லிய நடனமிடும் ரம்மியமாக.

6. பூவாசம்தனை நுகர்வாய் உம் வண்ண இயற்கை எழுச்சி வரைதலில்.

7. எவ்விடமாகினும் நல்லெண்ணமதை நீரோட்ட வழியாக
காண உதயமாகும் வண்ணமயமாக.

8. ஓவியமதை தீட்ட வண்ணங்கள் எடுக்க உன்வழிதனை வகுக்கும் காண்பாய்.

9. எண்ணமது வண்ண ஓவிய வழிகாட்டியாக செயலாக்க நடனமிடும் உன்விரல்தனில்.

10. இறைபொருள் மறைபொருளாய் இருக்குமிங்கே என்பதாக
விளங்கும் பொருளதனை உணர்வாய்.

11. உன் உயர் காணுமிங்கே அப்பொருளின் வெளிப்பாட்டின் நிதர்சனம் வெளிச்சமாக.

10.3. வனங்கள்

1. வனங்களை வரைதல் சுலபமன்று அங்கதனின் எண்ண நினைவுகளை செலுத்துவது.

2. மற்றவைகளை எதிரில் வைத்தோ, உணரும் தருண மார்க்க சிந்தனையூடோ.

3. கீழிருந்து வான்வரை சில வனம் சார்ந்த படமழகு உச்சம்.

4. அதனூடே நாமும் பயணிப்பதான ஓர் சிந்தனை கருவேற்றி உருவாக்குதல்.

5. பயண மார்க்கம் நிஜத்தில் அவற்றின் உணர்தலின் மகிழ்வினை தாண்டும்.

6. இறைக்காக தாக்கும் தன்மையும் காக்கும் விதமதையும் சுலபமன்று உணர்வாக.

7. வந்தோம் போனோம் என்பதன்று வாழ்வு தன் திறன் திறப்பதே.

8. இயற்கை வரமோ வரைபவர்களுக்கு திறம்பட திறன் மேம்பட என்பது.

9. அடர்வனமதை நடுவில் கூடாரம் அமைத்து வரைதலான தோற்ற பொலிவு.

10. நம் எண்ணமதற்கு அப்பாற்பட்ட வண்ணமதை திண்ணமென கொடுப்பது பேரானந்தம்.

11. ஆர்வமதன் உச்சமென தோற்ற பொலிவுடனான எண்ணமதை வண்ணமெடுத்து கொடுப்பது.

10.4. உயிரினங்கள்

1. வரைபவரின் கூர்மை விளங்கும் இவ்வரைபட
   துல்லிய பார்வை ஆற்றலில்.

2. கண்ணை சிமிட்டி இது வரைபடமா அல்லது
   தத்ரூப காட்சியா கேள்விக்கணையாக.

3. சில நேரமதில் அவைகள் நம்முடன்
   பேசுவது போலான தோற்றம்.

4. வரையும் யுத்தி நிதர்சன நிகழ்வை
   கொண்டுவர ஏற்கும் ஆர்வம்.

5. சில படங்களில் பார்க்கும் அனுபவங்களை
   நினைவில் கண்முன் நிறுத்தும்.

6. அவைகளின் எண்ணோட்ட எதிரொலி தெரியும்
   வரையும் விதமதில் தரமேற்றி.

7. மரங்களையும் விலங்கினங்களையும் ஒருசேர
   வரைந்து
   வரையும் ஆர்வத்திற்கு போட்டியாக்கும்.

8. தலைகீழாகவும் நேராகவும் உருவ ஒற்றுமை
   வேற்றுமை போட்டிக்கு போட்டியாக.

9. எழுச்சியான எண்ண வெளிப்பாட்டு தன்மைதனில்
   நம் நேரமது பொன்னாகும்.

10. ரசிக்கும் திறனையும் பணிநிமித்த அழுத்தமதையும்
    வெகுவாக குறைக்கும் உண்மை.

11. அனைத்து உயிரினங்களுடன் நாம் பழகவும்
    பழகியது போலவும் தோன்றும்.

10.5. எண்ணம்

1. எண்ணங்களை வண்ணங்களாக வடிவெடுத்து, ஏற்ற ஏணியாகும், தோணி களம்.

2. கருத்து கண்ணோட்ட காட்சியை நுகரும் நுண் மதிநுட்ப பார்வை.

3. காணும் காட்சியை எண்ணங்களாக மாற்ற வல்ல மாய கண்ணாடி.

4. மாற்றத்தை தெள்ளத் தெளிவாக நேர்த்தியாக நேரமதை நேர்மையாக பயனாக்கும்.

5. காணும் துள்ளியமதை கண்டுணரும் காட்சியை நேரில் சென்றாலும் பார்க்கரிது.

6. எண்ணமதை எண்ண வைக்க பேசாமல் பேசும் நேர விரையமாகாமல்.

7. கை வண்ணமதன் துறையுத்தி நிறைவாகினும், சிறப்பியல்பு எண்ண மெருகேருதல்.

8. கலவையின் கலவையாய் எண்ணங்களை
கண்டுணர்ந்து
காணுமாம் மனம் குளிர.

9. எண்ணங்கள் உதிப்பது வண்ணங்களாளா அன்றி வண்ணங்கள் உதிப்பது எண்ணங்களாளா.

10. நீரினால் வண்ணமும், நீரோட்டத்தால் எண்ணமும் கலவை காணுமிங்கு காட்சியாக.

11. எண்ணமது வெளிப்பாடு காண வண்ண வரிதனை விழி வழியாக்கும்.

10.6. சிந்தனை & கற்பனை

1. இத்திறன் சிந்திக்கும் சிந்தனைக்கும் அப்பாலும் ஈட்டி போல் பாயும்.

2. சிந்தனை நோக்கு செயல்திறனாக நிற்க தூண்டும் தூண்டு கோல்.

3. சிந்திக்க நேரம் எடுக்கலாம் செயலாக்க முடிவானவுடன் சிந்திக்க கூடாது.

4. நேர்பட செயலாக்க வழிபாதைக்கு சிந்தித்த எண்ணங்களை வண்ணங்களாக மாற்று.

5. வரிவட்ட வடிவமதை விவரிக்க யோகதியான நிலைதனை மறைமதி காணும்.

6. மகிழ்சியோ, சோகமோ உன்னை அவ்விடமதை உணர வைக்கும் துல்லியமாக.

7. அளவில்லா சிறப்பினை அள்ளி வழங்குமாம் தன் விரல் ஜாலமதில்.

8. புதுராஜ்ஜியமதை தரணிதனில் உருவாக்க பொலிவுடன்
காணுமிங்கு உதிக்கும் நேரமதில்.

9. வரையறை வகுக்காத களஞ்சிய மார்க்கம் என்பதை ஐயமின்றி மனமேற்கும்.

10. வர்ண ஜாலமிடும் பார்க்குமதன் படைப்பின் சிறப்பைவிட சிறப்பு கற்பனையே.

11. நவரச முகபாவனை போல ஐவிரலதனின் நாட்டிய பொலிவுமிக்க வண்ணம்.

10.7. கலைகள்

1. கலையனைத்தும் காட்சியாகும் தருணமதில் அதை
அறியும் நோக்கமிங்கு உதயமாகும்.

2. கலை நுணுக்கவியல் என்று சொல்வதை
அறியும் அளவில் பொலிவுரும்.

3. நம் எண்ணங்கள் புத்துணர்ச்சி பெறும்
நிதர்சன நிஜ காட்சிகளாக.

4. நாமும் முயலுவோம் என்கிற உத்வேக
ஊற்றின் பிரவாகமாக அமையும்.

5. வரைதல் என்பது கலைகளில் சேர்ந்ததே
கலைக்கு என்றுமே உயிர்ப்புண்டு.

6. ஊடுருவல் ஒருபொருளின் மூலமதை புரிதல்
கொண்டு நிலைத்தன்மை உணருதல்.

7. அவ்வகைதனில் வரைதலுக்கு நிறையவே உண்டு
யாவற்றையும், யாவரையும் கவரும்.

8. கவர்வது ரசிப்பு தன்மைதனை மேலும்
மெருகேற்றி புதுமை படைக்கும்.

9. கலையானதால் அழகா அல்ல அழகானதால்
கலையா எதுவாகினும் உயிர்ப்பு.

10. தன்னலமில்லா பொதுநல சுவாச நாளங்களின்
புத்துணர் பொலிவின் விருச்சமானவைகள்.

11. எவையாகினும் யதார்த்த நிதர்சன வாழ்வானது
அனைவருக்கும் பொதுவான மகிழ்வாகும்.

10.8. நினைப்பவை

1. மானுட தன்மைதனை வார்த்தைகளை விட ஐவிரலின் ஞானம் பேசும்.

2. மனிதனின் உருவமதை வரையும் தருணத்தில் படைப்பு தன்மையை உணரலாம்.

3. தன் கற்பனையில் இப்படியானதாக ஒரு படைப்பை உருவாக்க முடியும்.

4. பொருட்களின் ஆயுட்காலத்தை தாண்டி சாதனையை பேசவல்ல படைப்பாற்றல் திறன்.

5. வாங்கும் ஊக்கமதை அதிகமாக்கும் உத்தி இயல்பு சார்ந்ததாக செய்யும்.

6. இயல்பு நிலைதனை நினைக்க தூண்டும் உத்திதனை வர்ணஜால சாத்தியம்.

7. ஊர்களின் சிறப்பானது வரைவர்ண ஜாலங்களைவிட பிரமிப்படைய வைக்காது நேரில்.

8. புதுயுத்தியை தன் வர்ண ஜாலமதில் சிறப்பியல்பாய் உருவாக்க இயலும்.

9. வாழும் நிலைதனை மாற்றி யோசித்து புது வழி காணும்.

10. சந்தோஷம் தன்னிடம் தஞ்சமென வரைபவற்கே உரித்தான நினைத்தவை நிஜமாக்கல்.

11. கோடிகளில் காணாத மகிழ்ச்சி தன் கோடுகளினால் வழங்கும் வல்லமை கோடானகோடி.

10.9. விளம்பரம்

1. வாங்கும் பொருட்களை யோசிக்காமல் வாங்க வைக்கும் நேர்த்தி கைத்திறன்.

2. வார்த்தை ஜாலம் பேச்சழகு வர்ண ஜாலம் விளக்கும் பயன்பாட்டழகு.

3. என்னாட்டவருக்கும் வாங்கும் ஆர்வமதை கைவண்ண
கோலமாக பேசும் வல்லமை.

4. ரீங்கார வர்ண மயமாகும் பாடாமல் பாடும் சில பதாகைகள்.

5. நம் எண்ணங்களை மெருகேற்ற பெரும் பங்காக வல்லமை வகிக்கும்.

6. ஆளுமை தன்மைக்கு தனக்கு நிகராக தன்னையே நிலை நிறுத்தும்.

7. எண்ணிலடங்க வர்த்தக பரிமாற்றமதை தெளிவாக விளங்க மாதிரி வழிகாட்டி.

8. சில பதாகைகள் கண்டே தகவல் அறியும் பரிமாற்று ஊடகமாக.

9. விண்ணின் அதிநுட்ப விளக்கமாக அனைத்தையும் கண்முன் நிறுத்தும் காட்சி.

10. அலங்கார கலைநயமிக்க ஆபரணவகைகளை வரையும்
நேர்த்தி கண்கவரும் கண்ணிமைக்காமல்.

11. விளம்பரம் பணவரவே இருப்பினும் தன்னுணர்வை உணர்ந்து வரையும் பாங்கு.

10.10. தெய்வங்கள்

1. வரைதலில் தனிப்பெரும் இடமதை வகிக்கும்
தெய்வங்களை வரையும் பாங்கு.

2. மற்றவைகள் யாவும் காணும் காட்சியாகும்,
கற்பனையை நிசர்சன தத்ரூபமாக்கும்.

3. தெய்வமே இதுதான் தெய்வத் தன்மையோ
என்னுமளவிற்கு ஐவிரலின் விளையாட்டு.

4. நாம் அனைவரும் கையெடுத்து வணங்கும்
அளவிற்கானதொரு வர்ணஜால பிம்பம்.

5. கைகளால் கல்லில் உருவேறுவது சிலைகள்
காகிதமதில் வர்ணஜால வித்தை.

6. கல்லோ, காகிதமோ பேசும் ஆயிரமது
நம் கைகளால் உருவாக்கபடுவது.

7. நாம் வணங்கும் வகையில் இரண்டுமே
எண்ணற்ற வடிவம் காணும்.

8. இசையோடு வரைதலில் மனமதன் இயக்க
நிலைக்கு வலுவேற்றும் பன்மடங்கு.

9. கைக்கு அனைத்தும் ஒன்றான பாவனை
உணர்ந்து மகிழ்வது மனமே.

10. தரணி இயக்கமே மனமகிழ்விற்கானதே அதில்
இயக்கங்களாக ஆற்றல் அணிகலன்கள்.

11. உணர்வோம் அனைத்து நிலையங்கங்களும் ஓர்
நிலைக்கான தேடலை சார்ந்ததே.

10.11. வர்ணங்கள்

1. இரண்டுமே கைகளினால் வடிவமைப்பது ஆனால் எண்ணமும், வண்ணமும் கவனவோட்டம்.

2. எண்ணமதின் போக்காக கொடுக்கும் வண்ணத்திலே விளக்காமல் விளங்க வைக்கும்.

3. நீரோட்டமதில் கலங்கிய நிலையதனின் பார்வை நவீன வரைபடமாக குழந்தையாகுமே.

4. வரைதலில் வயது வரம்பின்றி வண்ணங்களின் வரம்பின்றி எண்ணமதே வர்ணமாகும்.

5. புது படைப்புதனை உருவாக்கும் வல்லமையை வர்ணங்களின் கலவை காணும்.

6. இறையாற்றலின் படைப்பில் தன்மைதனின் நிலை போன்றதே வர்ணங்களும்.

7. உயிர்களின் தோற்ற உருவாக்கமும் வரைதலின் உருவாக்கமும் தனி ராஜ்ஜியம்.

8. பணிபாரமதில் ஏறும் மனபாரமதை இறக்கவல்ல ஆற்றல் வர்ணஜால படைப்புகளுக்குண்டு.

9. குறைந்த அளவான வண்ணமானாலும் கூடுமே எண்ணமதின் கலவையில் வர்ணமேற்றி.

10. நம்மனபாரம் எதுவாகினும் வர்ணஜாலம் தன் பேசும் வல்லமையால் பாரமிறங்கும்.

11. எண்ணங்களை வர்ணங்களாக்கி மகிழ்வான வாழ்வை
வாழ்வோம் வாழும் வாழ்வதனில்.

10.12. மனம் அதன் இயக்கம்

1. மனமென்றுமே ஒருநிலைதனை பழகி
அந்நிலைதனை
நிலையாக்கும் வல்லமை கொண்டது.

2. மனமாற்றல் சரி தவறு என்றல்லாது
வேலைதனை பாங்காக பழகும்.

3. மனமதனிடம் பேசும் தன்மையாக பிறப்பதனில்
பழக்கம் ஏற்படுத்துதல் நல்லது.

4. சிறு வயதின் தேவைதனை தான்
உணரும் வண்ணமாக ஆரம்பம்.

5. இயக்கத்தின் நிலைப்படுத்தல் தன்மை மற்றவர்களின்
சுயநலமல்லாது இருப்பது அவசியம்.

6. நன்மை தீமை என்றானவகை காண்பது,
எதிலும் உள்ளது மீறுதல்.

7. அளவின் மாற்றமாக மீறுதல் நம்முடல்
இயக்கமதற்கு தீங்கை உண்டாக்கும்.

8. மனமதற்கு புரிதலுடன் தெளிவுற கொடுத்தால்
தரமாக செயல் புரியும்.

9. கல்விக்கான நேரமதில் சிறிது இளைப்பாறி
சுகமான இன்பமதை சுவைக்கும்.

10. பாடதிட்டமதிலேயே மற்ற பயிற்சியும் பழக
வைப்பார்கள் திறன் வெளிப்படுத்தல்.

11. வரைதல் நம் மனமதற்கு கூடுதல்
ஊட்ட புத்துணர்ச்சி அளிக்கும்.

11 - சிற்பங்கள் & நாகரீகம்

11.1. அடிப்படை

1. நிலை கொண்டு தியானமேற்று உருவாக்குவது
உவகையுடன் திறனேற்றி திடமாகும்.

2. திறனுக்கான நிலையை நிறுத்துவதே மெய்
பொருள் உணர்ந்து செய்வது.

3. நம் திறன் மேம்பாடு பின்
தரமேற தானே முயலும்.

4. எந்த நிலையானதும் எவருக்கும் நிலையேற்றலில்
நிற்குமிங்கு நிலைக்கான நிலை.

5. நிலை பொருள் உணர்தல் தரணியில்
தடமதை பதிக்க தயங்காது.

6. வடிக்கும் சிற்பங்கள் பலநேரமதில் பொருளாதார
மேம்பாடாக வாழ்வாதார சூழலுக்கானது.

7. பலவகை எண்ணமதை தாங்கிய கலைகள்
வாழ்வின் பொருள் ஈட்ட.

8. பண்பட்ட நாகரீகமானது சிற்ப கலைகளில்
அழகின் பொலிவை உண்டாக்கும்.

9. கலைகள் யாவும் மனநிறைவுடன் பொருளாதார
மேம்பாட்டுடன் இணைந்து வளர்ச்சியாக்கும்.

10. தலைமுறைகள் எண்ணிக்கை பெருகியது தவறாகா
கலைகள் வளர்வதில் நிறைவாகும்.

11. தனித்தனி திறனுக்கான பாதையாக வளர்வாழ்
திடமென பார்க்கும் வல்லமை.

11.2. தெய்வ உருவங்கள்

1. மன தியானமதில் தெய்வமதை உணர்ந்து
தத்ரூப அம்சமாக வடிவமைப்பர்.

2. சிற்பியின் கலைநுணுக்க வெளிப்பாடு கடந்து
வரலாற்றை பறைசாற்ற தலைமுறைதாண்டி.

3. வடிவங்களும், காட்சிகளும் ஆராச்சி பார்வைதனை
தூண்டும் சிலவற்றின் வடிவநுணுக்கம்.

4. பாடமதை கற்பிக்கும் பாங்குணரும் கைவல்லுணர்
திறன் பதிக்கும் மாயைதனில்.

5. விதிகொடுத்த வழிதனை மதிகாணும் மாயபிம்ப
ஆக்கழகை வியக்குமிங்கு கைஜாலத்தில்.

6. சிற்பிக்கு படிப்பு கனவு வடிப்பவை
நினைவு எவர் உள்ளமெங்கும்.

7. படிப்பவருக்கும் மனமகிழ்வின் உச்சத்தை
தொடுமளவு
நுணுக்கமதின் பக்குவ பாங்கு.

8. செதுக்குவது கல்லால் தெய்வ சிலையை
மனமேற்பது கல்லை தெய்வமென்று.

9. சிலையது கல்லால் மகிமை கண்டதா
காட்சியால் மகிமை கண்டதா.

10. உருவெடுக்க உவகை கொண்டது சிற்பியின்
உள்ளமதை ஏற்ற கல்.

11. நாம் நம் மனமதனை நிலைப்படுத்தல்
எதுவாகினும் உவகை கொள்ளும்.

11.3. மனித உருவங்கள்

1. மனித எண்ண மேம்பாட்டின் ஒரு
மைல் கல் எனலாம்.

2. அவ்வளவு சுலபமன்று தன்னையே
உருவகமாக்குவது
மனித சிற்ப வடிவமைப்பு.

3. மானுட உருவமதன் உன்னத உணர்வாக
சாத்தியமாகும் புனித புரிதலாலே.

4. அணுவின் அணுவால் அங்கமேற்ற அணுவை
உளியால் உருவகமாக மகிமையானது.

5. அண்டமதில் விளங்கிய வடிவமான வடிவங்களை
திறனாற்றலால் தடம் பதித்தது.

6. மனிதனின் எண்ண உருவ வகை
காண சுயம்பு உருவகமாக.

7. ஆடாமல் அசையாமல் நிற்பதை நிற்காமல்
இயங்கும் பணிக்கான திறன்.

8. தொழில்நுட்பது பலனளிக்கும் பல மார்க்கத்தில்
எண்ணமதை வண்ணங்களாக வடிவாக்க.

9. தலைமுறைகள் தனக்கான இடமது காண
தகுந்த தடமாக்கும் கலை.

10. வேலைகள் என்பது நித்தம் நித்தம்
உருவக உருவாக்க திறனானது.

11. அனைத்தும் ஏதோ ஒரு புரிதலான
பயனாக்க நோக்கிய பாதை.

11.4. மிருக உருவங்கள்

1. மிருங்களை ரசித்தால் மட்டுமே சாத்தியமாகும் சிற்பத்தில் துல்லியமதை செதுக்க.

2. சிற்பமென செதுக்கினாலும் வடிவாக்க நுட்பம் நிஜமருகில் இருப்பதான ஒரு உணர்வு.

3. உணர்வாக வடிவாக்க மேற்கொள்ளும் முயற்சியே அதற்கான அர்பணிப்பு திறன்.

4. உள்ளாழ்ந்த உணர்வை வடிவாக்கம்
பெறப்படும்போது
மனமாழ மகிழும் தருணமாக.

5. உள்ளெடுக்கும் உளிவொளிர்வது மிருக எழுச்சிக்கான சிலையாயினும், சாந்த முகமாயினும்.

6. உள்ளொளிதனை புறவொளியாக்க எண்ணொளி ஏற்ற மின்னொளிக்கான புகழ் பாடிடும்.

7. சிற்பியின் கண்களும் கைகளும் எண்ணங்களும் இணையும் நேர்கோடு வடிவமதில்.

8. உள்தோன்றும் உதயமது தொனிப்பது புறமெடுக்கும் உளிதனின் அணுவை அளப்பது.

9. மிருகமென புல்வெளிதனில் வடிப்பதும் ஒருவித கலைநயமிக்க சிற்ப ஓவியம்.

10. உளிதனைவிட துள்ளிய நுணுக்கமது செடிகளில் சிற்பமாக வடிவமைக்கும் விதம்.

11. மிருகங்களின் தோற்றமது எவற்றில் அமைப்பினும் வர்ணிக்க வார்த்தைகள் அடங்காது.

11.5. பெண்

1. வையக வாழ்வில் தனக்கான பாதையை
வியக்க அமைத்து தரமேற்றியவள்.

2. தன்னகமதில் விண்ணக வையக தேடல்
விடை கண்டு உரைப்பவள்.

3. தாயகமதை தாங்கி பிடித்து தரமேற்ற
விண்ணகமதை தன்னகம் வைப்பவள்.

4. வையக மானுடம் வியக்க தன்
பிறப்பின் தடம் கண்டவள்.

5. விதைத்த விதவிதமானதை வையகத்தில் வாழ்ந்து
பெயரெடுக்க வானுயர வாழ்த்துபவள்.

6. வையகத்தில் தன்னலமற்று வியக்க வித்திட்டு
விண்ணளவு தரமேற்றும் தாரகை.

7. வாக்கியம், உன்னதம் இவையிரண்டும் அணிகலன்
அன்றோ மென்மைக்கும், நேர்மறைக்கும்

8. வாழ்ந்து வாழ்வை வாழ வைக்க
தவதாரண மார்க்க வடிவம்.

9. எண்ணிலடங்கா நுண்ணுனர் கலைகளை கற்க
மதிநுட்ப பண்பாய் பயிற்றுவாள்.

10. எக்கலைதனையும் தேர்வாக விடாமல்
அனைத்தையும்
பயிலும் ஆர்வ துடிப்புடையவள்.

11. மகிமைதனை தன்னுள் வைக்கும் பெண்
சிற்பம் உன்னத உச்சம்.

11.6. கிராமபுற நாகரிக வளர்ச்சி

1. எதற்கும் பிறப்பிடம் கிராமமே என்றாலும்
நாகரிகமதில் நகர வளர்ச்சியானது.

2. கிராமிய கலை சிறப்பான சிந்திக்கும்
ஆர்வ ஆற்றலை உள்ளடக்கியது.

3. வேடமேற்பது கலைக்கானதானாலும் நவரச
முகபாவனை
எல்லைதனை தாண்டி சாதனையாக்கும்.

4. செய்வதும், வேடமேற்பதும் கடினமானதென
தவிர்க்காமல்
தேவைதனை மேடையேற்றுவதில் வல்லமை.

5. அறிவாற்றல் பற்றாக்குறை என்றுமே வாழ்வை
வளமிக்க பாதை ஆக்காது.

6. பலவண்ண விழிப்புணர்வாய் விழிகாண
அறிந்துணரும்
வேடமதை பார்வைக்கான பாவனையேற்றும்.

7. விளையாட்டின் பிறப்பிட பழமைதனை பண்படுத்தும்
நாகரீக வளர்வாக கலைபாங்கெடுக்கும்.

8. கொலு காணும் வடிவமது தெய்வங்களை
கடந்து அனைத்திலும் வலம் வருவது.

9. வாழும் அனைத்து பார்வைகளையும் வடிக்கும்
புது முயற்சியின் உத்தியென.

10. தோன்றுவது கல்லிலோ மண்ணிலோ உலோக
பொருளிலோ வித்தியாசம் காண்பது.

11. வாழ்வாதார சூழலில் வியாபார உத்திக்கானது
ரசனையிலே வளர்ச்சியை கண்டது.

11.7. கலைநயமிக்க சிற்பங்கள்

1. மனமதன் எண்ண மேம்பாட்டுக்கான கலையார்வம் வழிபடும் வகையானவைகள் கடந்து.

2. ஒவ்வொரு உளிதனின் வடிப்பும் ஒவ்வொரு கதை தாங்கிய கருவாகும்.

3. மாற்றம் எதில் எப்படி எதற்கான என்பதில் மிளிரும் காவியமாகும்.

4. வரிகளுக்கு மட்டுமன்று, உளிவழி வடிவமும் காவியம் ஆனதே மனமகிழவென.

5. கல்லானது வலி தாங்குவது, கலை மிளிர ஜொலிக்கும் எண்ணமதால்.

6. வேகமென விவேக பொருளுணர மீட்டும் வீணையதை மீட்டுமது சிலைகாண.

7. ஏடெடுக்காவிடினும் எண்ணமதற்கு ஏற்றம் கண்ட வகை காணா உருவகங்கள்.

8. கை கொடுக்கும் கலைச்சிற்பமது வாய்ப்புகள் தேடி வர காத்திராமல்.

9. வேண்டுவோருக்கு வேண்டும் வேலையாக வேண்டிய வேட்கையோடு வேக வேராழமானது.

10. நவரச ஆடல் கலை நாயக சிலை வழி துதி.

11. மன வழி வடிவமதை சிலையாக கலையாக்கிய கை வழி.

11.8. நகர்புற வளர்ச்சி

1. காலங்களின் மாற்றமதில் ரசனையின் இயல்பும்
   அதற்கேற்ற பாணியில் மாற்றமாகும்.

2. பெரிய சிற்பமானவைகள் சிறிய அளவில்
   இல்ல அலங்கரிப்பின் அம்சமானது.

3. பெரிய இடமதில் சிற்பமது அழகை
   அவ்விடமேற்ற பொலிவு காணும்.

4. சின்ன சின்ன சிலைகளின் அழகு
   மழலை எழில் கொஞ்சும்.

5. பண்டிகை காலங்களில் அலங்கரிக்கும் ஆடம்பர
   வகையானதும் அழகும் தனித்துவம்.

6. பழக்கமாக சில சிலைகளை வைப்பதன்
   வழக்கமென வளர்ச்சிக்கு ஊக்கமாக.

7. தொழில்நுட்பமதில் சில நுணுக்க வேலைப்பாடுகள்
   சின்ன சின்ன வகையாக.

8. தேவைகள் அதிகரிக்க தயாரிப்பும் மேம்படும்
   அனைத்து பயனீட்டாரையும் மகிழ்விக்க.

9. கண்ணாடி உருவ சிற்பங்களும் பார்க்க
   வியப்பூட்டும் உருவாகிய விதம்.

10. நவதான்ய விக்கிர உருவங்களுக்கு வடிவம்
    ஏற்ற எண்ணங்களை வியந்து.

11. இலையெடுத்து வண்ணமாய் எண்ணங்களால்
    உருவம்
    காட்சிக்கு கண் இமைக்கா.

11.9. விழிப்பு

1. கலைகளை ரசிக்கும் மனமது விழிப்பான
எண்ணங்களின் ஊடே பயணிக்கும்.

2. சிற்பங்கள் ஒரே நாளில் எண்ணமெடுத்து
வண்ணமாகி உருவகம் காணாது.

3. சில விழிப்பான தகவல்களின் பரிமாற்றமாக
உளியெடுத்து ஒலிகொடுத்து ஒளியாக்குவது.

4. உள்னோக்கு பார்வையை வெளியின்
மறைதன்மையாக
காண்பவர்கள் எண்ணங்களை விழிப்பேற்றும்.

5. எண்ணிலடங்கா எண்ணமோடும் மானுட பிறப்பதற்கு
வகை காணும் எண்ணமெடுக்கும்.

6. அமைதி காக்கும் வடிவமென அழகை
கொண்டு இடமேற்ற பொலிவாக்கும்.

7. பொலிவுக்கான பொருள் விளங்க தன்னை
ரசிக்க ஈர்ப்பின் திசையாக்கும்.

8. கல்லை செதுக்க கையேற்றவுளி வடிப்பது
மனித மன எண்ணமதை.

9. விழிப்பான செயலுக்கு சவால் விடுக்கும்
பணியானதால் கவன பார்வையாக.

10. வேலைப்பாடு நேர்த்திகளை சிறிதும் அயரா
செயல் திறன் காண்பது.

11. விழிப்பின் பெருமைதனை முழுமை கண்ட
சிற்பமது சிற்பியுடன் உரையாற்றும்.

11.10. மருத்துவ சிற்பிகள்

1. மருத்துவ மகத்துவமே, மன எண்ணங்களை
   சிற்பமென செதுக்க முயல்வது.

2. வீணாக எவற்றின் பார்வையாகவும் தன்னை
   நோக்காமல் தனக்கான வலிவிதமறிதல்.

3. மாற்றங்களாக உணவை எடுக்கலாம் மனமதற்கு
   இசைதல் முக்கியம் ஏற்பதற்கு.

4. உணவின் அடிப்படை பக்குவ அளவே
   ஒரே மாதிரி சுவைக்கானது.

5. உடலின் உருவாகும் மன எண்ணங்களின்
   ஒருமித்த உணர்வானதே சாயல்.

6. இதன் அடிப்படையில் உருவாகும் எவைதனின்
   அளவையும் வகுத்து சிற்பமேற்றலாம்.

7. சிற்பமதன் நுணுக்கங்கள் வடிக்கும் எவற்றையும்
   தத்ரூபமாக ஒருமித்த கருத்தாழமாக.

8. மானுடமும் மற்ற வகைகளை சார்ந்த
   உருவமதையும் நிஜமதில் காணலாம்.

9. வகுத்த சில நியமன ஆதாரமதில்
   தோன்றிய தெய்வ சிந்தனை.

10. நம் எண்ணமதன் அலைகள் உருவாகும்
    எப்பணிதனிலும் நிதர்சன புரிதலில்.

11. அனைவருக்கும் அகவயத்தின் ஆழ்ந்த
    நிலைத்தன்மை
    உருகும் ஏற்ற திடமதில்.

11.11. யோக சிற்பம்

1. மனவங்கிதனில் நல்லவைகள் பதிவேற்ற
வல்லமைகள்
கூடும் விகிதாசாரமதை தாங்கி.

2. வல்லமைதனை வலுவேற்றி சிந்திக்கும் திடதிறனேற
செய்யும் பணிதனை சிறப்பிக்கும்.

3. யோகனிலைதனை எதுவென்று ஏற்றி பணிதனில்
நித்தம் பயில வளர்விக்கும்.

4. காக்கும் நிலைதனில் போக்கும் வலியாக
தூய எண்ணமதில் குடிகொள்ளும்.

5. யோகமதில் தியானித்து ஞானமேற உருவேற்ற
நிஜ வடிவமென ஜொலிக்கும்.

6. காக்கும் வல்லவைகளை போற்றி துதியேற்ற
நவின்றவைகளை நல்குமே நாக்கும்.

7. துணைக்கான சுருதி லயராகமேற்றி எழுத்தினில்
தொனித்து பாட்டாக பாடுமே.

8. பாட்டுக்கு மெட்டெடுக்கும் கீர்த்தனைகள் யாவும்
எல்லோர் மனமதையும் ஆட்கொள்ளும்.

9. வரலாற்று சிற்பமதில் யோகனிலை பழமைதனை
விளக்கா விளங்கும் திறன்.

10. கேட்பது பார்ப்பது பேசுவது மூன்றையும்
ஒன்றாக வடிப்பது சிற்பம்.

11. சிற்பங்களின் எழிலதற்கு சிற்பியின் உளிதனுக்கும்
யோகமதை பயிற்று பழகினரோவென்று.

11.12. அனைத்தும் யதார்த்தமே

1. நாம் சிற்பங்களின் வகைக்கானதாக பன்முக கைவண்ண நேர்த்திக்களை அழகாக்குகிறோம்.

2. அனைத்தும் மிளிர்ந்து உருவக உன்னதமாக கல்லானது முழுமையான சிற்பம்.

3. எவ்வகையாக இருப்பினும் கைக்கனமேறா மனம் லயித்து ஆர்வமதை தூண்டும்.

4. சிற்பமென்பது பல பொருளெடுத்து அதற்கான ஆயுதமேந்தி வடித்து வடிவமேற்பது.

5. உலோக சிற்பமதில் உள்ளேற்கும் ஈர்ப்பின் நிலைதனை தக்க வைக்கும்.

6. வணங்கும் நிலையாகவும் காந்த அலைகளை உள்வாங்கி வெளியேற்றும் ஆற்றலாகவும்.

7. உலோக உருவாக்க பொருளானது சில விகிதாசார சேர்ப்பில் உருவகமாவது.

8. வாழ்வின் வளர்ச்சி பாதையென்பது ஏற்கும் நிலைக்கான விகிதாசாரமாக சேரும்.

9. ஓடும் பாதையதில் விழும் மழைத்துளி பாதைக்கு வலு சேருமே.

10. நீர் வீழ்ச்சிதனில் சிற்பங்களை அழகாக வண்ண விளக்குடன் காட்சி.

11. வாழ்வானது அனைத்தின் யதார்த்தங்களை தாங்கி வலம் காண்பது.

12 - இசை

12.1. அடிப்படை

1. இறை ஆற்றலின் உன்னதமதில் முதல்
இடமதை வகிப்பது இசையே.

2. பாகுபாடில்லா ஒன்றுவது இசையிலே உயிரினங்கள்
நாடு மொழி இனமதைகடந்து.

3. ஒலி வெளியிலும் ஒளி உள்ளேயும்
ஒலியொளி இயைந்து இருப்பது.

4. காற்றை கண்களால் காண இயலாது
ஓசையால் உணர முடியும்.

5. நீருக்கு வர்ணம் கிடையாது வர்ணமதை
ஏற்று பாடலாக வலமேறும்.

6. இடமேற்ப பெயராகும் பலவிதமதில் தனி
இசையாக செவிகளில் நீரானது.

7. மண் வளமதை உரைதனில் சொல்வதைவிட
உயர்த்தும் பன்மடங்கு இசையால்.

8. இசைக்கென பிரிவுகள் காணாது பொதுவென
ரசிக்கும் ரீங்கார லயமேற்று.

9. நாம் கொடுக்கும் இசையின் மேன்மைக்கு
எங்கும் மனமழுத்தம் குறையும்.

10. ஆர்ப்பரிக்கும் இடமானாலும் ஆனந்த லயமானாலும்
இசையின் வல்லமைக்கு ஈடில்லை.

11. நேரமேற்று இசைக்கும் இசையாவும் அடிப்படை
மாறா மனமயக்கும் வல்லமை.

12.2. இறையிசை

1. எண்ணங்கள் வட்ட பாதையில் சுழன்று கொண்டே இருக்கும் ஒளியுடன்.

2. ஒளிக்கான ஒலியுடையதை சேர்த்தால் பலவண்ண எண்ணங்களை இயக்க இசைக்கும்.

3. இறைதன்மை நிலை தன்மைக்கான பொருளிசை புரிய புவியிசை பொலிவுரும்.

4. புலரும் இசையை இன்னிசைக்க ஆனந்த இசை வரிதனை அமைக்கும்.

5. அமைப்பின் லயமதை எடுக்க ஸ்வர ராக கீர்த்தனை காணும்.

6. காணும் ராக கீர்த்தனை மெய்யுணர் சுடரிசை ஏற்றி இசைக்கும்.

7. பாடல் உதிக்கும் இசையோடு ஏறும் இசை வரி பிடிக்க.

8. ஏற்காத மானுடமதையும் தன் வல்லமையை இசையால் ஏற்கும் இதமென.

9. எழுதுவதற்கு அன்று எவையும் அனுபவங்களால் உணர்ந்த நிதர்சன பார்வைகள்.

10. பாடலால் சிறப்பினை ஏற்றும் எவையும் இசையுடன் மிகுதி காணலாம்.

11. இறையாற்றலை மெல்லிய இசை கொண்டு ஒலிக்க ஓம்கார பொருளாகும்.

12.3. தனியிசை

1. தனித்துவ மகிமைதனை தரணிக்கு தரவல்ல
வாய்ப்பினை வகுக்கும் வலிமை.

2. தனித்துவ மகத்துவ ஆளுமை வலுசேர்க்க
வடிக்கும் பேராற்றல் வெளிப்பாடாக.

3. இசைக்கான தேடலே சூழலை சுகமாக்கி
எண்ணங்கள் உருவெடுத்து வடிவாக்க.

4. கேட்கும் ஒலிதனை வழங்க வல்ல
ராகமதை தனித்துவ திறனாக்கும்.

5. வழங்கும் வார்த்தையின் அர்த்தமதை கொடுக்கும்
இசைதனில் புரிய வைக்க.

6. தனியாக மெட்டெடுக்கும் இசையானது பணமீட்ட
நேரமெடுப்பினும் சரித்திர ராகமாகும்.

7. சுதந்திர சுவாசமாக தனியிசையின் மெட்டெடுக்கும்
ஆற்றலுக்கு வல்லமை மகிமையாக்கும்.

8. சுலபமன்று எதுவும் கேட்கும் ஆர்வத்தின்
திறவுகோல் திறனாக்கும் செயலது.

9. கலவைதனின் கூடுதல் தனித்துவ மகிமை
இசை கேட்க தூண்டும்.

10. இசையது கேட்பின் தன்வலிதனை இலகுவாக்கும்
நொடிதனில் மனமது மாற.

11. வாழ்க்கை இசை கலவையாக இனிப்பு
கார சுவை மிகுந்தது.

12.4. இயற்கையின் இசை

1. அனைத்திற்கும் இசைதனில் புரிதல் உண்டு
   சூழலின் இடமதன் விளக்கமாக.

2. மொழிக்கானது சிலருக்கு, மதமானது பலருக்கு
   ஒன்றானது இசை அனைத்திற்கும்.

3. இயற்கையின் ஜீவ சுவாச காற்றை
   பார்க்க இயலாது உணரலாம்.

4. ஜீவன்களின் ஒலியான இசைதனை செவி
   கேட்டு வாய் உரைக்கும்.

5. இயக்கங்களை இயக்க இசை கொடுத்து
   உணர்வை உருவாக்கும் வலுவாக.

6. துளியாகவும், ஊற்றாகவும், அருவியாகவும், அடர்
   மழையெனவும் மழைக்கான இசையது.

7. பண்ணிசைக்கும் பறவை இன்னிசை கேட்டு
   தன்னின இசையென பார்க்கும்.

8. இசைக்கும் இசைக்கு பாடவரிகளுண்டு ஈடுண்டோ
   கானமேற்கும் இயற்கையின் இசைக்கு.

9. வரியுடன் காண்பது மனமிசை வரியில்லா
   காண்பது வனமிசை லயமதை.

10. மொழியாகவும் புரிதலாகவும் இசைக்கும்
    இயற்கையான
    கானமதை கவனமேற்றால் மனமகிழ்வாக்கும்.

11. இசைப்பது இயங்கும் இறையங்க இன்னல்களை
    இருக்கும் இடமதை இல்லாமலாக்கும்.

12.5. காதல் இசை

1. இசைதலுக்கு இன்னிசை இசைக்க இணையும்
இதய இயக்கமது இசையில்லாமல்.

2. காத்திருக்கும் காதலுக்கென தனித்துவ தன்மையான
மனம் ஈர்க்கும் இசைக்க.

3. மானுட வாழ்வின் மனமகிழ் வளர்
பாதையே காதல் இசையே.

4. மனவருந்த ஏற்படும் சூழலையும் மழை
மேகமென வந்து குளிர்விக்கும்.

5. காலங்களால் ஏற்பட்ட வடுக்களின் வலிதனையும்
போக்கும் வல்லமை ஆற்றல்.

6. உள்ளாழ்ந்த உணர்வுகளை வெளிக்கொணரும் ஓர்
உன்னத திறனாய்ந்த திடம்.

7. உள்ளாழும் உன்னதமதை உணர்ந்தவருக்கே
உரைப்பதில்
தெளிவிருக்காது இசையெடுக்கும் மெட்டாக.

8. உயிரோட்ட பிரவாக வெள்ளோட்டமாக ஓட
உயிர்ப்பு நிலைதர நிற்கும்.

9. ஓடும் வெள்ளோட்ட அருவிக்கான பிரவாகம்
இசையேற்று இன்னிசை பாடும்.

10. கடவாமல் வந்தவர்கள் யாரும் இல்லை
என்னுமோர் நிதர்சன ஊற்று.

11. பற்றாகும் எதற்கும் நிலை கடக்க
பக்குவ பாங்குணர் தெளிவாகும்.

12.6. தத்துவ இசை

1. தத்துவார்த்த விளக்கங்களை ஏற்றும் உன்னத
இசையினில் உள்ளம் உருகும்.

2. தத்துவங்களை உரைப்பதில் காணும் மாற்றமதைவிட
இசையோடு கேட்பதால் அதிகமாகும்.

3. எல்லோருக்கும் என்னேரமும் பழகும் நண்பனாக
மனபாரம் இறங்கும் துணையிசை.

4. தத்துவங்களை எளிதில் அவயமின்றி விரைவில்
ஊடுருவ உணர்த்தும் ஆசான்.

5. உருவெடுக்கும் மன குழப்பங்களை நீக்கும்
வல்லவனுக்கு வல்லவனான இசை.

6. தத்துவ வார்த்தையாவும் ஏற்கும் விதமதை
எளிய நடையேற்று இசையுரைக்கும்.

7. கண்ணின் நீர் ஓடையாக தேங்குவதை
வழிந்தோட வைக்க வல்லவை.

8. அனுபவங்களின் சாரமதை தெளிந்த வரியாக
உணர்வோடு கலக்கும் இசையென.

9. பயணமான வாழ்வதற்கு துணையேற்று வரும்
காலமதை யதார்த்த இலகுவாக.

10. வாழ்க்கையின் அனைத்தும் விகிதாசாரமென
அளித்து
ஏற்பதே எண்ண பரிவர்த்தனை.

11. எண்ணங்களை வகுப்போம் காலமதை பொன்னென
உள்ளங்களை மதித்து உயர்வடைய.

12.7. புன்னகை இசை

1. இன்னிசை இசைதலில் இசைக்கும் இசைக்கு
இன்ப இடமான இடம்.

2. நகைத்தலில் சிரிப்பிற்கு தனித்துவ ஆதிக்க
மகிமை பலவகையாக ஏற்படும்.

3. இசையாக ஒலிக்கும் மனமதன் அடி
ஆழ பூக்கும் புன்னகை.

4. உள்ளார்ந்து எழுமது ஆனந்த மிகுதியின்
உற்சாக இசையுடனான திடம்.

5. புன்னகைக்கும் விதமதில் பலவகை காணலாம்
தொனித்த இசைக்கும் இசையிலே.

6. ஏற்படுத்தும் விதமாக இசையதில் வெளிப்படும்
வேற்றுமை ரகமதை உணரலாம்.

7. புவிதனில் தற்சமயம் புன்னகை பஞ்சமது
மற்ற பஞ்சமதைவிட மிகுந்துள்ளது.

8. ஆரோக்கிய வாழ்விற்கான வாழ்க்கைக்கு
புன்னகைக்கு
ஈடாக என்னகையும் இல்லை.

9. நகைப்பதிலும் வகைகளாக இசைக்கும் இசைக்கே
பேரழகாம் மீட்டும் விதமதில்.

10. பூக்கும் பூப்போல புண்படாத புன்னகைக்க
தரணியில் வாழும் இறைநிலையேற்று.

11. இறைநிலை என்றும் புன்னகைக்க சொல்வதில்லை
முற்படுவோம் புன்னகை பூக்கவென.

12.8. மனமயக்கும் இசை

1. பணிபாரமதனில் மனமது ஓய்வான தருணமாக
   மயங்கும் இசைதனை நாடும்.

2. மெய்யுணர் மயக்கும் வழிதனில் பொய்யுரைக்கும்
   இயக்க இசைக்கு செவிசாயா.

3. வாட்டமது சிறிது நேரமதில் சென்றுவிடும்
   நோக்கமதை விடாது இசைத்தால்.

4. இசைக்கான இயல்பை வசைபாடும் வழிக்காக
   மயங்கா வளரும் சுருதியாக்கு.

5. மனமதன் தூய இயக்கமே அவணியியக்கம்
   இனிமைக்கான இசையாக்கு மனமயங்க.

6. வரியென தாளமேற்று செயலென நடனமாட
   விழியேற்று மனமயங்கும் இசையாகுமே.

7. வியக்கும் விந்தையாக செயல் நடன
   நர்த்தன தாண்டவமாக இளைப்பாற.

8. மனமயங்கும் எண்ணங்கள் பல்வகை சிறப்பான
   ஒன்றானதே இயங்கும் இசையானது.

9. வாடும் பொழுதினில் குன்றா மனமதற்கு
   ஊக்கமாக கொடுப்பது இசையே.

10. நேர்படல் மானுட தர்மம் மார்கமதில்
    ஏற்ற வல்ல இசையாகுமே.

11. வலியாவும் இசை கொண்டு மனமயங்கி
    ஸ்வரலய பண்ணிசைக்க வழியாக்கும்.

12.9. திரையிசை

1. திரையிசை தரணியின் வல்லமைக்கான அடையாள
பண்ணிசை பாடல் தொகுப்பு.

2. திரையிசைதனில் காட்சியோடு ஒன்றிய
பார்வையால்
புரிதலுக்கான வாய்ப்பாக்கும் சூழலுக்கேற்ப.

3. மனமதன் வெளியியக்க செயலாக்க உற்சாக
ஒலிக்கான உயிரோட்ட எழுச்சியிசை.

4. காலங்கள் என்றும் பசுமை வண்ணமதை
தராது ஏற்கும் எண்ணங்களாக.

5. விழிக்கான செயலதை விடைக்கான செயலாக்க
புரியுமிங்கு இசைத்திடும் இசைதனில்.

6. செய்திக்கான திரையிசையாக்கா மனமகிழும் தருண
இசை கோர்க்கும் வரியோடு.

7. வாழும் வாழ்வதனில் வீழும் நேரமெனினும்
தோழனாக தோள் கொடுக்கும்.

8. விட்டதை பிடித்து தொடும் உச்சமதை
காண கண் வியக்கும்.

9. காத்திருக்கும் நேரமதை சுகமாக்கும் தருணமாக்க
வல்ல ஆற்றல் மிக்கது.

10. நேர்த்தியாக யாவும் காண இயலாது
மன கசக்கும் நேரமுமுண்டு.

11. நல்லதை பிடித்து வல்லமை காண
எதிலும் முயன்றால் நல்லது.

12.10. பின்னிசை

1. பின்னிசைக்கு புரிதல் அவசியம் தகுந்த
சூழலை சுரமேற்றி கொடுப்பது.

2. வாங்கும் வல்லமையும் கொடுக்கும் வல்லமையும்
ஏற்கும் வல்லமையும் பெருகும்.

3. பின்னிசையில் உள்ளுணர் ஊற்றின் வழிதலாக
உவகையோடு ஏற்று அளிப்பது.

4. பண்ணிசைக்கும் பறவைக்கும் பின்னிசை கருவியாக
எண்திசை சுரலய மெட்டெடுத்து.

5. கீர்த்தனையில் பின்னிசைக்கும் இசை
ஒன்றிணைக்கும்
பாடலின் வரிதனில் ஈர்ப்பாக.

6. கேட்கும் வேளைதனில் மதிமயங்கும் வரிகளுடே
பயணமதை எவ்வேலைகளையும் மறந்து.

7. பின்னிசைக்கு என்றுமே இடமேற்ற ரகமதை
வகுக்கா நாமே புரிதலாக்கினோம்.

8. இடமேற்கும் இசையேற்றிய நாம் வகுத்தவை
நாம் வளர்வாழ் காணவே.

9. வருவதை செவியேற்க என்னேரமும் ஒன்றேயன்று
சூழலை ஏற்று உள்வாங்கும்.

10. எண்ணங்களே வண்ணமென இசை கேட்கும்
மனமதனின் சொல் கேட்டு.

11. பின்னிசையாக எண்திசை அறிந்து மேன்மையேற்றும்
மெல்லிசைக்கும் மனமிசை கேட்போம்.

12.11. குழந்தையின் இசை

1. அமுத கானமென சுரலய பாவனை
அறியாத ரீங்கார ரிதம்.

2. பேசும் மழலை சொல் இசைதாங்கிய
மெல்லிசை கானமாக ஒலிக்கும்.

3. வியக்கும் இசைக்கான பண்ணிசை தேடலை
கண்டது மழலை உச்சரிப்பிலோ.

4. ஆனந்த தாளமதை ஆதியாற்றலருள உடனேற்று
பாடலாக பலராகமதை ஏற்றி.

5. சிரிப்பினிலே ஓராகமதும் மாறுமது அழுகையிலே
என்றாக பயிற்றவர் எவரோ.

6. பூத்து குலுங்கும் மலரென புன்னகை
பூக்கும் முகமதன் இன்னிசை.

7. பார்ப்பவரை கவரும் குரலிசை கொண்டு
தனக்கான தனியிசை ஏற்றி.

8. தனி ஆய்வக தேடலாக பலவித
ராக தாள இன்னிசை.

9. உலகமதை இயக்க உருவாக்கிய மழலையிசை
கவலைதனை ஓடவைக்க இசைக்கும்.

10. மானுடமன்றி மற்ற உயிரின பிறப்பினிலும்
இசைக்கான மயக்கமே அலாதி.

11. தன்னிசையால் யாவரையும் ஈர்க்கம் வல்லமை
ஆற்றல் மழலை இசையாவும்.

12.12. அனைத்து இசைதனின் மகிமை

1. இன்னிசையோடு வருணனை வகைபாடிட வான் மகிழ்ந்து மழைதனை வரவைக்கும்.

2. நாம் அன்றாட இசையில் ஒன்றுதலால் வாழ்வின் தின பாரமிறங்கும்.

3. வரிகளோடு கேட்பதில் சுகம், வரியில்லா இசை சுகமோ சுகம்.

4. இசையின் மகிமை வரிகளின்றி வரிகள் காண்பதே பிறப்பிட சுகம்.

5. வரிகளை பிறப்பிடமாக இசைக்கும் இசைதனில் வர வைக்கும் மகிமை.

6. வரிகளுக்கு தெரியாது இசைக்கும் இசையின் மகிமைதனில் மனவலி நீங்குமென.

7. இசை காணா அண்டமும் வலியில்லாத மனமும் கண்டதில்லை அகிலமெதிலும்.

8. சூழலும் ரசனையும் இசைதனின் புரிதலாக தேவையானது வயதோ மொழியோயன்று.

9. இசையின் பிறப்பிடம் அனைத்திலும் ரசிக்கவும் உணரவும் இசைப்பதில் உள்ளது.

10. பாடலில் உள்ள வரிகளுக்கு ஸ்ருதிலயமிட்டு பாட முடியும் இசையேற்று.

11. இயற்கை இசைக்கும் இசைக்கு ஸ்ருதிலயமதை எவர் உருவாக்கி வலுவாக்கினார்கள்.

13 - வேலைகள்

13.1. வேலையின் புரிதல்

1. வேலை என்பது தேவையின் பூர்த்திக்காக
   ஏற்படுத்தபட்ட செயல் முறை.

2. வேலையின் தன்மை தேவையின் நேர்த்திகான
   திறம்பட வலுவாக்கும் செயல்.

3. திறன் எதுவென்று பார்ப்பதை விட
   நேர்த்தியின் முறைதனை ஆராய்.

4. திடதிறனும் நேர்த்தியும் நட்பின் மார்க்கமதில்
   அறிவாற்றலாக சேர்ந்தே வரும்.

5. நேர்த்தி திறனோக்க திறன் செயல்
   நோக்க காணுமாம் பணியதனை.

6. பணிதனை ஏற்கையில் நோக்குமாம் முதல்
   நிலை தன்னின் திறனது.

7. திறனது நோக்குமிடதனில் எளிய மாற்ற
   மார்க்க நிலை ஏற்படுத்தும்.

8. நம் அறிவாற்றல், அனுபவ அறிவாற்றலோடு
   பகிர்ந்ததனை செயலாற்றுவது தெளிவு.

9. நிதர்சன நிகழ்வினை ஏற்பதால் வரும்
   நன்மையும் தீமையும் உணர்வது.

10. வேலையின் நோக்கம் வழி தேடலின்
    ஆர்வமதை காணும் புதுயுகம்.

11. எண்ணும் எண்ணிய நோக்கமிங்கு வழி
    காணும் விளங்கும் விதமாக.

13.2. வேலைக்கு தேவை

1. நேர்கொண்ட பார்வையும் புரிதல் நிலை
நாடுவதும் நிலைதனை ஏற்றும்.

2. தன் வேலை பதிப்பின் அங்கீகார
தன்மையை புரிந்து உயர்வது.

3. அனைத்து துறை சார்ந்த நுட்பமதை
கவனித்து முன்னிறுத்தும் ஆர்வம்.

4. நம்மின் குறையேதும் இருந்தால் உணர்ந்து
தானே பொருப்பாகி தீர்வாக்குவது.

5. தான் ஏற்ற வேலையின் முழுமைதனையும்
அறியும் ஆற்றலை உயர்த்துவது.

6. காலமதில் சொல்லாத சொல்லும், செய்யாத
செயலும் பக்க விளைவடையும்.

7. நோக்கமது தெரிய வேண்டும் என்பதில்
தனக்கு தெரிந்ததை கடந்து.

8. பதவியின் பணியாக பார்ப்பது பண்பு
பணமதன் பணியாக பாராமல்.

9. மற்றவர்கள் சொல்லாடலில் மயங்கா செயல்
கவன நோக்காவது நன்று.

10. ஆசை திரும்ப செலுத்தவும், வாங்கவும்
வாய்ப்பில் அமைதல் நன்று.

11. வழிகாட்டுதலாக அமைந்த வாழ்வதன் அனுபவங்கள்
அனைவருக்கும் தனித்தனியான ஒன்று.

13.3. மனமதன் செயல்

1. நிம்மதியாக இருக்க வழியென்ன உன்
முதல் ஆசானிடம் கேள்.

2. உன்னுள் உனக்காக வாழ்பவனே உன்
முதல் ஆசான் என்பது.

3. உன் ஆசான் தன்னை உருவாக்கிய
ஆசானின் துணை நாடும்.

4. தன்னை உருவாக்கியவர் உன் ஆசானிடம்
எதற்கான நிம்மதி என்று.

5. உடனே கேள்வி உன்னிடம் கேட்காததால்
எதற்கான நிம்மதி வேண்டும்.

6. என்னுடைய பணிபாரமதன் நிம்மதியென விடை
சொல்லும் ஆசானான மனமிடம்.

7. பணிபாரமதை குறைப்பதே விடையாகும் வினவிய
மனமதனிடம் ஆசான் உரைக்க.

8. இல்லை தேவைதனின் பொருட்டு என்று
வந்துரைத்த மனமதனிடம் சொல்ல.

9. என்ன தேவையென மனம் கேட்க
அனைவரின் நலமதை காக்க.

10. உன் தேவைதனை பூர்த்தி செய்யவே
யாம் படைத்தது உம்மை.

11. அவரவர் தேவையை உணர்ந்து பணி
ஏற்பதே பாரமதை குறைப்பது.

13.4. மனமதன் புரிதல்

1. உன்னால் முடிந்ததை செய்ததன் மீதமெனின்
உணரும் தருணமதே மற்றவருக்கு.

2. அப்பொழுது மற்றவற்கு உதவுவது தவறா
என்றான கேள்வி எழுப்ப.

3. மற்றவருக்கு உதவுவது தவறன்று உன்பாரமேற்றி
உதவுவது தவறு என்றுரைத்தது.

4. அப்படி ஏற்பின் வரும் நன்மை
தீமை உனக்கானது எதுவாகினும்.

5. நிறைவாக ஏற்பின் பலன் பாராமல்
செய்தல் நன்று நலமாக்கும்.

6. அவர்கள் கேட்பதாயின் உன்னால் முடிந்தவைகளை
எதிர்பார்ப்பின்றி மனமுவந்து செய்தல்.

7. **அத்தருணமதே** உன்னால் உன் தேவை
எது என்றே புரியும்.

8. உன் தேவைக்கான தேடலாக மற்றவற்கு
செய்யும் உதவியாக மாறும்.

9. அதற்கான விடியலாக இதுவென உரைத்து
சொல்லும் தருணமதில் புரியும்.

10. அதற்கு உடன்பட்டால் ஏற்கட்டும் இல்லையெனில்
அவர்களுக்கான தேடல் அவர்களுடையது.

11. தேவையின் தாக்கமும் அதன் பணிபாரமும்
அவர்களுக்கு நாம் புரிதலாக்கலாம்.

13.5. மனமதன் வலுவாக்கம்

1. அனைவருக்கும் இறையாற்றும் பணிதனை உணர்ந்து கைகோர்த்து வல்லமையை வலுவாக்கலாம்.

2. இல்லையேல் அவர்களுக்கான பணிபாரம்
உன்வசமென
மாற்றும் வல்லமையை வலுவாக்குவாய்.

3. காலமாற்றமதை உன்னாலும் அவர்களாலும்
புரிதலின்றி
பாகுபாடாய் அனைவருக்கும் தீமையாகும்.

4. பிரபஞ்ச ஆற்றல் பரவி இருப்பது அனைவருக்கும் உன்னத மேன்மைக்கான பயன்பாடாக்க.

5. நன்மை, தீமை என்றானது நாம்
ஏற்று பார்க்கும் பார்வையே.

6. நாம் நம் திறன் மேம்பாடு
காண வளரும் விகிதாசாரமது.

7. அவரவருக்கான பாட அட்டவணைப்படி படித்தல் மனமாசான் மதிப்பு கூடும்.

8. மனமாசான் மதிப்பேற மும்மூர்த்திகளும் ஒன்றாய் அனைவருக்கும் வல்லதாய் வலுவாக்கும்.

9. நிம்மதி வாழ்வை அடைய அனைவரும்
அனைத்துமான ஆசானை அணுக.

10. அனைவருக்கும் ஆனதே யாவுமே அறுகுணமற்ற நிலைதனை வழங்குவது நன்று.

11. திறனதை பார்க்கும் மனமதே வையகத்தில்
வளர்வாழ் வளர்ச்சி எய்தும்.

13.6. வேலையில் கவனம்

1. திறன் காணும் கவனப்பார்வை நிகழ்கையில்
பணி பாரம் விலகும்.

2. முன்னேற்றம் ஆற்றல் நிலைகொண்ட வழியாக
பாதை நடை பயிலும்.

3. யதார்த்த பாதையானது சரிசீரானால் உன்
வாழ்வின் பயணம் சுவாரசியமாகும்.

4. இல்லையேல் பணி கவனம் சிதறும்
மாற்றம் காண இயலா.

5. வையகம் காணும் வளர்வினை உணர்
ஆற்றல் அளிக்கும் ஔஷதமாக.

6. ஔஷதம் அளிப்பதே உன்னுடல் நலமதை
காக்கும் மறை ஆற்றலே.

7. மறை ஆற்றும் பொருள் மாயபிம்பமாக
காட்சிதனை மாட்சியாக்கி மிளிர.

8. வேலைதனின் கவன பார்வைதனில் பலுவானவை
பாரமின்றி உயர்வினை வலுவாக்கும்.

9. வேளையின் வேலைதனை வேள்வியாக வேண்டும்
வேலையாயின் வேண்டியது வேலையாகும்.

10. கவனமேற்கும் ஒரு பணியின் முழுமையே
மற்றொரு தேடலின் ஆரம்பம்.

11. தேடலில் கவனமேற்றல் பணியதனின்
மேன்மைக்கான
வழிதனை எட்ட வழிகோலும்.

13.7. பணிதனில் ஓய்வாகா

1. நம் ஆரோக்கிய வகைப்பாடே வேலைகள்
அந்தந்த பருவ காலமேற்ப.

2. பணிதனில் ஓய்வென்பது எதுவெனில் பணியேற்பதே
பணிக்காக பணி செய்வது.

3. நாம் எடுக்கும் ஓய்வு அன்றைய
பணியின் ஓய்வாக இருக்கும்.

4. வயது காலமதில் தினமதன் ஓய்வு
பணிக்காக அசதியின் பொருட்டாக.

5. வயோதிக கால வேலையின் பின்
உடல் கவன ஓய்வாக.

6. இளவயதில் ஆர்வமாக செலுத்தியதில்
மிகுதியாக்கும்
கவன பார்வையாக ஓய்வதனில்.

7. அனுபவ முதிர்ச்சியும் உற்சாகமும் கலந்த
பணியாக ஏற்றால் மனதிடமாகும்.

8. அனுபவங்கள் வாழ்வதன் வகைக்கானவைகள்
என்றும்
ஒரே நாளில் வருவதன்று.

9. ஓய்வாக அனுபவங்கள் தலைமுறைகளுக்கு வழங்கி
அளிப்பது பணிகளை முழுமையாக்க.

10. பண்பட்டு வரும் ஒவ்வொரு தயாரிப்பும்
அனுபவ பார்வைதனை கடந்தவைகளே.

11. பணிக்கான ஓய்வு விரும்பும் பணிகளை
ஏற்பதே உடலுள்ள ஆரோக்கியமதற்கு.

13.8. பணிதனின் தெளிவு

1. ஒன்றின் பயனாக்க முதல் தன்மையாக
வரும் உணர்வானது தெளிவு.

2. வாழ்வை சில நிலைத்தன்மை புரிதலுக்காக
கடக்க ஏற்கும் கட்டுகோப்பு.

3. கல்வியல் மூலமதன் வேலையைவிட மனமகிழ்
பணியேற்பது ஆற்றலை வலுப்படுத்தும்.

4. அதன் வழி கல்வியல் கொணர்தல்
வளர்வாழ் சிந்தனைக்கு தெளிவு.

5. நாம் இருக்குமிடமதில் நமக்கான சிந்தனைதனை
நாம் பழகி பயிற்றுவித்தல்.

6. இவைதான் என்னுமோர் வரையறை வகுக்கா
உணரும் ஆர்வமதை பயிற்றுவித்தல்.

7. படிப்பின் வேலை ஆய்வக கண்டுபிடிப்பை
வளர்க்க மனநிறைவானால் உசிதம்.

8. திறன் மேம்பட்டுள்ளோர் மனநிறைவாக ஆற்றலை
வலுவாக்கும் வளர்சிதனை மேம்படுத்த.

9. வகைகள் காணாது மேம்பாடு கண்டவர்களின்
பயிற்றுவிக்கும் விதமதை கற்க.

10. இரு வேறு நிலையாக ஏற்பினும்
பயிற்றுவோரின் திடமது திறனே.

11. ஓங்கி வளரும் எண்ணம் ஓங்குகையில்
வண்ணங்களாக மாறும் வாழ்வு.

13.9. வேலைதனின் நோக்கம்

1. நமக்கான சில நியமனங்கள் தரணிதனில்
பதிவிடும் நோக்கத்திற்கான பயணம்.

2. வாழ்வின் பயணமதில் பயணிக்கவல்ல ஆரோக்கிய
நிலைக்கான தேவையின் பணியே.

3. நோக்கம் பெரிதாயின் வேலை சிறிதாகும்
எடுக்கும் இலக்கின் முடிவில்.

4. நோக்கமதை இலக்குவுடன் காலவரையறை
காண்கில்
போராட்ட பணியாக பாரமேற்கும்.

5. கொண்டதில் கொள்கை காண வேலைதனின்
நுட்பமதை நுணுக்கமாக திடமாக்கு.

6. திடமேற்ற திறனது வழி நடத்தும்
பாதையை ஏற்று ஏறு.

7. வழக்காக வரும் வினையாவும் விடியலில்
வெளிச்சம் ஏற்று பொலிவுரும்.

8. வாழ்வை வழி காட்டும் வல்லமையை
நித்திய நிலைதனில் உரைக்கும்.

9. பிறருக்கானது அன்று நோக்கமது அனைவரின்
தனி பார்வை தெளிவுக்கானது.

10. பிறரை குறை காணா வண்ணம்
செயல் விளக்கம் காட்டும்.

11. வேலைதனின் நோக்கமே தேவைகள் தேவைக்கான
நேரமதில் தேர்வாகி தேவையாக.

13.10. செயலாகும் வேலை

1. செதுக்கி இடமேற்பியங்குவதான சொல் செயல் இயல்பு பொருளாக ஒன்றதனை.

2. செதுக்கியது இயக்க நிலையாக இயக்க வல்லவன் அயராத உழைப்பாளி.

3. உழைப்பானவைகள் வீண்ணாகா வண்ணம் எண்ண தொடர்புடைய தொடர்வாக்கும்.

4. வலிக்கான விடையாகா செயலது அனைத்தும் விடைதேடும் வலியாக காண்பது.

5. உன் முன்னேற்றம் உனக்கான பணிதனில் விடியும் வேளையாக்கும் வாழ்வதனில்.

6. முயலும் எவைதனிலும் பலனது பாராமல் முகமேற்பின் விடியல் வெளிச்சமாகும்.

7. நம்மதன் தேவைக்கான பொருட்டாக செயலதை காணா விடியலின் செயலாக்கு.

8. செயலது விடியல் காண்பின் விடியும் தனக்கான தேவை பொருட்டு.

9. வழி தொடரும் எக்காலமதிலும் எப்பணிதனின் எதிர்பார்ப்பும் எவற்றிலும் நிதர்சனம்.

10. வேலைதனை வேலையாக்கா வேண்டும் வேள்வி வேளைதனை வேட்கையோடு வேண்டு.

11. வேண்டும் வேலைதனை முயலும் முயற்சிதனில் உணர்த்தும் தனக்கான செயலதை.

13.11. உன்னத உயர்வு

1. உன்னத உயர் நிலைக்கான ஏற்றது
   தகுந்த கல்வியல் அறிவது.

2. கற்பது மட்டும் உயர் நிலை
   காண்பது அரிதான செயல்.

3. கடந்தகாலம் வரலாறு எதிர்காலம் பழமையின்
   பொலிவு நிகழ்காலம் நிதர்சனம்.

4. கடந்தது நல்லதே வருவதும் நல்லவை
   நிகழ்வது நித்திய நிதர்சனம்.

5. சேமிப்பிற்கான வகைவரவாகும் வங்கிதனில்
   நிகழ்வின்
   சேமிப்பாக முக்கால முழுமை.

6. முழுமை என்பது எவற்றிலும் பொருந்தும்
   ஏற்பதின் நிலைதனை ஏற்ற.

7. எவற்றையும் உன்னத நிலைக்கான எழுச்சிதனை
   கொண்டால் சாதிக்க எழும்பும்.

8. ஏதோ ஒன்றை செய்கிறோம் பலனில்
   மட்டும் இல்லையேல் என்பதாகாது.

9. பலனேற்கும் நினைவேற்பது எவைதனின் இலக்காக
   பலனானது என்றான நிலை.

10. வாக்கும் வங்கியும் ஒன்று தாள்களால்
    பலனானது வெவ்வேறு நிலைக்கானது.

11. பலனை உன்னதத்தில் வைத்து மனமதனுடன்
    நித்திய செயலை செய்துயர்வோம்.

13.12. எவற்றிலும் யதார்த்தம்

1. கட்டுமான பணிக்கான ஆரோக்கிய அடிப்படை
   அடித்தளம் என்றும் வேராழமானதாக.

2. வேலைதனின் ஆரோக்கிய நோக்கமது எடுக்கும்
   எப்பணிக்கானதின் பயனாக்கும் வரவாக்க.

3. பணிக்கான நோக்கம் வளர்வாழ் மனமகிழ
   பணமதன் தேவைதனின் பூர்த்திக்கானது.

4. ஆரோக்கிய பணிதனின் நோக்கமாக ஏற்றதின்
   அடிப்படை அடித்தளமதை உன்னதமாக்க.

5. எவ்வேளைதனிலும் நித்திய நிகழ்வினை நகர்த்தும்
   பணியேற்கும் வல்லவனை அடிதொழு.

6. எவ்வித வேலையென முன்னவர் விதித்த
   பணிதனை செயலாற்று வல்லமைக்காக.

7. நமக்கான ஆர்வமதனின் பொருட்டே வழிகண்டு
   விடையாக்கும் வேலையை முன்னெடுப்பர்.

8. அறிந்து ஆற்றும் பணியானவைகள் வாழ்வின்
   வல்லமைக்கான வித்தாகும் வளர்வாழ்வாக.

9. நோக்குணரா பணியேற்பின் அறியும் ஆற்றலை
   அறியவொனா ஆற்றும் ஆற்றல்.

10. அயறாமல் ஆற்றும் பணிதனில் சோர்வாகா
    விடைக்கான விடியலாக்க முயற்சிப்பர்.

11. நித்திய தொழும் இதய வாசல்
    விடைதனை நவின்று நல்கும்.

14 - விவசாயம் - தொழில், தொழில்நுட்பம்

14.1. அடிப்படை ஆரம்பம்

1. பனிரெண்டாம் நூற்றாண்டில் விவசாய கடன் சார்ந்த நிலைக்கானதாக உருவானது.

2. பதிமூன்றாம் நூற்றாண்டின் மத்தியில் சில அரசாங்க பத்திர பரிவர்தனையாக்கியது.

3. முதலீடு முக்கிய அம்சமாகும் மானுடம் வாழும் காலமதில் எவற்றிலும்.

4. முதலீடு முக்கியம் ஆனால் முதலீடு மாத்திரம் முக்கியம் அன்று.

5. நம்முடைய முதலீடு நிலைதனின் செயல் திறன் அறிதல் முக்கியம்.

6. நாமேற்கும் செயல்களின் தன்மையை உருவாக்கி திரும்ப பெறவான முதலீடுகள்.

7. விவசாயமதன் உன்னதம் புதுமைக்கும் பழமைதனின் வரவை ஆரோக்கிய வித்தாக்கவும்

8. நவீன பாரம்பரிய அரிதான வகைகளில் மண்வளமும் இயற்கையும் வளமாகும்.

9. மண்காப்பக முதலீடு வளர்வாழ் பயன்பாட்டின் முதுகெலும்பாக வளம் கொழிக்க.

10. மண் வளமட்டுமல்ல உயிர்களின் ஆரோக்கிய விளை பயிருக்கு வித்தாகும்.

11. வாழ்வின் அடிப்படை ஆரோக்கிய ஆதாரமே விவசாயமும் முதலீடும் யாவருக்கும்.

14.2. தேர்வு

1. தொழில்நுட்ப வளர்வில் சுலபமாகியது இன்றைய தொழில் தொடங்கும் ஆர்வம்.

2. தொழிலதனை தேர்வு செய்ய ஆய்வரிக்கையைவிட ஆர்வம் மிகுதி தேவையானது.

3. ஒருதுறை சார்ந்த பல நுணுக்க ஆற்றல் வல்லமை அவசியமாகும் வலுவாக.

4. அத்துறையின் பயன்பாட்டின் விரிவாக்கபட தேவை எண்ண சிந்தனை பட்டியல்.

5. அத்துறையதனின் மாசின் அளவை அளந்தறிதல் மிகவும் முதன்மை சுற்றுப்புறத்திற்கு.

6. துறையதனை தேர்வு செய்ய நினைவிலிருக்க அயரா உழைப்பு தருணமதில்.

7. நாம் என்றும் வீட்டின் தேவைகளை தேர்ந்தெடுப்பது முதலில் நன்று.

8. அடுப்படி அடிமையை மாற்ற நினைத்ததில் உருவான வளர்ச்சி வளர்வாழ்வில்.

9. அன்றாட மாற்றங்கள் உருவாக்க எண்ணுகின்ற எண்ணமதே செயலாக்க வடிவமாகிறது.

10. குழந்தைகளின் அறிவுசார் விளையாட்டு பொருட்களின்
புதுமைகள் எண்ணிலடங்கா தொடராக.

11. தேர்வாக நித்தம் எண்ணங்கள் உருவாகும் வாழ்வின் வளமதை சேர்க்க.

14.3. சிறு சிறு தொழில்

1. இல்லத்தின் பயனூக்க சுலப வேலை
பலு குறைக்க யோசிப்பது.

2. தன்வசம் சார்ந்த திறனூக்க பார்வை
செலுத்த வல்ல ஆற்றலறிவது.

3. முதலில் துவங்கியது, பயன்சார்ந்த வளர்
விகிதாசாரம் மேம்பட முனைவது.

4. மக்களின் நலன் பயக்கும் தகவல்
தேடி சென்று சேகரிப்பது.

5. சின்ன சின்ன விஷயமானாலும் மக்களின்
பயனூக்க தர வல்லது.

6. தனக்கானது தக்க சமையத்தில் பலனானது
கைகொடுக்கும் முயற்சியின் முயற்சியால்.

7. செய்யும் பொருட்கள் யாவும் யாருக்கான
இலக்கு என்பதில் கவனம்.

8. ஆரம்ப தருணமதில் இலக்கு நிர்ணயபடுத்தல்
அல்லது முடிக்கும் தருணமதில்.

9. தன்மையது உணர்த்தும் இலகுவாக, நோக்கமிங்கு
நேர்படும் இலக்குதனை வகுக்க.

10. வழிநடத்தும் பாங்கினையும் தன் உத்தியாக
வகுத்தவைகளை இலக்குவுடன் சேர்ப்பது.

11. மாசற்ற தன்மைதனை அனைத்து நிலையதனின்
நிலையாக ஆக்குவது வளர்ச்சியடையும்.

14.4. தரம்

1. தொழில் தரமதை காப்பது தரணிதனை
   செம்மை படுத்தலை ஊக்குவித்தல்.

2. தரமதை செம்மைபடுத்தலின் நோக்கமிங்கு சந்ததிக்கு
   மகத்துவ மகிமை புரியும்.

3. தரம் காப்பது தரணிவாய் உயிரினங்களுக்கு
   சுத்த சுவாசம் ஆக்குவது.

4. பல மார்க்கமதனில் உருவாக்குவது, அடிப்படையை
   ஆணி வேராக பதியவைக்க.

5. மாற்று கருத்து சிந்தனைக்கு வித்திடா
   மனவழிதனில் உடன் வர.

6. நாம் ஏற்கும் தொழிலின் தன்மைகேற்ப
   பாதுகாப்பின் தேவை அவசியம்.

7. சோதனைகளே சாதனையின் வித்து என்பதால்
   தற்காப்பு மிகவும் முக்கியம்.

8. சாதிக்கும் வல்லமைக்கு விடா முயற்சியின்
   ஆரோக்கிய சிந்தனை கருத்து.

9. தரும் பொருளின் தரத்தையும் பயன்பாட்டையும்
   நீடிக்க துணைகோலும் சிறந்து.

10. இடமதனில் தெரியும் நம் பணிதனின்
    செயலின் ஆக்கமதை விளக்காமல்.

11. தொழிலின் வகைதனை இடமதில் கூறாமலே
    காணலாம் காணும் காட்சிதனில்.

14.5. சுத்தம்

1. செய்யும் எந்தவித தொழிலது எனினும்
சுத்தமான சூழல் அவசியம்.

2. சூழலின் அமைப்பு அதிகமான வாடிக்கையாளரின்
வருகை ஈர்ப்பை ஏற்படுத்தும்.

3. சுத்தமான பராமரிப்பு நிலைதனில் சுகாதாரம்
தன் வருகையை பதிக்கும்.

4. சுகாதாரத்தில் அடுத்த வளர்ச்சி கட்டத்தை
நோக்கி சிந்திக்க இயலும்.

5. நம் பயணம் சுவாரஸ்யம் மிகுவதற்கு
வாகனமும் ஒரு காரணம்.

6. எத்தருணத்திலும் நம் வாகன மேன்மையை
மேம்படுத்த நிதானம் அவசியம்.

7. வாகனத்தின் புதுயுத்தியை பொறியாளர் தன்
நேர்த்தியின் பலனாக பலப்படுத்துவார்கள்.

8. வாகனத்தை தூய்மையுடன் பராமரிப்பது நம்மை
நாம் நேசிப்பதற்கு சமம்.

9. பயிர் பாதுகாப்பு உயிர் பாதுகாப்பு
வாகன பங்களிப்பும் அதுபோலவே.

10. மானுட ஆற்றலை சேமிக்க இவையாற்றும்
பங்களிப்பு இணையற்ற ஒன்று.

11. ஏற்ற தொழிலது சிறப்பாக்க நம்
நலன் காத்தல் நன்று.

14.6. உன்னதம்

1. விட்டதை பிடிப்பின் தொட்டது சிறக்கும்
யாவருக்கும் பயனளிக்கும் விதமாக.

2. குவளையில் சேரும் நீர் போன்று
சேருமிங்கு நேரமதை தாங்கி.

3. நாம் காணும் பணிக்கான அனுபவங்களை
காட்சி படமாக்கி சேகரிக்கும்.

4. ஆராயும் நேரமாக பக்குவ பாங்கானதை
தனக்குள் தாங்கி பிடிக்கும்.

5. நுட்ப விளக்கமது காண பயிலக
ஆய்வக ஆராய்வு காண்.

6. அனுபவ ஆய்வக கலவையான சுவையது
தொழிலதில் சிறக்கும் வெளிப்பாடாக.

7. மேன்மையை தனித்திறனாக கொண்டு மேன்படுதலே
அனைவரின் மேம்பாடாக சென்றடையும்.

8. சிறப்பான ஒன்றினை செயலாக்க பதிவான
பயன்பாடாக்குவதே தொழிலதனின் விருத்தி.

9. புது தன்மையின் வடிவாக்கம் சுலபமாக
பயன்படுத்தும் கருவியாகும் என்றும்.

10. வேலை வாய்ப்பினுக்கு முடிவின் நிலைதனில்
ஆய்வு நிகழ்த்த ஏற்படுத்தலாம்.

11. வெளியாகும் அனைத்து பொருட்களும் நம்பக
தன்மைக்கான வழியாகவும் அமையும்.

14.7. இயந்திரம்

1. அனைத்தும் சுலபமயமான ஒன்றாக சாதனைகள் புரிய உதவிய உதவிக்கரம்.

2. தொழில்நுட்ப பயன்பாடு அவசியம் ஆனால் தொழில்நுட்பமே மனிதனை இயக்காது.

3. புதுப்புது இயந்திர கண்டுபிடிப்பினால் தொழிலின் வகைகளும் வளர்ச்சியும் நேர்த்தியானது.

4. அனைத்தும் அனைவருக்கும் பயன்பாட்டுக்கு சுலபமாக
வாங்கும் பொருளாக அமைந்தது.

5. வீட்டிலும், பணியில் இருப்பவர்களின் நேரத்தை நேர்த்தியாக கையாளும் விதமாக.

6. இயந்திரமயமான பணிதனில் மனமதன் மகிழ்வை இயந்திரமயமாக்கல் சரி நிகராக்குகிறது.

7. இயந்திர மயமாதல் நல்லது உடலாரோக்கிய பணியை கவனமதில் கொள்கையில்.

8. அனைத்திலும் சிலவற்றை நம் உடலாரோக்கிய பணியென ஏற்பது நன்று.

9. சுகமான ஒன்றென நம்முடன் பயணிப்பது, இயந்திரமய பயணமாக அல்லாமல்.

10. நமக்கான மனமதன் எண்ணங்கள் வண்ணமயங்களை அள்ளி வழங்கி வாழ்விக்க.

11. இயந்திரம் இயக்குவதில் சுலபமென அடிமைதனமதற்கு
இயந்திரமாகாமல் பார்ப்பது நன்று.

14.8. மென்பொருள்

1. நாம் நம் வளர்வாழ் வளர்ச்சியின்
   வேகத்தின் பெரும்பங்கு வகிப்பது.

2. அனைத்துமாய் அனைவருக்கும் ஆனாய் என்னும்
   சொல் இவைக்கும் பொருந்தும்.

3. தெரிந்ததை தெரிவிக்க, தெரியாத தொன்மமதை
   தெரிந்து தெளிவாக்கும் தெளிவு.

4. வேலைகளின் துரித தன்மையையும் புரிதலின்
   மேன்படு தன்மையும் விரிவானது.

5. ஆதியின் அந்தமும் தற்கால வரலாறும்
   கைகளில் அடங்கும் பொருளானது.

6. வண்ண வண்ண எண்ணங்களை வகை
   காணா வடிவமும் தந்தது.

7. சிறாரின் விந்தைகளையும் முதியோர்களின்
   முன்னோக்கு
   பாங்கினையும் வகுக்க வல்லது.

8. அமரும் இடமதிலே அனைத்தையும் அடக்கி
   ஆளும் வல்லமை மன்னன்.

9. அனைவரின் தனித்துவ வல்லமையை வலுவேற்றி
   கண்காண புதுப்பொலிவு காண்பவன்.

10. பொலிவிற்கே பொலிவு பெற்று பொருந்தி
    பெருகும் பொன்போல் பன்மடங்கு.

11. நுட்பத்தின் நுணுக்கங்களை ஆய்வக பயன்பாடாய்
    உணர்த்தும் பயிற்சியாளரின் வழிகாட்டியாக.

14.9. தகவல்

1. தகவல்கள் பறிமாற்றத்திற்கு மிகவும் முக்கிய பங்காற்றும் வளர்ச்சி வரவேற்புடையது.

2. நம்முடைய அனைத்து வியாபார வளர்வில் சந்தேகத்தின் தீர்வாக பார்க்கப்படுகிறது.

3. நம்முடைய வணிகம் புதுப்பொலிவு எண்ணங்களூடே பரிவர்த்தனை பரிபாலன ஊடகம்.

4. ஊரக ஊர் ஊன்ற ஊடகமாய்
ஊடாக ஊருக்கு ஊன்றியதே.

5. ஊரக வாழ்வாதார வளர்ச்சிதனை விரைந்து
உயர்த்திய உன்னத ஊடகம்.

6. என்றுமே மண் சார்ந்த உயர்வு
விண்ணை எட்டும் விரைந்து.

7. வானை வளம் வரும் நுட்பமது
மண் வளம் கண்டதே.

8. புதுமை காண்பது, பழமையின் தகவல்
சமர்பிக்கும் ஆய்வக நிலைதனில்.

9. பழமையின் அனைத்து ஆய்வக நிலைதனின்
தொடர் வருங்கால புதுமையே.

10. பிறப்பின் தொடர் இருக்கும் வரை
ஊடக ஆய்வும் தொடரும்.

11. புதுமைதனில் பழமையின் உன்னத தன்மையின்
மேன்மைதனை காத்து வளர்வோம்.

14.10. தயாரிப்பின் நோக்கம்

1. எந்த ஒரு தயாரிப்பும் பழமையின்
புது பரிணாம தோற்றமே.

2. வளர்ச்சி என்பது உயிரினங்களுக்கு மட்டுமல்ல
பயன்பாட்டு பொருள்களுக்கும் ஆனதே.

3. மனித ஜனத்தொகையின் அதிகரிப்பில்
எண்ணங்களின்
அலைவரிசை மாற்றமதை தேடுவதே.

4. வாழ்வாதாரம் இங்கொரு கேள்வி குறிதனை
ஏற்படுத்தி விடாமல் இருக்க.

5. வேற்றுமையில் ஒற்றுமைக்கு வித்திட்டு வளர்ச்சி
காண வழி வகுக்கும்.

6. போட்டிகளின் தன்மையது தரத்தை திறம்பட
செயலாற்றி வெற்றி எட்டும்.

7. நிதர்சன நித்திய நிலையில் நீதியுடன்
நீ நிலையில் நில்.

8. பழமைதனின் திட ஆளுமைதனை மென்மையாக்கி
துரித தன்மையாக செயலாற்றும்.

9. நேரமதை குறைத்து மற்ற பணிகளுக்கு
தன் எண்ணமேற்றத்தை பயனாக்கும்.

10. காலமாற்ற தரத்தை பன்னோக்கு பார்வையதனில்
செலுத்துவதால் வழிவகுக்கும் முன்னேற்றத்திற்கு.

11. அனைவருக்கும் அனைத்து நிலைதனின் வியாபார
நோக்கத்தின் முன்னேற்ற பாதையாக்கும்.

14.11. வரும் விளைவுகள்

1. காலமாற்றமதில் மாறும் வாய்ப்பு ஏற்படும்
பழமை சிறிது சிறிதாக.

2. கருத்தில் கொள்வது அவசியம் நம்
மனம் உடல் நலனில்.

3. விளையேற்றம் நாம் விரும்பும் சுகாதார
நலமதை சார்ந்து உண்டாவது.

4. நமக்கு ஏற்படும் மன அமைதிக்கான
இடமாக இருப்பதை நாடுவதில்.

5. பயணமதில் ஏற்படும் மனமழுத்தத்தை குறைக்க
உண்டாகும் சுதந்திரமதில் கொடுப்பதில்.

6. ஆடைகளின் நவீன மயமாக்கலில் புதுமையின்
வரவுகளால் பணமதிப்பு வரலாறாகிறது.

7. நிகழ்ச்சிகளுக்காக புது வரவை தேடும்
ஆர்வமதில் ஏறும் ஏற்றமாக.

8. அலையா கடலலையா என யாவரும்
நித்தம் அணுகும் பார்வை.

9. அன்று பண்டிகைக்கு மட்டுமே புதுவுடை
என்பதில் மாற்றம் கண்டதால்.

10. அனைத்து நிலையான உபயோகமதில்
வளர்வாழ்வின்
வளர்ச்சிதனை நோக்கியதால் ஏற்புடையதானது.

11. எவருக்கும் எங்கும் எதுவும் சாத்தியமானதால்
விளையேற்றமும் ஏற்புடைய சாத்தியம்.

14.12. தொழில்நுட்ப வளர்வு

1. நம்மை உலகமறிய, உலகமதை நாமறிய
   சாத்தியம் இவைதனின் வளர்ச்சியே.

2. நமக்கானதன் தேவைகளின் பூர்த்தி காணும்
   அனைத்து பார்வைகளின் ராஜ்ஜியம்.

3. ராஜ்ஜிய பெரும்பான்மை வளர்வுக்கு வழிகாட்டியான
   தொழில்நுட்ப தேவையேற்பின் சிறப்பு.

4. வல்லோனுக்கு புல்லும் ஆயுதம், புல்லையும்
   பொலிவுடன் வடிவாக்கிய ஆயுதம்.

5. பயணமதை விரைவாக்கும் வல்லவனை
   வழிநடத்தும்
   எண்ணமதில் வளர்ச்சி காண்பது.

6. கேள்விதனை எண்ணமது எழுப்ப வகுத்த
   விடையாக மனித மனம்.

7. வகுத்தவைதனை தரணிக்கு தரமாக திறன்மிக்க
   வழிதனை சுலபமாக்க வல்லவன்.

8. வல்லவனை வழி நடத்த விளைநிலமாக
   அனுபவ ஆற்றலை வழங்கும்.

9. வங்கிதனில் பணமதுவும் நுட்பமதில்
   அனுபவங்களும்
   சிறந்த தேர்வாக மானுடமதற்கு.

10. வாக்கினில் பிழை காணலாம் திணித்த
    நுட்பமதில் பிழை நேரா.

11. நல்லவைகளையும், வல்லவைகளையும் உணர்ந்து
    திணிப்பது ஜீரணமதற்கு நன்று.

15 - போட்டிகளும் & விளையாட்டுகளும்

15.1. அடிப்படை நோக்கம்

1. அனைத்து விளையாட்டின் ஆரம்ப நோக்கமது உடல் ஆரோக்கியத்தை வளமாக்க.

2. மானுடத்தின் ஒற்றுமையை மேம்படுத்தி திறன் வளர்க்கும் அறிவாற்றல் வளர்க்க.

3. பலதரப்பட்ட மனித சமூகத்தாரின் பழக்க வழக்கங்கள் பழகும் விதமாக.

4. வியாபார பரிவர்த்தனை மேன்மைதனை புரிதலுடன் யாவரும் பகிரும் விதமாக.

5. போட்டிகளில் புதிய உத்தியை கையாள யோசிக்கும் திறன் வளர்த்தல்.

6. பன்னாட்டு கலையாவும் அறியும் வாய்ப்பு பெருகும் புதிய உத்திக்காக.

7. பலதரப்பட்ட எண்ண மேன்மை காணும் பழகும் பாணியை வளர்த்து.

8. தனிப்பட்ட சிந்தனைகளை பகிரும் வாய்ப்பும் கலந்த மனபக்குவ உற்சாகமாக்க.

9. தாய் சிந்திப்பது நித்தம் யுகமது புது வளர்வாழ் வளர்ச்சியாக.

10. கண்டுபிடிப்பு என்றும் கரு தாங்கியவர்களின் வேராழமதை பதித்து மதிப்பேற்றும்.

11. விளையாட்டும் போட்டியும் உடல் இயக்க அசைவேற்று ஆரோக்கிய வளர்வாக.

15.2. நோக்கம்

1. போட்டிகள் என்பது எல்லாவற்றிலும் தரமும் ஊக்க மேன்மையும் மேம்பட.

2. அனைவரின் புரிதலும் ஒற்றுமை பாங்கது என்றென்றும் நீடித்து நிலைக்க.

3. விழிப்பு நிலை தன்மைதனை பரவலாக்கி எண்ண எழுச்சியது மேலோங்க.

4. பரிணாம வளர்ச்சியது பண்பட்டு நவீன மயமாக்கும் உத்திதனை கையாள.

5. அனைவரின் எண்ணங்களில் பல்நோக்கு பார்வையதை
பதித்து வெற்றியை வளர்க்க.

6. அனைத்து துறையின் போட்டிகளில் புதுமைதனை வெளிக்கொணரும் பாங்கை பதிக்க.

7. போட்டிகளில் கலப்பது சிலநேரங்களில் புரிதலின் தன்மையது மேன்மை காணும்.

8. வெற்றி தோல்வி நிலைதனை கடந்து அனுபவங்கள் வெற்றிக்கு வித்திடும்.

9. எதிலும் பங்கெடுப்பது மிகவும் முக்கியம் மேலெழுந்து வருவதற்கான மேடையாக.

10. நாம் கடப்பது லட்சிய பாதையாகவும் திசை திருப்ப வல்லவை.

11. எங்கிலும் எதிவாகினும் நம்முடைய எண்ணங்கள் மேம்படுதலே இறுதியின் வெற்றி.

15.3. வளரும் பருவநிலை

1. பள்ளி பருவமதில் போட்டிகளில் கலப்பது
   தேடல் பாதைக்கான தெளிவு.

2. உடலின் பயிற்சியாகவும் மனமதனின் இயக்கமதை
   சரிசீராக்கும் பணியாகவும் ஆக்கும்.

3. என்றுமே எவற்றிலும் இயக்க நிலையதனை
   இறுதிவரை பராமரிப்பது கடமை.

4. அவைகள் நமக்காவும் பிறரிடம் உதவிதனை
   நாடாமலிருக்க இயன்றளவு உதவியாகும்.

5. போட்டிகள் என்றுமே வளர் நோக்கமேயன்றி
   பாகுபாடு பார்க்க அன்று.

6. குரலுக்கான வலிமைதனை மேலெடுக்கும்
   நல்லாற்றல்
   வளரும் பாங்கை உணரலாம்.

7. ஒன்றிலே சிறப்பானவைகள் அனைத்தும் அன்று
   தனக்கான சிறப்பு வெளிப்படுத்த.

8. தனக்கான இலட்சிய நோக்கை உணர
   வழிவகை வகுப்பதை காணலாம்.

9. ஒன்றின் மூலமாக மற்றொன்றின் சிறப்பை
   பண்பட்ட பாங்காய் அமைக்கலாம்.

10. உன்னத நிலைக்கான தேர்வு வளரும்
    பருவமதில் தானே வளரும்.

11. நம்மடிதனை முதலடியாய் வைக்க உன்னடியை
    உன்னத உயரடியாக்கி உயர்த்தும்.

15.4. இடம் சார்ந்த போட்டி

1. இடம் சார்ந்த போட்டிகள் அவ்விடமதன்
மக்களின் சிறப்பினை உயர்த்தும்.

2. தனக்கான திறன் காத்தல் மற்றும்
அறிவு ஆக்கம் வளர்த்தல்.

3. புது புது உத்தியும் பழமைதனை
மறவாமல் காப்பது வளரும்.

4. சின்ன சின்ன விளையாட்டில் பெரும்
அங்கமென இல்ல அமைதியாக்கும்.

5. சொல்லும் சொல்லால் பெருமை காண்பதும்
செயலால் பெருமையாவதும் தனித்தனியே.

6. அவணிதனில் அங்கமென பிறப்பெய்தும் நிலையை
ஏற்பது தடம் பதிக்க.

7. எவ்வகை நிலைதனிலும் சொல்வகை புறமாக
அகமதில் தியான பார்வையாக.

8. போட்டியும் விளையாட்டும் திறனுக்கானது
மட்டுமன்றி
மன சோர்வின் முடிவுக்கு.

9. மானுட மட்டுமன்று எவ்வித உயிருக்கும்
வலியுண்டு வாழும் வரை.

10. வலிக்கான ஆரோக்கிய மருந்து விளையாடும்
பலவித உடல் அசைவு.

11. இடம் சார்ந்த விளையாட்டை ஏற்று
உடலுள்ள வலிமை ஏற்றுவோம்.

15.5. வரலாற்று பார்வை

1. தாய் தந்தையின் முயற்சி அவர்களுக்குள்
   ஊற்றானதாக எழும் அனைத்தும்.

2. தானேற்று செய்யாததை அவகாசமென காலமேற்கும்
   தலைமுறைகளிடம் அருவியென கொட்டி.

3. நிலைக்கான விளைவுகள் ஆரம்பம் அவற்றின்
   நிறைவு இடைப்பட்டது முயற்சி.

4. இடையில் வகுப்பது நியமனங்கள் தன்
   தேர்வாக நாமாக எடுப்பது.

5. அதற்கான சில விளைவுகள் சார்ந்த
   நிகழ்வானவை வாழும் வாழ்க்கை.

6. போட்டிகளுக்கான சில கட்டுப்பாட்டு நியமனங்கள்
   திட திறனாக வகுக்க.

7. சில நுணுக்க பார்வையாக முன்னோர்கள்
   கண்ட களமதை வெற்றியாக்குவது.

8. சில பிறப்பின் பார்வை வளர்ச்சிதனில்
   தடம் பதிக்க தூண்டுவது.

9. விடியல் யாவருக்கும் பொது விடியலின்
   எண்ணங்கள் பலவித பரிமாணமாக.

10. ஊரின் பெருமைதனை பெரியதாக எண்ணி
    தாயக வேரதை அறிவது.

11. தாயக சிந்தனையை தரமேற்றி வெற்றியாக
    ஊருக்கு புகழ் சேர்ப்பது.

15.6. கல்வியல்

1. கல்விக்கானதில் பலதரப்பட்ட தகவல்களை சேகரிக்க முடியும் ஒன்றைதாங்கிய தலைப்பில்.

2. கற்கும் அவசியமது அதிகரிக்க, மனோபாவத்தை ஊக்குவிக்கும் ஒன்றான அரங்கமதில்.

3. நாம் இயக்கும் வல்லமை கூற்றை உணர்த்தும் சபையேறி ஆற்றும் உரைதனில்.

4. எதிர்கால வாழ்வதனில் பலதுறை சார்ந்த வல்லுனர் பயிற்சியாகவும் அமையும்.

5. நன்மை சார்ந்த வழிவகை வகுப்பதே நம் தேர்வின் செயலாகும்.

6. எண்ணங்களை வடிவமாக்க துடிக்குமது நாடி நரம்புகள் உள்ளோட்டெழுச்சிதனை எழுப்பி.

7. ஆய்வக போட்டியானது தனிதிறனை தனக்காக உருவாக்க கூடியது வரலாறாக.

8. கண்டுபிடிப்பு பிறப்பிலே வருவதன்று பிறப்பிலிருந்து நாம் எடுக்கும் முயற்சியால்.

9. நாம் அனைவருமே ஏதோவொரு விதமாக ஆய்வக கண்டுபிடிப்பாகவே நகர்கிறோம்.

10. போட்டி போடுவதல்ல போட்டிகள் யாவுமே பலதரப்பட்ட தகவல் அறிவதற்கானதே.

11. அனைவரும் நட்பாக பழகவும் தகவல்கள் பறிமாற்ற களமாகவும் அமையும்.

15.7. சிறுவயதில்

1. சிறுவயதில் எவையாகினும் துரித புரிதல் மனப்பான்மையின் வளர்ச்சி அதிகம்.

2. சிறுவயதில் சிந்தனைகள் ஆறாக ஓடும் ஓய்வும் அவசியம் சிந்திக்க.

3. கலை நுணுக்க வேலைப்பாடுகள் கொண்டதில் சட்டென பதியும் ஆழமாக.

4. படிக்கும் காலமதில் எவையும் ஏற்க மிகும் கல்வி அல்லாதவைகளில்.

5. கல்விதனின் ஆளுமை மிகைபட கலையார்வம் உடன் இருப்பின் அசதியாகாது.

6. படிப்பில் கவன பார்வை மிகுதியாக்க நடைமுறை கலையார்வம் ஏற்பது.

7. கல்வி பாதைதனை பாதிக்கா வண்ணமாவது உன்னத உயர்வு தரும்.

8. அழுத்தமென பெரியவர்கள் அளிக்கா விருப்பமென ஏற்க பாதை அமைக்கலாம்.

9. விரும்பியது ஏற்பின் வளமது நிலைக்கும் அனைத்தையும் சிறப்பானதாக்க வல்ல.

10. நடைமுறையாக எவற்றையும் பழகுதல் பன்முக பார்வை ஏற்று கற்பவையாக்கும்.

11. ஏற்கும் வயதில் ஏற்பது, பயணிக்கும் எப்பாதையையும் எதிர் கொள்ளும்.

15.8. மட்டைபந்து

1. தரணிதனை கட்டி போட்டு அடிபணிய
வைத்த ஒரே விளையாட்டு.

2. சிறுவர் முதல் பெரியவர்கள் வரை
ஈர்க்கும் கண் இமைக்கா.

3. வெற்றி தோல்விதனை கடந்த சிறந்த
ஆட்டமதை தடமேற்ற முயல்வது.

4. ஏற்ற நிலைக்கானது தன்மேல் வைத்த
நம்பிக்கையின் வழி வெற்றியாக்குவது.

5. இறுதியிலும் வெற்றிதனை தரவல்ல விடா
முயற்சிதனை கையாளும் நிதானம்.

6. தலைமுறைகளின் முன்னோடியாக சில நகர்வை
அனுபவ வியூகம் அமைப்பது.

7. சொல்லின் சுவாரசியம் பார்க்கும் ஆர்வமதை
ஏற்று புரிதலுக்கு கொணர்தல்.

8. ஆர்வமாக விளையாட்டானாலும் புது யுத்திகளில்
சிரமமாக திடதிறன் பயில்தல்.

9. எவற்றிலும் பழகும் வழக்கமே ஆற்றலை
ஏற்றும் வெற்றி பாதைக்கு.

10. முன் வைத்த பாதமது பின்னேற்கா
துணிந்து செயலாக்கும் செயலதை.

11. ஆடும் பங்களிப்பு சிறப்பானதாக அமையுமாயின்
வெற்றி தோல்விகளை பாராது.

15.9. கூடைபந்து & கால்பந்து

கூடைபந்து

1. கல்வி கற்கும் விளையாட்டு மைதானமதன்
   முக்கிய விளையாட்டாக பார்ப்பது.

2. அனைவரும் முயற்சியுடன் முனைந்து விளையாட
   முற்படும் ஆனந்த ஆர்வமது.

3. கூடையில் விழும் முயற்சி பலமுறை
   பயில்வது வளரும் தன்னுயரமென.

4. சிறு வயதினருக்கும் வீட்டிலே கூடைபந்து
   பழகுவது நோக்கமதை உணர்த்த.

5. ஆடுவது எவையும் உடலாரோக்கிய மட்டுமன்றி
   மனமதற்கு இலக்கடைய எண்ணமேற்ற.

கால்பந்து

6. காலால் தட்டினாலும் தன் அணியாக
   தடம் பார்க்கும் உத்தி.

7. கண்ணும் காலும் நோக்குமிங்கு ஒருசேர
   ஆட்டமதை வெற்றி பாதையாக்க.

8. நோக்கமதை கூர்மையாக்கி பதமேற்றால்
   தடமேற்கும்
   பாதமதை வெற்றிக்கு வழியாக்கும்.

9. இலக்கு ஒன்றே குறிக்கோள் ஏற்றினால்
   பொருட்டாகா இடையின்ப துன்பம்.

10. காலும் கண்ணும் களமதை கண்ட
    கணம் காணாது காட்சிகளை.

11. வாழ்வின் இலக்கை இலகுவாக்க வாழ்க்கை
    களமதில் காணா காட்சிகளை.

15.10. சதுரங்கம்

1. புத்தி கூர்மைக்கு சுலபமாக தோன்றும்
சிந்தனை துளி பெருக.

2. உள்ளரங்க விளையாட்டாக யோசிக்கும் திறனாக
சிறந்த சிந்தனைகளை செதுக்க.

3. வீணான மன குழப்ப நேரமதில்
சிந்திக்க சுய முடிவாக.

4. கால அவகாசமதில் நம் இலக்கை
அடைய இலட்சிய வழியாக.

5. மற்ற துணைகள் அனைத்தும் இழப்பினும்
வெல்ல வாய்ப்பின் முனைப்பாக.

6. தோல்விகள் எவற்றிலும் நிமிர்ந்து நடை
பயில சரியாத மனமாக.

7. எண்ணுவதற்கு ஏடெடுக்கா எழுதுவதற்கு
கோலெடுக்கா
ஏற்றமதில் உறைவிடமது கண்டாயே.

8. என்றும் ஆர்வமானது பிறர் திணிக்கா
ஊற்றான நிலையாக்கல் நன்று.

9. ஒளியானது ஒன்றே உத்வேகமது விளையாடும்
போது ஏற்றபடும் தீபமென.

10. இயங்கும் உடலியக்கம் மற்றயாவற்றிலும்
சதுரங்கமதில்
அறிவாற்றலின் பங்கு மட்டுமே.

11. பங்களிப்பை பகிரும் ஆற்றலுக்கு சிந்தனை
எண்ணோட்டமே தூண் ஆகும்.

15.11. பளுதூக்கல்

1. ஏற்பதில் எவ்வித போட்டிகளும் சுலபமும்
அன்று கடினமும் அன்று.

2. விரும்பும் நபர்களின் ஆர்வமதை தாங்கியதே
எவையும் இறுதியின் நோக்குணர்ந்து.

3. முடியும் என்றான முடிவில் மன
வல்லமை கூடின் முடியும்.

4. பாதைகளையும் பக்குவங்களையும் வகுத்து வழங்க
பளுவை வலுவாக்குவது மனம்.

5. மனமதற்கு இசைதலில் பளுவானது இலகுவாக்க
சிறுக சிறுக பழகும்.

6. பழகும் பக்குவ நிலையேற்றுவது மனதியான
முயற்சியின் முயலும் உன்னதம்.

7. ஏற்புடைய தாக்க எவையும் வற்புறுத்தலில்
வெற்றி வாகை சூடாது.

8. தனக்கான வல்லமையாக தானேற்கும் பாத்திரமாக
மாறி தன் தடமேற்றும்.

9. மனமாக ஏற்பது இனமாக வேற்றுமை
காணாது எண்ணமே ஏற்றம்.

10. வாழ்வின் நிலையும் இவ்வகையானது மனபாரமது
எண்ணமேற்றும் ஏற்கும் நிலையாக.

11. பாரமது பாரமாகா பார்வையாக பார்க்கும்
பளுதூக்கும் பளுவை பாரமாக்கா.

15.12. ஸ்கிப்பிங்

1. மறையும் மறந்த தொடர முடியாத
   தேடா கிடைத்த ஆரோக்கியம்.

2. பல வகை கண்ட முறையாக
   போட்டி போட அசரா.

3. விளையாடும் தருணமதில் சலிக்கா எவ்வயதிலும்
   ஆர்வமதை முன்னெடுக்கும் முயற்சி.

4. உள்ளூர் விளையாட்டாக ஆரம்பித்தாலும் உடல்
   வலிமைக்கான அங்கங்களின் இருக்கமதற்கு.

5. எவற்றிலும் போட்டியின் நோக்கமது இருப்பின்
   வகைகள் வலுபெற்று ஆர்வமாக்கும்.

6. சிறு வயதில் இவற்றை விளையாட்டில்
   பழக போட்டிகளாக ஆர்வமெடுக்கும்.

7. செலவில்லா விளையாட்டில் உடல் ஆரோக்கிய
   நிதர்சனம் நிலைபாடு காணும்.

8. சின்ன சின்ன விஷயமதில் விலைமதிப்பற்ற
   ஆரோக்கிய வாழ்வு அடங்கும்.

9. இடமதற்கு வசதியில்லா சூழலால் விரும்புவது
   தொடர வாய்ப்பில்லா நிலை.

10. அதற்கான பொது அரங்க அமைப்பாக
    இவைகளும் மாறும் சூழல்.

11. தொடருவோம் ஆரோக்கிய அங்கமென இருக்கும்
    யாவையும் முடியுமளவு இடமேற்று.

16 - ஊர்கள்

16.1. பயணம்

1. பண்பட்ட இயல்பு, கணங்களின் அம்ச
   சீரமைப்பாக மாறுவது பயணத்தால்.

2. பயணப்படுதல் வரலாற்று உண்மை தெளிவை
   உரக்க சொல்லுமோர் ஆற்றல்.

3. பாங்காய் பண்பாய் பக்குவமாய் அனைத்தையும்
   பகிரும் தன்மை மேம்படுத்தும்.

4. பயணப்படும் சமையமதனில் புரிதலின்
   நிலைதன்மை
   அதிகரிக்கும் மற்றவர்களை அறிதலால்.

5. குணமதை ஏற்கும் மானுடம், மனமது
   ஆராய்ந்து உரைத்த நற்செயலதை.

6. குணம் கொள்வது கொள்கையை மனம்
   ஏற்பது அறிவாய்ந்த ஆராய்ச்சிதனை.

7. வெள்ளோட்ட பார்வையின் ஆழமும், பயண
   மார்க்க தொடரும் அதிகரிக்கும்.

8. பயணப்படும் மார்க்கமதில் வறண்ட நிலப்பகுதி
   அல்லாது பாலைவனமும் உண்டு.

9. பாலைவனப்பகுதி பரவி சிலபல இடங்களில்
   விகிதாசார முறைதனில் காணலாம்.

10. ஊர்களில் ரசிக்கும் உன்னத நிலைப்பாட்டில்
    இதுவும் நேரமதில் ஆனந்தமாகும்.

11. நாம் வாழும் இடமது அனைத்தையும்
    சார்ந்த சூழல் நிறைந்ததே.

16.2. ஊர்களின் சிறப்பு

1. ஊர்களின் சிறப்பு தன்மையது அம்மண்ணின் அனைத்து நிலைகளின் வெளிப்பாடு.

2. உணவின் தேவைக்கு மண்ணின் வளம் கண்டு உபரியாக விளையும்.

3. கலை வடிவ வல்லுனர்கள் நிறைந்த இடமதில் சிற்பங்கள் பொலிவுரும்.

4. கட்டிடம் கட்டுவோர் வேலையதை சிறப்பாக செய்யும் கட்டிட வல்லுனர்கள்.

5. துணிகளின் சிறப்பு தன்மையதை பல்வேறு கோணங்களில் சிறப்பியல்பு பூர்வீகமாக.

6. கோவில்களினால் தனித் தன்மை பெற்று ஆன்மீக அறிவிற்கு ஊன்றுகோலாய்.

7. மணம் கமழ பூக்கும் பூக்களின் வெவ்வேறு வகை ரகங்கள்.

8. பேசும் வல்லமை தாங்கி படைப்புகளினால் அவணிதனில் அற்புதம் வழங்குவது.

9. கனிவாக பேசுவதும் அன்புடன் உபசரிப்பதும் மற்றவர்கள் கவனித்து ஏற்குமளவிற்கு.

10. பாலைவன பகுதியும் சிறப்புகளை தன்னகம் தாங்கி சிலபசுமைகளையும் தாங்கியது.

11. சிறப்பானவை எல்லா இடமும் ஏற்புடையதாயுள்ள வண்ணமும் எண்ணமாய் சேர்க்கும்.

16.3. ஊர்களின் முக்கியம்

1. நம் அனைவரின் இதயதுடிப்பின் ஆரம்பம்
எங்கும் உன்னத உயர்வானது.

2. ஆடைகளின் பாரம்பரிய நேர்த்தி வண்ணமதை
கவர்ந்து பின்பற்றும் தன்மை.

3. எந்த இடமாகினும் ஏதோவொரு நிலைதனில்
அனைவருக்கும் பயனுள்ள மார்க்கமே.

4. நம் வாழ்வை சிறப்பிக்கும் நிலையில்
சில இடங்களை மனமேற்கும்.

5. நம் வியாபார வளர்ச்சிக்கானதாகவும் அதன்
அடிப்படையில் நாம் வாழ்வோம்.

6. நம் கல்விதனின் மேம்பாட்டு சிறப்பை
தருவதற்கு ஏற்றவகையில் தேர்வாகும்.

7. சில கலாச்சார பண்பை கொண்டு
செல்லும் பாங்கை உணரலாம்.

8. சிலவற்றின் மூலகூறுகள் புதைந்து தரவல்ல
ஆற்றலை பெற்றிருப்பது தனித்தன்மை.

9. நம் பாரம்பரிய உணவின் பயன்பாட்டு
சுவைக்கான பரவலாக எங்கும்.

10. இறையாற்றலை பறைசாற்றும் காலமதை கடந்து
கொண்டாடும் விழாகோலம் ஏற்று.

11. அனைவரையும் அனைத்தையும் உணரும்
பாங்குதனை
உருவாக்குவது இறைத்தன்மையின் மேன்மை.

16.4. பெயர் காரணம்

1. எவருக்கும் எவ்விடமும் ஏற்றமே எனினும்
எண்ணமதன் ஏற்றங்கள் ஏற்புடையது.

2. செயலாக்க செயலதை செலுத்தும் செயலாக
சில சிறப்புகளை சின்னமென.

3. நாம் இருக்கும் இடமதன் சிறப்பை
நம் திறனால் வளர்க்க.

4. நாம் வளர்க்கும் சில மேன்மைகளால்
இடமது பொலிவு காணும்.

5. தலைமுறைகள் தாங்கி பிடிக்கவும் பன்னாட்டவர்
காணும் இடமென ஏற்கும்.

6. சாதிக்க சாதனைகள் உனக்குள் இருக்கும்
எண்ணமதை வண்ணமாக காண.

7. எண்ணங்களின் வேகமே, இடமதை நம்மோடு
நாம் பிறந்த நோக்குணர்த்தும்.

8. விவேக வேகம் எண்ணமதன் ஊற்று
வழங்கும் வஞ்சனை இல்லா.

9. புலனது சில நேரமதில் இடமாற்றமதில்
திறனேற்றி சிறப்பினை நல்கும்.

10. பெயர்ந்தது புலனாலும் இடமதன் மேன்மைதனை
தாங்கி வல்லமை பெறும்.

11. காணும் காட்சியில் இயற்கை அங்கங்கள்
ஓங்கி வளர்ந்து பொலிவடையும்.

16.5. உணவு முறைகள்

1. சில இடமதன் சிறப்பியல்பின் தன்மைகள்
விளை மண் சிறப்பாக்கும்.

2. உணவு முறைதனின் வகைப்பாடும் அவற்றை
சார்ந்த ஆரோக்கிய வாழ்வாக.

3. எல்லா இடமதிலும் ஏதோவொரு சிறப்பியல்பு
சார்ந்ததே இயற்கையின் சிறப்பாக.

4. எண்ணங்களை வகுக்க வகையானது நாம்
எதை நோக்கிய பயணமென.

5. நம்முடைய உடல் இயக்கமது பிறந்த
இடமதன் தன்மைகளை தழுவியது.

6. மண் சார்ந்த வளமதை விண்
சார்ந்த விளைவாக ஏற்றது.

7. மண்னதன் உரமென சீதோஷண நிலையதை
தாங்கி விளைச்சலை ஏற்கும்.

8. மண் கண்ட விளைச்சல் புவி
கண்ட ஜீவனுக்கு உடையது.

9. தாங்கிய மண் கண்ட விளைச்சலில்
மண் மணமதை தாங்கும்.

10. தனக்கான தேவைகளை தானுணர்ந்து ஏற்கும்
உணவின் சிறப்பாக அமையும்.

11. அவணி எங்கும் மண்னிடமென காணும்
விளைவை பகிரும் பாங்கு.

16.6. வாழ்வின் நோக்கம்

1. நாம் மேற்கொள்ளும் பயணமதில் துவங்கும் சில நேரங்களின் புரிதல்கள்.

2. ஊர்களுக்கான சிறப்பியல்புகளால் நம் எண்ணமதை புதுபித்து மாற்றங்களை காணும்.

3. மாற்றங்கள் நம் வாழ்வதன் நோக்க நகர்வின் அம்சமாக அமைக்கும்.

4. வியாதிகளின் குணமாகா இருக்கும் இயல்பு சூழல்கள், மங்கும் மாற்றமதில்.

5. பலவாறான தேடல்களும் தேவைகளும் எங்கு எதற்கு என்பதின் விடையாக.

6. வியாபார வித்துக்கு அடிகோலாகவும் சூத்திர கண்டுபிடிப்பின் பயனீட்டு அளவாகும்.

7. உந்துதலாக அமையும் பயணம் காண்பது வாழ்வின் முன்னேற்ற பாதை.

8. வாழ்வின் விடியலுக்காக நாம் முடிவாக நம்மை தயாராக்கும் பயணம்.

9. பயணம் வரையறுக்காத நோக்கமாகும் சிலமுறை எதற்கான உந்துதல் என்பதை கடந்து.

10. பாதைகள் சீராக அமைப்பதே சுதந்திர உல்லாச பயணமதை ஆனந்தமாக்க.

11. வாழ்க்கை பயணமும் ஒன்றை தாங்கிய நோக்கமாக உல்லாச பயணம்.

16.7. அடிப்படை யதார்த்த தேவை

1. சில இடங்களில் அனைத்தும் மேன்மையாக வாழ்வின் யதார்த்தம் தேவையாகும்.

2. எண்ணங்கள் வண்ணமயமாகி சூழல்கள் மாற்றமதை காணும் அடிப்படை மேன்மை கண்டு.

3. மனமதன் இயக்கங்கள் பன்முக பார்வை நோக்கை தாங்கி வளரும்.

4. எவ்விடமதிலும் அடிப்படை சார்ந்த யதார்த்தங்களை தாங்கிய வாழ்விடம் மேன்மையாகும்.

5. அனைத்தின் யதார்த்தம் பூர்த்தியாக மனமது மகிழ நிறைவான இடமாகும்.

6. கலை நுணுக்க அரங்க விளையாட்டு சாதாரண பாங்காய் மிளிரும்.

7. உரிமையுடன் வெளிப்படுத்தும் பயனாக தலைமுறைக்கு நம் உள்ளாழ்ந்த உணர்வை.

8. வாழ்வின் சோம்பி முடங்க விடாமல் செய்வதே சிலநேர பயணம்.

9. அனைத்தும் அடைந்த நேரமாக சிலநேர வாழ்வின் நேரமதில் தளர்வாகாமல்.

10. பயணமதற்கு காரணம் அவசியமன்று அறிதலின் புரிதல் அவசியம் வாய்ப்பில்.

11. சுகமான பயணமோ அறிதலுக்கான பயணமோ மனமதற்கு இசைதல் அவசியம்.

16.8. வசதிகள்

1. ஆன்மீக பயண மார்க்கம் சில
நேரம் கூடுதல் வலுவாக்கும்.

2. உல்லாச பயணமாக செல்லும் நேரம்
கற்பனை தன்மை மிளிரும்.

3. வசதிகள் மனமதன் சூழல் கொண்டு
ஏற்பது எவ்விடமானாலும் ரசிக்க.

4. வாய்ப்புகளை வசதிகளாக பார்க்க வியப்புகள்
முழு விளக்கமதை கொடுக்கும்.

5. வாழ்வில் பயணமேற்பது பணி நிமித்தமானால்
பாரமில்லா மனமாகும் குளிர.

6. ஓய்வில் பயணிக்கும் பயணமதில் பல
நிகழ்வுகளின் அர்த்தம் விளங்கும்.

7. வசதிகளை தேவை பொருட்டு பெருக்க
பயணமதில் ஏற்புடைய சுகமாகும்.

8. தேவைக்கான வசதிகளை பயண நேரமதில்
நிதர்சன வாழ்வில் அமையும்.

9. நாம் ஏற்கும் அறமானது விடியலாக
வாழ்வின் தேடாமல் அமைக்கும்.

10. வசதிக்கானதாக இல்லாமல் விடியலுக்கான
பொருளாக
பயண மார்க்கமதை கடக்கவும்.

11. அவசியமின்றி எவ்வணுவும் எவ்விடமும் அசையாது
அன்பான பயணம் வசதியானது.

16.9. மக்களின் வளர்ச்சி

1. உன்னத மேம்பாடாக வழக்கங்களின் புரிதல்களால்
   பழக்க நிலை காணலாம்.

2. ஊர்களின் ஒரு நிலைதனை சார்ந்த
   வல்லமை மக்களின் மனவளர்ச்சி.

3. சில இடமதற்கும் வல்லமைதனை வலுவேற்றும்
   மக்களின் பணிகளில் இலகுவாக.

4. அவ்விடமதற்கு ஏற்ற நிலையில் தேடுதலின்
   தேவைகளை பூர்த்தியாக்கும் விதமேற்று.

5. எல்லோருக்கும் வாழ்வின் பயணமதை
   சுவாரஸ்யமாக்க
   நிறைவதில் விகிதாசாரமாக குறையிருக்கும்.

6. மறைபொருள் மார்க்கமதில் மகிமைதனை அறிய
   மறைபொருள் ஆற்றும் மகிமை.

7. மகிமைதனின் மகிமையே மாற்றங்களின் வேராக
   பசுமைதனை வழங்க வல்லது.

8. மக்களின் சிந்தனை துளிகள் விரிவடைய
   ஏற்ற நேரமதில் பயணிப்பது.

9. நேரமது வகுக்காது முயற்சியான பயணமதில்
   வளர்ச்சி ஏற்படுவது உகந்ததாக.

10. வாக்குகளும் வாழ்வின் எண்ணமும் வழிந்தோடுவது
    வளர்ச்சிக்கான விடியலை நோக்கி.

11. உன்னத பயணமாக வாழ்வோம் ஏற்போம்
    உல்லாச பயணமாக வாழ்வை.

16.10. உன்னத மேம்பாடு

1. சிலருக்கு பயணம் ஏற்பது உன்னத
வியாபார உத்தி அறிய.

2. பல சூழலாக கல்வியின் தரமாக
பயில்வதற்கு உன்னத தேடல்.

3. ஒன்றான ஜீவ ஒளி நோக்கம்
பல விளக்க விடியல்.

4. சமைப்பதின் சுவைதனை ஏற்பது
பல்வேறு வகையாக மாறுபடும்.

5. மேம்பாடு எதில் என்பதன் விடியல்
தனித்தனி உன்னத தன்மை.

6. நமக்கான உன்னதம் நம் மனமதற்கே
வெளிச்சம் அறிதல் சிறப்பு.

7. அனைத்தும், இருக்கும் ஏதோ ஒன்றின்
மேம்பாடை புரிய உந்தும்.

8. பயணங்களில் ஏற்படும் அமைதியும் மாற்றமும்
உந்துதலின் செயலாக விளங்கும்.

9. எவற்றையும் மிகைபடுத்தியோ குறைத்தோ
நோக்காமல்
அவற்றின் தன்மையாக பார்க்கலாம்.

10. காரணமின்றி காரியங்களும் காரணமேற்கும்
காரியமும்
வீரிய வெளிச்ச விடியலுக்கே.

11. வாழ்வின் இயல்பான நிலைதனை ஏற்போம்
பயணமது உன்னத மேம்பாடாகும்.

16.11. உதவி

1. வாழ்க்கை ஒரு சுழற்சியே ஆரம்ப
நிலைதனை கடந்து வட்டமாக்கும்.

2. உதவியவர்களுக்கு நன்றியுரைதாங்கி கடமைதனை
ஆற்ற
சுழன்று கொண்டே இருக்கும்.

3. திரையாக பலவற்றின் சூழல்கள் விளங்கா
அடர் வன காட்சியாக.

4. செழுமை சூழும் இயற்கை வண்ண
பசுமை காணும் வாழ்வாதாரம்.

5. பசுமைதாங்கி செழுமைக்கு அடிகோலும் வித்தினை
பயன்பாட்டு பாங்காக உதிர்க்கும்.

6. சுயநலமான பொதுநல மேடைகண்டு புத்துணர்ச்சி
மிளிரும் தானேந்தும் பாத்திரமாக.

7. அனைத்தும் உயர்நிலைதனை அடைய தனக்கான
இயன்ற பங்குதனை ஆற்றும்.

8. எண்ணில் அடங்கா வண்ணமாக விண்ணளவு
ஜொலிக்க தனக்கான விடியலாக்கும்.

9. மானுட இயல்பு மற்றவருக்கு தன்னால்
நயம்பட நல்கும் பாங்கானது.

10. ஊக்கமான உதவிகளால் மகிழ்விப்பது கண்டங்கள்
தாண்டி பயணம் ஏற்பவர்களுக்கு.

11. நடை பயணமாக விழிப்பு நிலைக்கானதை
சிந்திக்க பரப்பி தெளிவாக்கும்.

16.12. பயண பண்பு

1. குணம் காணும் பணியேற்கும் மனமதற்கு
மகிழ்வை தந்து மகிழ்விக்க.

2. மகிழ்வான தருணமதில் புகட்டும் உரையதனிலும்
மனமதன் விழிப்பு பணியாற்றும்.

3. மயக்கத்திலும் மாயையை உணரும் தன்மையை
அடையும் தருணமே மனதானது.

4. ஆறுதலை வழங்க நாடுவோரிடமும், கடந்த
நிலைதனை நாடென்றுரைக்கும் மனம்.

5. கடந்த மனமது தன் ஆறுதலுக்கு நாடாமல்
நற்பணி நல்க பணியாற்றும்.

6. நற்பணிதனை துவங்கியபின் இனமொழி காணா
பணியாற்றும் வீருநடை பயின்று.

7. அவணியோருக்கு ஆற்றும் பணியே ஆண்டவனுக்கு
ஆற்றும் பணியாக மறையாற்றும்.

8. மறைபொருள் உணர் உன் பொருள்
விளங்கும் எப்பணி ஏற்பதென்று.

9. பணி தொடர வழிதனில் இடையூறு
காணின் ஏற்று வழிகாண்.

10. வழிகண்டு கேள்விதனின் விடை கொடுக்க
அளிக்குமது கைகோர்த்து துணையாக.

11. துணையேற்பது மதிப்பை பறைசாற்றும் பணிக்கான
வழியாக நடை பயணமெடு.

17 - நாகரிகம் & நவீன கட்டுமானம்

17.1. ஆரம்பம்

1. காலமாற்றமதை ஏற்படுத்த காரணமாக இருப்பது என்றுமே எங்கும் ஏற்புடையது.

2. கண்டுபிடிப்பின் ஆர்வம் பயன்பாட்டின் இலகு தன்மை அனைவரின் ஈர்ப்பானது.

3. காலநேரமதை சேமித்து மாற்றமதை ரசனையோடு பொலிவுக்கு புத்துணர்ச்சி அளிக்கும்.

4. காலமாற்றத்தின் வல்லமை தாங்கி வலுவேற்றி நிலைத்து நிற்பது நீடிக்கும்.

5. அனைவருக்கும் ஏற்ற நாகரிக பரிமாணமது சிறிய இடமதிலும் யாவருக்கும்.

6. பொருளாதார வசதி சார்ந்த நாகரிக தன்மையென யாவருக்கும் அமைத்தல்.

7. நாகரிக தன்மையது நம்முடலுடன் ஒன்றி ஆரோக்கிய சூழலை உருவாக்குவது.

8. பழமைக்கான அடையாளமது நாகரிக வளர்ச்சி கண்டதே புதுமைகளுக்கு வேராக.

9. புதுமைகளும் பழமை விழுதினில் வேர் கண்டு புத்துணர்ச்சிக்கு வித்திடும்.

10. புதுமை ஆதிக்க நிலைதனில் சாதிக்க வல்லமைதனை தாங்கும் ஆற்றல்.

11. புதுமைகள் என்றுமே பூத்து குலுங்கும் மலரென பொக்கிஷ மார்க்கம்.

17.2. வகைகள்

1. நாகரிகம் என்பதும் இடம் சார்ந்த
இடமதன் மாற்றம் காணும்.

2. மாற்றம் காணும் வகைகள் பண்பட்டு
இடமேற்ப பாங்கென ஏற்படும்.

3. நம் ஆரோக்கிய சூழலையும் ஒருமித்த
கருத்து ஆய்வதால் வழக்கமாகும்.

4. வழக்கமானது பழக்கமானாலும் வகை வழி
மாற்றமதை காணும் தலைமுறைக்காக.

5. ஒன்றானது ஒன்றில் ஒன்றும் ஒன்றாக
ஒன்றின் ஒன்றிய ஒன்று.

6. வகைதனின் மாற்றமாகும் யாவும் மனமதனின்
நிறைவான நிறைவிற்கானதே மகிழ.

7. எண்ண வண்ண வகைகளாக மாறுவது
ஒவ்வொருவருடைய தனி சிந்தனையே.

8. மாற்றம் காணும் அனைத்தும் தனித்தன்மைக்காக
வடிவம் கொள்ள வகைகளாக.

9. தொகுப்பென வெள்ளி, தங்கம், வைரமென
இன்னும் பலவகைகள் பணமதற்கேற்ப.

10. கட்டுமான தொழிட்நுட்ப வேலைப்பாடின் பிரமாண்ட
கலைநயம் பொருந்திய ஈர்ப்புடன்.

11. திறன் மேம்பாடாக வகைகளை பிரமிப்பாக்கி
வழங்குவதே நிறைவாக மனமதற்கு.

17.3. அன்றாட பணி

1. நித்தம் பணிதனின் அடிபடை அனைத்திலும் பொருந்தி இருப்பதை உணரலாம்.

2. கட்டுமானங்களை நாகரிக பணியாக பார்ப்பதே நம் தேவைகளின் வளர்வே.

3. வாழ்வதனில் பயணமென்பது அனுபவ வழிகளை கடந்து போகும் இடமேற்பது.

4. நாம் கடக்கும் மார்கமதனில் நாம் ஏற்கும் சிலவகைகள் மனமதற்கு பொருந்தும்.

5. வளர்ச்சி என்றானது ஆரோக்கிய நிலைதனை சார்ந்து நாகரீக முறையேற்பது.

6. பணவரவுகளை கடந்த பணியாக பொறியாளர்கள் பார்ப்பது பயனீட்டாளர்களின் மனோநிலையை.

7. அன்றாட பணிகளின் சுமைகளை நாம் ஓய்வாகா நாடுவது இல்லமதிலேயே.

8. இல்லமதன் ஆரோக்கிய சுவாசம் கட்டுமான திறனை சார்ந்தே அமைகிறது.

9. உள்ள தூய்மையும் எண்ணமதன் தூய்மையும் காண்பது இல்லமதன் நிறைவினிலே.

10. வளமிக்க வாழ்வை அன்றாட சுதந்திர சுவாச எழுச்சியுடன் வாழ்வோம்.

11. இல்லமாகினும், பணியிடமாகினும் திடமதன் நிலையே
திறமதன் நிலையென காண்போம்.

17.4. நாட்டின் வளர்ச்சி

1. நாட்டின் வளர்ச்சிக்கு நாகரீக மாண்பும்
ஒருவித அடிகோலாக அமையும்.

2. பேசும் உன்னத விதமதை செயலாக்கமதற்கு
தூண்டுதலாக ஊக்கமளித்து உயர்விக்கும்.

3. நாட்டின் வளர்வான ஒரு பகுதி
சுதந்திர நெரிசலற்ற பயணம்.

4. நவீன கட்டுமான தொழில்நுட்பமது வலுசேர்க்கும்
பாலங்களின் அமைப்பை உருவாக்குவதில்.

5. கட்டமைக்கும் முறைதனில் ஈர்ப்பாக நவீன
பண்பட்ட வேலைகளின் நேர்த்தி.

6. துரித வேலைப்பாடில் மக்களின் அன்றாட
பணிதனை பாதிக்காத நேர்த்தி.

7. நாட்டின் வளர்ச்சியின் அம்சமாக பெரும்
பங்கை வகிக்கும் உச்சம்.

8. பயணமதற்கு துரித நேரமாகவும், நெரிசலற்ற
சுதந்திர பயணமாகவும், மனநிறைவாகவும்.

9. எவ்விடமாகினும் வியாபார துரித முன்னேற்றம்
காணும் பார்வைதனை முன்னிருத்தியது.

10. வேக பார்வையாக அல்லாமல் ஈர்ப்பின்
அம்சமதை அங்கமாக்கிய அழகு.

11. அனைத்து இடமதின் புது கட்டின
அமைப்பு உச்சமதின் உச்சமாக.

17.5. காரணம்

1. அனைவரின் புதுமை வருகைக்கே நாகரீக தேவையின் முக்கிய அம்சம்.

2. படைப்பில் எல்லோரிடமும் ஒருவித படைப்பு திறன் புதைந்து இருக்கும்.

3. மக்கள் பெருகும் இடமதில் அனைத்தும் அனைவருக்கும் வழங்கும் நோக்கம்.

4. மக்களின் மனநிறைவும் அவர்களின் பொருளாதார அடிப்படை சார்ந்து வழங்கல்.

5. புதுமைகளின் தேவைகள் ஆடம்பர நோக்கை நீக்கி காணும் பக்குவம்.

6. காலமாற்றங்களில் சில பழமைகளுக்கு புதுபொலிவு காணும் பொருட்களின் மாற்றங்கள்.

7. பாதுகாப்பு அவசியம் சில நுணுக்க தேவைகள் நவீன கட்டமைப்பில்.

8. பயனாகும் எவையாகினும் இன்றைய தேவையின் பொலிவு நாளைய பழமையே.

9. புதுமைகள் காண்பது பழமையை நீக்கவன்று பொலிவின் அம்சமான பழமையே.

10. சேர்ப்பதும், நீக்குவதும் பயனாக்க பொருளுக்கன்று மனநிறைவு காணும் எண்ணங்களுக்கே.

11. எண்ணங்களே மாற்றமதில் பொலிவாக மனநிறைவினை
கண்டு படைப்பை படைக்கிறது.

17.6. அடிப்படை

1. உருவாக்க, செயலானதை செயலாற்ற இருப்பிட வடிவமைப்பானதொரு பாதுகாப்பு கட்டமைப்பு.

2. நம் வாழ்வாதார அன்றாட மகிழ்வினை தரக்கூடிய வகைகளின் ஒன்று.

3. வளர்வு வல்லமையாக, இருப்பிடமோ மற்றவையோ ஒரு கட்டமைப்பு அவசியம்.

4. வேலை வாய்ப்பின் பல்நோக்கு வேலைப்பாடுகளால் அனைவருக்கும் எளிதான ஒன்று.

5. மரபுகள் சார்ந்த வரலாற்றின் புரிதல்களை நவீன கட்டமைப்பில் உணர்த்தலாம்.

6. பாரம்பரிய வல்லுனர்களின் திறன்களை ஆராய்ந்து அறிய உதவி புரியும்.

7. பல்லாயிர வருடங்களுக்கு முன் வாழ்ந்தவர்களின் எண்ணங்களை வெளிபடுத்த முடியும்.

8. பழமையின் திறனான நல்லவைகள் ஏதோவொரு வகையில் வழிவழியாக வரும்.

9. பாரம்பரியம் தலைமுறைகளுக்கு பாதுகாத்து வழங்க ஏற்றதொரு மார்க்கமாக அமையும்.

10. வாழும் காலமதில் கற்பவைகளை அதிகபடுத்த கற்பதற்கு ஆர்வமதை ஏற்படுத்தும்.

11. உணர்வது ஒன்றாலும் உணர்த்துவது பன்மடங்காக பாரினில் பன்முக தன்மையாகும்.

17.7. நோக்கம்

1. நோக்கம் விளங்கின் ஆக்கம் தெளிவாக
அமையும் நிதர்சனமான நிதர்சனம்.

2. நேர்மறையான எண்ணம் எல்லாவற்றிக்கும்
நிறைவான
தீர்வினை அளிக்கும் மார்க்கம்.

3. நவீன கட்டுமானம் இதற்கானதொரு மாற்று
சூழலை ஏற்படுத்தும் கட்டமைப்பு.

4. எவ்விட அமைப்பு எவ்வித மன
அமைதி ஏற்படுத்தும் என.

5. அலுவலக சூழல்களின் பசுமை கலந்த
வடிவமைப்பின் தோற்ற பொலிவு.

6. கிடங்கின் காற்றோட்ட வசதிக்கான அமைப்பின்
மாற்று நிலை கவனம்.

7. வீட்டில் சூரிய வெளிச்சமும் தென்றல்
காற்றோட்ட வரவின் பாங்கும்.

8. ஆரோக்கிய வலுவை கூட்டும் மருத்துவ
கட்டிட கட்டமைப்பு வளாகம்.

9. திறனேற்றும் கல்வி நிலையங்களின் உள்வெளி
காற்றோட்ட கட்டமைப்பு தோற்றம்.

10. ஆலயங்களின் தளமானவைகளின் உயரமதை ஏற்ற
வலுவாக்கும் வருவோர்களின் ஆரோக்கியம்.

11. இயற்கையின் வண்ண எண்ணங்களை ரசிக்கும்
பூங்காக்களின் வடிவமைப்பு அழகு.

17.8. தேவை

1. சிறிய இடமாகினும் பெரிய வளாகமாகினும்
காற்றோட்டம் வாழ்வின் மேம்பாடு.

2. பல்நோக்கு பார்வையதை உள்கட்ட வடிவமாக
தலைமுறைகளின் வெளிபடும் திறன்.

3. வளரும் கல்வியியல் புதுமைகளை அவர்கள்
சுய எண்ண கலவையாக்கல்.

4. தன்னாக்க திறனதில் பல நுணுக்க
ஆய்வக தேடலாக விளங்கும்.

5. என்றும் தேவைகளின் வரவுகள் தட்டுபாட்டுடனே
இருக்கும் புதுமார்க்க தேடலில்.

6. அவர்களுக்கான சின்ன சின்ன வரவுகளும்
ஏற்புடயதே எளிமையை வலுவாக்குவதில்.

7. அனைவருக்குமான உடல் ஆரோக்கியம் அளிக்கும்
உணவருந்தும் இடமதன் நவீனம்.

8. நிறுவனங்களின் நவீன இதமான ஆரோக்கிய
கட்டமைப்பு காற்றோட்டமதை உணரலாம்.

9. அனைவரின் எண்ணங்களில், புதுமைகள்
படைப்பதில்
ஏற்படுத்தும் ஆர்வம் வளர்வாழ்வாகிறது.

10. அனைத்தும் அனைவருக்கு ஆன நிலையானதாகவே
கட்டமைப்பின் வடிவமைப்பு நவீனமயமாகின்றன.

11. புது வரவுகளும் வடிவங்களும் பழமையின்
பாங்குடனே வலமதை காண்கிறது.

17.9. அமைப்பு

1. சாஸ்திர வல்லுனர்களின் ஆலோசனையில் வாஸ்து அமைப்பும் நவீன மயமாக்கப்படுகிறது.

2. சின்ன சின்ன கட்டமைப்பில் அனைத்தின் தேடலும் நிறைவை அளிக்கிறது.

3. பழமைகளின் பெருமையை உணர்த்தும் சின்ன சின்ன குடில்களான அமைப்பு.

4. நாம் புதுமையை நாடி சென்றாலும் பழமைதனை மறப்பவர்கள் அல்ல.

5. பழமையின் பெருமைதனை நவீன நாகரீக அமைப்பால் மனநிறைவு காண்கிறோம்.

6. பொறியியல் வல்லமையாகும் நடு விண்வாசல் கொண்டு அமைக்கும் அழகு.

7. நடு விண்வாசல் அமைப்பினால் காற்றோட்ட வசதியுடன் பணிபாரமதில் சொர்க்கமாகும்.

8. சின்ன சின்ன இடமேற்ப புதுமைகளை அவற்றை சார்ந்து அமைப்பது.

9. தன் திறனாக படிக்கும் காலமதில் ஏற்றும் கற்பனை வளம்.

10. என்றுமே திறனை திடமாக எதில் அமைப்பினும் பலன் திறனுக்கே.

11. திறனை திறம்பட அமைப்பின் வளம் காத்து திடமாக்கும் வல்லமையாக.

17.10. வடிவமைப்பு

1. நம் ஆரோக்கியம் நம் இல்லமே,
சார்ந்தது வடிவமைப்பு முழுமை.

2. இல்லமதில் தொடங்கும் வல்லமைதனை வலுக்க
வழிகாணும் காற்றோட்ட வாசல்.

3. பயில்வது பழமையில் புதுமைதனை பொலிவுற
மதிப்பை ஏற்றும் பதமாக.

4. வண்ணங்களால் எண்ணங்கள் எழுச்சி காண
பணிபாரமதன் சுமைகள் குறையும்.

5. வேகமான நானிலமதில், இல்லமதன் சுகம்
காண குளிர்விக்கும் மனமதை.

6. வேலைக்கான விடியலாக பன்முக மாற்றமது
உடல் நலனேற்ற இலகுவாக்கியது.

7. உள் பசுமை கலந்து நீர்வீழ்ச்சியுடன்
வடிவமைப்பில் வகைகள் பலவிதம்.

8. நம் ரசனை என்பது வரையறை
இல்லா அவரவர் மனநிறைவே.

9. ஆன்மீக தேடல் எதிலும் உள்ளது
மனநிறைவே அதற்கு விடை.

10. வடிவமைப்பு மாற்றம் காண்பதே திறன்
மேம்பாட்டின் மேன்மை தன்மையே.

11. எதற்கானது எவ்வகை என்பதை கடந்து
திறன் வடிவமைப்பு உச்சம்.

17.11. தோட்ட கட்டமைப்பு

1. வருங்கால அத்தியாவசியமாக பார்க்கும் உன்னத வடிவமைப்பாகும் வீட்டின் தோட்டகலை.

2. அனைத்துமே நாம் நம் இடமேற்ப அமைக்கும் ஒருவித மகிழ்வு.

3. மனமேற்கும் அழுத்தமும் உடலின் சோர்வும் தளர்ந்து உற்சாகம் ஊட்டும்.

4. நம் சுற்றுபுற சுவாச காற்றை தூய்மை படுத்தும் வல்லமை.

5. அன்றாட வாழ்விற்கு தேவையான உணவுகளின் இரசாயன கலவையற்றதாக கிடைக்கும்.

6. குழந்தைகள் விளையாடி ரசிக்கும் வல்லமையும் பராமரிக்கும் நேர்த்தியும் காணலாம்.

7. மீன் வளர்க்கும் முறைக்கான செயற்கை அமைப்பை உருவாக்கி மகிழலாம்.

8. செடி கொடிகளின் வரலாற்றின் சிறப்பினையும் பயன்படுத்தும் நோக்கும் புரியும்.

9. சிறிய இடமதில் மரங்களின் வளர்ப்பு அறிதல் நன்கு விளங்கும்.

10. பசுமையின் வண்ணம் கண்களுக்கு இதமாக இதயத்திற்கு புத்துணர்ச்சியாக பொலிவுரும்.

11. வண்ண மலர்களும், பசுமை நிறமும் நல் எண்ணங்களை உருவாக்கும்.

17.12. தியான இடம்

1. தானே வலிமையேற்றும் வண்ணமாக தியான இடமது கட்டமைக்கும் விதம்.

2. இடமது சிறியதோ பெரியதோ, வல்லமை தன்மையேற்றும் வடிவமைக்கும் விதம்.

3. எடுக்கும் நேரமது கணக்கன்று மனமேற்கும் அமைதியே கணக்கு இடமேற்ப.

4. மனம் ஏற்பதே எண்ணங்களால் தியானத்தின் மகிமைதனை பக்குவ நிலையாக்க.

5. பக்குவ நிலை கொணரும் பார்வைதனை தரமேற்றி வகுப்பது மனமே.

6. நிலை பார்வையில் அமைதிதனை காத்து வளர்வாழ் விருத்தியாக தியானமேற்பது.

7. தியானமேற்பதின் பொருள் உணர்த்தும், மனமதன் மகிமையை, அதற்கானதே இடம்.

8. மனமதன் மகிழ்வு தன்னிடம் தரமேற்பின், இடமதற்கு மகிழ்வை உயர்த்தும்.

9. உனக்கான வலிமைதனை ஏற்ற, உனக்குள் உன்னை நோக்குதலே தியானம்.

10. தியான வலிமை உணர்ந்தால் புவிதனில் மங்குமோ மனித மகிமை.

11. மௌன பார்வை பேசும் இடமதில் உடல் இயக்கங்கள் சீராகும்.

18 - தனிமம் & கனிமம்

18.1. கண்டுபிடிப்பு

1. சம அளவு புரோட்டான்களைப் ஓரணுவதனுள் ஓரணுவாக பெற்றிருப்பதே தனிமமாகும்.

2. கண்டுபிடிப்பதனில் நூற்றுக்கும் மேற்பட்ட தனிம வகைகளாக அகண்ட அகிலமதில்.

3. இயற்கை வரவல்லாது செயற்கையின் வகைதனையும்
எண்ணற்ற தனிம வகைகள்.

4. நம்மின் பயன்பாட்டிற்காக தனிம சேர்மமான கலப்புமாழையாக உருவக எடுத்ததே.

5. கலப்புமாழைதனை கவரும் பொருட்களாக வடிவகம் ஏற்றது மாற்றமானதின் கண்டுபிடிப்பே.

6. கனிமமது இயற்கையிலே சேர்ம நிலைதனை தன்மையாக கொண்டு மாறுபட்டது.

7. இயற்கைதனில் தனிதானதே தனிமம், சேர்மமே கனிமம் விடைகண்ட விதியானது.

8. தரணி தடம்பதித்த நாளொன்றிலிருந்து ஆய்வக பணிக்கானதே மனித தடம்பதிய.

9. சோதனைகள் தாண்டியதே உருவக உருவாக்கமாகும் சுலபமன்று என்றும் எதுவும்.

10. தனிமமாவது தனித்துவமாகவும் சேர்மமதில் உலோக தன்மையாகவும் மாற்றமதை காணும்.

11. கனிமமாவது இயற்கையிலே சேர்மமான வேதியல் வரைப்பாட்டுடனும் உயிரியல் மூலமற்றது.

18.2. உலோகம்

1. உலோக காலமாக ஆதிகாலமதில் பொருட்கள் அதிக பயன்பாட்டில் இருந்தது.

2. கலைநயம் பொருந்திய சிலைகள், பாத்திரங்களென பயன்பாட்டில் முக்கியமானதாக திகழ்ந்தது.

3. அதிக எடையுடனும் பார்ப்பதற்கு வியக்கும் வண்ணமாகவும் உலோகம் இருந்தது.

4. பித்தளை, செப்பு, வெண்கலமாக இதில் தனிம தன்மையாக பலவகைப்படும்.

5. சிலைகளும், பாதுகாப்பு ஆயுதங்களும், பாத்திரங்கள் உருவாக்க பயன்பாட்டு துவக்கம்.

6. அணிகலங்களின் கலப்பாகவும் பயன்பாட்டு தன்மை பொருளாக உருவாக துவங்கியது.

7. தனிமமானது உலோக உருவமைப்பை கொடுக்க கூடியதை ஆராய்வது சுலபமல்ல.

8. பழங்காலமதன் ஆராய்வு என்பது ஆய்வக கூடம் இல்லாத காலம்.

9. பயன்பாட்டு பொருளாக மாற்றம் காணும் தன்மையாக கிடைக்க பெற்றது.

10. ஆபரணங்கள் யாவும் பண்பட்டு அதிவேகமாக வளர்சிதனை அடைந்தது அணிகலன்களாக.

11. பாத்திரமதன் அடையாளமாகவும் அழகு கலைநய பொருட்களிலும் மனதை கவர்ந்தது.

18.3. தங்கம்

1. சிலைகளின் ஈர்ப்பின் தன்மையாகவும் தங்க நகைகள் ஆரம்ப அவசியமானது.

2. காலமாற்றமதில் அழகு பொருளாக்கியது காணும் காட்சிக்கு அதில் மனநிறைவாக.

3. பின்னர் சேமிப்பின் அங்கமென அரசாங்க மதிப்பதனை கூட்டும் கருவாக்கியது.

4. நாளடைவில் வியாபார வல்லமையை வல்லுனர்களின்
கைவண்ண எண்ண ஜாலமேற்றது.

5. ஆடை ஆபரணம் என்றானது ஆபரண ஆடையென வலம் கண்டது.

6. மன்னர்களின் பெருமித பாங்கை ஆபரணங்கள் மிளிர்ந்து மகிமைக்கு வித்தாக்கியது.

7. அனைத்தின் ஆதிக்கமென வலம்வர புத்துணர்ச்சி மலரும் நிலை தன்மையாக்கியது.

8. நாளுக்கு நாள் புதுவித வடிமைப்புடன் வாங்குவோரின் ஆவலை தூண்டியது.

9. நவீன நாகரீக ஆபரணங்களும் மிகவும் நேர்த்தியாக ஈர்ப்பதனை கவர்ந்தது.

10. அங்கமென மாறி மனிதனை ஓடோடி உழைக்கும் பாணிக்கு ஈர்ப்பாக்கியது.

11. அங்கமெனும் மின்னும் தங்கமானாலும் மங்காத ஒளியானதை ஒளியேற்று ஒளிர.

18.4. அழகு ஆபரணங்கள்

1. தங்க தரமதை தாண்டி தரணிக்கு
   தடமதை திடமாக திணித்தது.

2. கலைநயம் பொருந்திய அழகு ஆபரணங்கள்
   மின்னுவது கண்ணை கவரும்.

3. உருவகமெடுக்க தொடர்ந்து வகைகளாகியது
   பூஜையில்
   முக்கிய அம்சமதை பிடித்து.

4. கலை நுணுக்க வல்லுனர்களின் நேர்த்தியாக
   நாம் வணங்கும் யாவற்றிலும்.

5. உலோக பொருளுணர்ந்து நம் பயன்பாட்டின்
   அனைத்திலும் வேரூன்றியது.

6. வண்ண விளக்குகளில் எண்ணும் எண்ணமதை
   ஏற்றமெடுக்க வழிபாடு கண்டது.

7. உலோகங்கள் ஒலி உள்வாங்கும் நிலையேற்றி
   எதிரொலிக்கும் வல்லமை ஆற்றலாக.

8. காணும் கண்களுக்கு ஏற்றும் தீபவொளி
   காண புத்துணர்ச்சி ஊட்டும்.

9. அனைவரும் ஒன்று கூடி வழிபடும்
   நாட்களில் பிரமாண்ட ஒளிவிளக்காய்.

10. பிரமாண்ட அமைப்பில் ஆற்றலானது ஒன்று
    திரண்டு உச்சமாக உருவாகும்.

11. நல்லாற்றலாக விளங்கி வரவேற்பது நாம்
    நம்முடைய செயலை திறனாக்க.

18.5. ஆரோக்கியம்

1. நம் உடல் உறுப்புகளின் இயக்கங்கள்
மண்வள பொருளை சார்ந்தது.

2. ஆதவன் ஒளியேற்று வருவதில் ஆரோக்கியமாகும்
நாம் உட்கொள்ளும் உணவுகளிலும்.

3. மண்வள தனிமங்களால் உருவாகும் பாத்திரங்கள்
பயன்பாட்டில் இருப்பது ஆரோக்கியமாகும்.

4. இக்கால சூழலில் பயன்பாட்டு தன்மையானது
குறைவு பராமரிப்பின் நோக்காக.

5. போகும் அவசர மார்க்க வாழ்வில்
அவைகளின் பயன்பாடு குறைவு.

6. ஏற்கும் சூழலாக முடியும் ஏதோவொரு
வழியாக பயனாக்க முறையாக்கலாம்.

7. கதிரியக்க உட்கரு தாங்கிய தனிமம்
என்பதால் ஆரோக்கிய பயனாகியது.

8. ஆரோக்கிய நலமாக நம்மை சார்ந்தவை
மட்டுமன்று தேசமதன் அரிதும்.

9. ஆரோக்கிய சார்ந்த விஷயங்கள் அனைத்திலும்
தன்மைக்கேற்ப விகிதாசாரமாக பயனளிக்கும்.

10. நாம் ஏற்கும் எவ்வித பணியும்
பலனது கருதிய அடிப்படை.

11. ஆரோக்கிய வலுவாக்கும் மந்திரமதை பலனாக்க
தகுந்த சூத்திரமதே கண்டுபிடிப்புகள்.

18.6. கலைபொருட்கள்

1. கலைநய பொருட்களாக வடிவம் ஏற்று
   இல்லமதில் வலம் வருகிறது.

2. பயன்பாட்டின் பழமையை புது பொலிவுடன்
   பல கலைநயவித மாற்றம்.

3. சின்னச்சின்ன கலை பொருளானானது சின்னச்சின்ன
   அன்பின் சொர்க்கம் ஆரம்பமாக.

4. சிறார்களின் கலைனய விளையாட்டு பொருட்களின்
   நுணுக்க வேலைப்பாடு அற்புதம்.

5. பெரியவர்களின் அனுபவம் ஆனந்தம், சிறார்களின்
   விளையாட்டு மனமயக்கும் ஆழ்கடல்.

6. பெரிய, சிரிய கலைனய வடிவமைப்பும்
   கைவண்ணமும் மனமதில் லயிக்கும்.

7. செதுக்குவது சுலபமல்ல எவற்றையும் வல்லமைக்கு
   திறனாக திறனேற்றுவதே வல்லமை.

8. சின்ன வடிவங்களை தாங்கிய பொருட்களின்
   நுணுக்க வேலைப்பாடுகள் நேர்த்தியாக.

9. ஒரே வடிவமைப்பை தாங்கி மற்றவைகளை
   ஒரே அமைப்பில் கடினம்.

10. கைவினை பொருட்களிலும் தன் ஆதிக்க
    நிலைதனை நவீன மயமாக்கும்.

11. காணும் கலைகளை எல்லை காணா
    வகுக்கும் ஈர்ப்பிற்கான எண்ணங்கள்.

18.7. எழுத்துகள்

1. பாரம்பரிய பறைசாற்றும் தன்மைக்கான மிகப்பெரிய பொன் எழுத்தாக தடம்பதிப்பது.

2. ஏற்கும் அனைத்து எழுத்துகளும் ரசனைக்கும் மகிழ்விற்கும் அளவில் அடங்கா.

3. பொன் எழுத்தால் பொறிக்கபட என எழுத்திலும் ஆதிக்க வலம்.

4. ரசிக்கும் ரசனைகள் பலவிதம் அவற்றிலிவை காலமதை கடந்து பேசும்.

5. வடிவாக்கம் பெரியவற்றின் அழகின் தனி மகிமை தாண்டி ஈர்ப்புடையது.

6. நம் வல்லமைகளின் வெளிப்பாடுகளை தரும் ஓர் உன்னத வடிவம்.

7. சில நேரங்களில் நம் மகிழ்ச்சி ரசனையின் பெருமிதம் நாடும்.

8. நாம் ஏற்கும் மகிழ்வின் எல்லையினை வகுக்க வகை காணாது.

9. மகிழ்வாக பாரம்பரிய பொருளின் அரிதான வகைகளை புதுபிக்கும் எல்லையாக்கும்.

10. கைவண்ண உருவாக்கமோ தொழில்நுட்பமோ ரசனைக்கானது எழுத்தின் வடிவமாக.

11. வாங்கும் பொருட்கள் பலவாகலாம் பாரம்பரிய பொருட்களின் புதுமை ஈர்ப்பாக்கும்.

18.8. வாங்கும் பொருட்கள்

1. கண்டுபிடிப்பின் அனைத்தும் ஏதோவொரு விதமதில் தனித்தனி பயன்பாட்டு அவசியமாகும்.

2. தனக்கான தேவையதை உணர்ந்து பயனாக்கும் விதமாயின் மனநிறைவு காணும்.

3. தேவைதனை அறிதல் எவற்றிலும் சுலபமன்று அறிந்ததை வாங்குவதும் சுலபமன்று.

4. சுலபமாக்க வல்ல ஆற்றல் வல்லமைதனை மிகைபடுத்தி வலுவாக்கல் அவசியம்.

5. எளிமை அனைத்திலும் உண்டு வாங்கும் பொருட்கள் மதிப்பு அதிகமாகும்.

6. வாங்கும் பொருட்களின் மதிப்பு வல்லமை காண்பது தேடும் பார்வைதனில்.

7. வலியது காணும் செயல் நுட்பமது எளிமையின் பார்வைக்கு அழகு.

8. எடுத்து கொடுக்கும் கலைநுட்ப வல்லமைக்கு ஈடுயிணை காணா மனநிறைவாக்கும்.

9. வாங்கும் திறனேற்கும் வல்லமைக்கு வலிமையுண்டு மனமேற்கும் பொருளென மாற.

10. தயாரித்தவருக்கு மதிப்பாகும் விற்பனைக்கு வருபவை
யாவும் வாங்குவோருக்கு மதிப்பாகா.

11. பொருள் கொள்ளும் யாவும் சிரமேற்கும் மதிப்பானதே தேவைதனை கடந்து.

18.9. வளரும் நிலை

1. வளரும் நிலை ஆரம்பமதில் தெரியாது
எதிலும் தேவைக்கான பூர்த்தியாக்க.

2. நிலை தாங்கி செயல் வடிவமதை
பூர்த்தி காண்பது நுணுக்கமே.

3. நுணுக்கமது பொருமையை கையாலும் திறனுக்கு
சாத்தியமாக்கும் சாத்திய கூறு.

4. கனமதை தாங்கும் உலோகம் மனமதனின்
இயக்க கவன பார்வையாக்கும்.

5. நலன் காக்கும் பொருளானாலும் பயன்
காக்கும் விதமாக பயனாக்குவதற்கு.

6. மாற்றங்கள் நிகழ்கையில் இலகுவாக்க இயல்பு
வடிவமதை வளர் நிலையாக்கும்.

7. அனைத்தின் செயல் நிலையாவும் கனமேற்பது
கடினமாக்கும் குணமேற்கும் பாங்கென.

8. தனிம கனிம பொருட்களின் பதமேற்பது
கடினம் வளரும் நிலையாக.

9. குணமது குன்றா மெருகாக்கும் பதமதில்
பொலிவாக நிலைக்கான பணியேற்பதில்.

10. மாறும் வையகமதில் வளரும் நிலையாக
மாறா இடமது வகிப்பது.

11. வைப நிகழ்வதனில் கூடும் மதிப்பாக
அனைவரின் பொதுவான ஏற்பு.

18.10. பெருமிதம்

1. இயந்திர பாகங்களிலும் அதிவேக கடத்தியாகவும் பயன்பாட்டுக்கு வந்த முயற்சி.

2. நம் பயன்பாட்டிற்கான அதிவேக கனரக ஊர்தி பாகங்களில் பங்காக.

3. நாட்டின் பாதுகாப்பிற்காக பயனாக்க அதிவேக கனரக ஊர்திகளில் அங்கம்.

4. பாதைகளில் சுதந்திர பயணமதற்காக பாலம் அமைப்பில் சுமை திறனுக்கு.

5. கனரக பாகமென அனைத்து வாகன ஊர்திகளில் பயன்படும் பாகமென.

6. அனைத்து ஆற்றலாக இறையாற்றலை வணங்க பயன்படும் பொருள்களில் இடமேற்பு.

7. தனக்குள்ளே ஆற்றலின் தன்மையை அதிக காலங்கள் காக்க வல்லமை.

8. ஆற்றல் என்றும் இன வேறுபாடின்றி தன் தேவையை தரணிக்காக.

9. ஆரோக்கியமதை சார்ந்த விதத்தில் நம் அன்றாட பாத்திரமாக இருப்பது.

10. தன்னுள் கொண்ட பொருட்களுக்குள் தன் தன்மையை கலந்து சுவையேற்றுவது.

11. நித்திய பூஜைகளில் ஆற்றல் உள்வாங்கி அளிப்பது மனமகிழ நிறைவாக.

18.11. மதிப்பு

1. அரசாங்க மதிப்பின் அங்கமாக தங்கமது இருப்பின் நிலை தன்மையானது.

2. அணியும் அழகு ஆபரணங்களாக விரும்பி ஏற்கும் பெருமை மிக்கதாக.

3. அனைவரின் பிடித்த வண்ண தயாரிப்பின் ஆலய பயன்பாட்டு வகைகள்.

4. சிலையோ, அல்லது பாத்திரமோ ஆற்றலை உள்வாங்கும் திறன் வாய்ந்தது.

5. மின் தன்மைதனை விரைந்து கடத்தும் ஆற்றலாக அனைத்தின் பயன்பாட்டில்.

6. எதுவும் எளிதில் கிடைக்காது, கிடைப்பது நமக்கான ஆய்வக தன்மைக்கானவை.

7. எப்பணிதனை ஏற்கிறோமோ அப்பணிதனின் மதிப்பை தமக்குள் உள்வாங்குவதே உயர்வாகும்.

8. மதிப்பை மதித்து மதிப்பாக்குவதே மதிமயக்கும் மதிப்பானதாக மாறும் மதிப்பு.

9. பணிதனின் பணிக்கான பணிகளை பணியேற்றால் பண்பாக்கும் பணிதனை பணிந்து.

10. மதிக்கும் பொருளதை மதிக்கும் மனமதை ஏற்கும் எவையும் மதிப்பானவைகள்.

11. வையக படைப்பானவைகளை பயனாக்கும் விதமதை ஆராய்ந்து அறிதல் மதிப்பாக்கும்.

18.12. அனைத்தின் யதார்தம்

1. என்றைக்குமே ஒரு பொருளது உருவகபடுவது தேவை நிலைதனை சார்ந்தது.

2. தேவைகளை நாம் நம் வாழ்வின் பொருட்டே நிர்ணய படுத்துகிறோம் பயனாக்க.

3. தேவைதனை சார்ந்த உருவகமாக நமக்கு கிடைப்பது இல்லை எதிலும்.

4. மூலமதை கொண்டே உருவக பயனாக்கும் நிலைதனை வடிவக படுத்துகிறோம்.

5. அன்னிலைதனை அடைய அவைக்களுக்கான தயாரிப்பு கட்டங்கள் பல.

6. அனைத்தையும் கடந்து பரிசோதனைகள் பலவகை மார்க்கத்தில் ஆய்வக செயலாக.

7. அனைத்து பயன்பாட்டு பொருளும் கிடைக்கிறது உன்னத உயர் படைப்பாகவே.

8. படைப்பானது பல பரிணாமங்களை கடந்த நிலையானதே திறன் மேம்பாடு.

9. திறனது தனி வழியேதும் அமைப்பதில்லை அமைவதில் திறன் மேம்படுகிறது.

10. தனிம, கனிம வளர்வது பயன்பாடாக்கியது நம்மதன் திறன் மேம்பாட்டால்.

11. தரமான திடமென திறனாகும் எவையாகினும் மேன்மைக்கான மேம்படுதல் மகத்துவம்.

19 - அரசியல்

19.1. அடிப்படை

1. அரசியல் பணி என்பது பாகுபாடின்றி
சமூக பணியாற்றும் வல்லமை.

2. தன்னலம் கருதா மக்கட் தேவையறிந்து
பயனில் பலன் காணுவது.

3. கருத்து கணிப்பின் இடமாக மாறாமல்
மக்கள் பணியில் பங்கேற்பது.

4. பகிரப்படும் மக்கள் கருத்தில் உண்மை
தெளிவை தெரிந்து செயலாற்றல்.

5. அன்னாந்து பார்க்கும் பணியாகாமல் அன்றாட
பயிற்று பயிலக தரணியாக.

6. நிர்வாக திறனில் வலுவான வல்லைமை
பார்க்கும் நேர்பட தினப்பார்வையில்.

7. உயிரின் மேன்மையாக பொருத்தி பதவியை
செதுக்கி செம்மை காண்பது.

8. அறத்தின் ரகமென சிகர இயல்பில்
இருந்தால் தரணி வெல்லும்.

9. நேர்பட நயமாக பேசும் வாக்குமாறா
வண்ணம் செய்யும் சமூகபணி.

10. அரசாங்க ரகசியம் காக்க வேண்டும்
மறைபொருள் ஆதாயம் தேடாமல்.

11. தன் மக்கள் ஆக்காமல் தரணியாக
மக்கள் பணி என்பதை.

19.2. கல்வியில்

1. கல்விக் களம் காணும் அரசியல்
மதிநுட்ப ஆலோசனை சார்ந்தது.

2. மதிநுட்ப அரசியல் சிந்தனைக் கருவில்
உருவாக்கம் காண பிறப்பது.

3. வாழும் கலையை வகுக்க வல்ல
திடத்துணிவை தரும் ஆய்வகம்.

4. ஆய்வக சார்ந்த கல்வி, மாற்றம்
காணும் வையகத்தின் வித்து.

5. பருவங்களின் பலன் சார்ந்த கல்விக்
கொள்கை அவணி அரணாகும்.

6. மாறும் மக்களின் நிலைத்தன்மை சார்ந்த
அவர்களின் மனகருத்து பரிமாணமாக.

7. வழங்கும் நலத்திட்டம் பின்நோக்கு பார்வையாகா,
முற்போக்கு சிந்தனை கருவகமாக.

8. இயக்கும் நடைமுறை தன்னகம் போல்
தாயகம் காக்க இயந்திரமாகாமல்.

9. பண்பட்ட நாகரீக மாற்றத்தின் மகிமையில்
புதுமை நுண்ணறிவு தெளிவு.

10. பழமையின் எழுத்துகள் மாறா எண்ணத்தெளிவின்
கண்ணோட்ட களமதை காண்பிப்பது.

11. கல்விக்களம் பல்வகை திறவுகோல் கொண்டு
திறக்க ஏற்றமாகும் அனைத்தும்.

19.3. தொழில் துறை

1. நலத்திட்ட செயலாக்க வருவாய் வாசலின் மேன்மை வளர்ச்சியில் கவனபார்வை.

2. வளரும் பிள்ளைகளின் சின்ன சின்ன ஊக்கங்களை சேகரித்து செயலாக்கும்.

3. அறிவு சார்ந்த பார்வையில் ஊக்கத்தொகை உன்னத வழிகாட்டி வழங்கல்.

4. ஊக்கத்தின் ஊக்கமானதை ஊர்களின் ஊன்றிய ஊட்டமானதை ஊன்றுகோலாக ஊக்குவிப்பது.

5. படிப்பின் பரவல் புரிதல் தன்மையுடன் பயிற்று கல்வி பரப்புவது.

6. சிறார்களின் ஆலய கூடமாக தொழிற்சார்ந்த உருவாக்க சிந்தனை பிரசாரம்.

7. உருவாக்ககம் என்றும் மதமதன் மகிமையாகா வண்ணம் மாற்றத்தின் மாண்பாக.

8. வேரூன்ற எதையும் எதிர்காத தனக்கானதொரு படைப்பின் பாங்கை உணர்த்துவது.

9. மாசு ஏற்படாத வகையில் கையாலும் மகிமை சார்ந்த பயிற்சி.

10. தூய்மையின் மேம்போக்கு அல்லாது அதன் ஆழத்தின் ஆக்க விளக்கவுரை.

11. அனைத்தும் சொல்வது கடினமாக, செய்வது சுலபமாக இருக்குமுறை பலுகுறைப்பு.

19.4. போக்குவரத்து

1. மனிதனின் வளர்ச்சி பாதையின் அங்கமாக இருப்பதன் இதயத்தை சீராக்குவது.

2. நீரின்றி அமையாது உலகு, சீரின்றி அமையாது நாட்டின் உயர்வு.

3. யாரையும் யாருக்கும் தெரியாது பயணப்படும் இடமதில் பாதுகாப்பு சுற்றுச்சூழல்.

4. அனைவரின் பயணத்திற்கு உகந்ததாக எங்கும் எதிலும் பலுதூக்கும் வசதி.

5. பயணப்படும் அனைவருக்கும் பாதுகாப்பின் நலனாக பேருந்து பாகங்களின் நேர்த்தி.

6. பயணப்படும் பாமர மக்களின் ஆரோக்கிய நலனை காக்கும் தூய்மை.

7. அனைத்து போக்குவரத்து இடங்களிலும் அன்றாட துரித தூய்மை ஆய்வகம்.

8. ஆரோக்கிய தூணாக இருக்கும் கழிப்பறைகளின் தூய்மைதனை அன்றாட பணியாக்குவது.

9. அங்கு வருபவர்கள் யாருக்கும் இவைகள் அரசாங்கதினது என்ற எண்ணமாற.

10. பராமரிப்பில் அரசாங்க வழிதனை பின்பற்றும் பாணியாக மாறும் நிலையாக.

11. அனைத்தும் அன்றாட கண்காணிப்பில் வரும்போது சுத்தமதன் முதன்மையை பெறும்.

19.5. ஆலயங்கள்

1. ஆலயங்கள் வழிபடும் இடமாக அமையவேண்டும் பிரிவுகளாக மாறா வண்ணம்.

2. ஆலய தூய்மை, அமைதி பற்றிய பயம்சாரா நடுநாயக உரையாற்றல்.

3. ஆலய தூய்மைக்கு நிதர்சன தெய்வ நிலை கருத்து தெளிவு.

4. ஆலயங்களை மனதியான கூடங்களாகவும் மாற்ற பாகுபாடின்றி மேலோங்கும் பண்பாடு.

5. அரிதற்கு அரிதான நூல்களை அமைத்து பயிலும் பயிலகமாக பரிகாரமின்றி.

6. ஆலயங்கள் அனைத்திலும் மூடநம்பிக்கை தவிர்க்க பகுத்தறிவு நூல்கள் அமைத்தல்.

7. வழிபாட்டின் நோக்கமதை வெளிப்படுத்த பேச்சாற்றல் வல்லமை வளர ஊக்குவித்தல்.

8. அனைவருக்கும் ஆனதான விஸ்தார கூடமாக அமைதி காக்கும் இடமாக.

9. நாட்டின் இதய தூய்மையாக பார்ப்பது அவசியம் ஆலய தூய்மையை.

10. ஆலயங்களில் வழிபடும் நோக்கமாக வருவோரின் மனிதநேயத்தோடு நடத்தும் பாங்கு.

11. பிரபஞ்ச தூய்மைக்கு ஆலயங்கள் பெரும் பங்கு வகிப்பதான பார்வையாக்குவது.

19.6. விவசாயம்

1. உலக உயிர்களின் இயங்கு ஆற்றல்
   மண்ணின் விளை மகிமை.

2. மண் பாதுகாப்பு விழிப்புனிலை அதிக
   அளவு கருத்தாய்வு அமைப்பு.

3. கருத்தாய்வு மாற்று பயிர் சிந்தனைக்கு
   விழிப்பு நிலையை மேம்படுத்தும்.

4. மக்களின் பலன் மற்றும் பயிரின்
   தரவளர்ச்சி கூடும் இதனால்.

5. அனைத்து இடங்களிலும் மண் மகிமை
   கண்டு மாற்றமதற்கு ஆராய்ச்சி.

6. நம் வளர்வாழ் நிலங்களின் உன்னத
   மகிமைதனை கூட்டும் மாற்றுபயிர்.

7. அனைத்தும் இருக்குமிடமதில் கிடைக்க வளர்ச்சியில்
   கூடுதல் வருவாய் ஈட்டும்.

8. விவசாய பழமையின் புதுமைதனை வளர்க்க
   பயிற்சி தானேற்கும் ஆர்வத்துடன்.

9. இயந்திர பயன்பாட்டின் அதிகரிப்பும், யாவருக்கும்
   எளிமையாக கிடைக்கும் வண்ணமாக.

10. மண்வளம் காத்து நீர்வளமதை பெருக்கினால்
    கூடுதல் விளச்சலை வழங்கும்.

11. நீரில்லா நிலமதில் மாற்று பயிராக
    இருக்கும் நவீன ஆய்வகம்.

19.7. விளையாட்டு

1. மனிதனின் ஒற்றுமையையும் பன்னாட்டின் நட்பையும்
வளர்க்கும் மார்க்கமதை உயர்த்துவது.

2. நாம் ஏற்கும் மார்க்கம் வகைசாரா
மதிப்பானால் பலன் பல.

3. வரும் தலைமுறைக்கு மனமதன் வழிசார்ந்த
இனபாகுபாடின்றி ஊக்க அமைப்பு.

4. நல்நோக்கான நேர்பார்வை நியம்பட பயனாக்க
பதாகைகள் ஆர்வ தூண்டலாக.

5. விளையாட்டின் வகைபட்டியல் பல அவைகள்
மண் சார்ந்த மகிமை.

6. அனைத்து விளையாட்டிலும் தரமதை காண
வளமதை உயர்த்தும் அரங்கமைப்பு.

7. கட்டணமில்லா பயிலகமதில் தன் திறனுக்கான
வல்லமையை வலுவாக்க முயலும்.

8. அனைத்து உடல் ஆரோக்கிய விளையாட்டிலும்
பரவலாக அனைவரும் பங்கேற்பர்.

9. எண்ணங்கள் யாவும் நேர்படும், வீண்
விவாத நேரம் குறையும்.

10. சாதிக்க எண்ணற்ற வழியாக கவனமதை
செலுத்தும் உன்னதம் ஏற்படும்.

11. இருக்கும் சாதனைகளின் விகிதாசார மேன்மை
அடைந்து வளர்வாழ் வித்தாகும்.

19.8. நெசவாளர்

1. நெசவாளர்களின் பணியதை பாடமாக வழங்கி பணிதனை சிறப்பிப்பது ஊக்கமளிக்கும்.

2. நூலினால் நெய்வது துணியல்ல மண் வாசமேற்று நம்பும் வாழ்விற்கானது.

3. பண்பை பாங்கென ஏற்கும் தலைமுறைகள் மண் மனம் மாறாமல்.

4. பாரம்பரிய வாழ்வின் ஆரோக்கிய அரண் காக்கும் முறை தொடர.

5. நெய்பவர் பழமையில் புதுமை வகுக்கும் கைவல்லமை பாங்கிற்கு ஈடில்லை.

6. எண்ண வண்ண கைனடன வல்லமையை சிறப்பிக்க வலுவேற்றும் ஊக்கமாக.

7. பழமைக்கான அங்கீகாரமும் புதுப்பொலிவும் நேர்த்தியாக வாங்கும் கவனமேருதல்.

8. பாரமெனும் நுணுக்க வேலைகளின் பாரம்பரிய உடையினிடையே வடிவமைப்பின் மாற்றம்.

9. நவீன கால உடைகளின் பயிலக வசதி ஏற்று உருவாவது.

10. வணிக பொருளாதார மேம்பாடாக பாரம்பரிய இழைதனில் நவீன ஆடைகளுள்.

11. பழமை காப்போம், புதுப்பொலிவாக தலைமுறைகள் உடுத்தும் உடை மூலமாக.

19.9. மனித நல மேம்பாடு

1. மனித நல மேம்பாட்டில் தற்சார்பு
   நிலைத்தன்மை பெருக செய்வது.

2. வணங்கா வேந்தனும் வணங்குவான் மண்ணாற்றும்
   மதிநுட்ப ஆற்றல் வழிகாணின்.

3. நாடாளும் வேந்தனுக்கு அழகு பார்
   போற்றும் கம்பீர பணிவு.

4. வில் வாள் வீச்செடான் உன்
   பணிவு வாசல் கண்டவன்.

5. தாரணி தரணி காட்சியை தடம்பதியா
   மெய்ஞான எழுச்சி எழும்பாமல்.

6. வீடாளும் தன்மை நாடாளும், புதுயுத்தி
   தரணி மாண்பு வீடாளும்.

7. வாங்கும் வாக்கு வரையரை காணுமோ
   தரணிக்கான நன்மை பயக்கின்.

8. பல்லாண்டு தொட்டே அனைவரின்
   ஒத்துழைப்பேற்றது
   ஒருவரை சார்ந்ததன்று உழைப்பு.

9. ஆண்டாண்டு கால வரலாற்று எழுச்சியே
   வீருகொண்டு வெற்றி நடைபோடுவது.

10. நிகழ்வினை உடனுக்குடன் மாசாகா வண்ணம்
    மாற்ற, களம் காணும்.

11. நோக்கத்தை மக்களின் நலமாக நல்குவது
    தழைத்து ஓங்கும் பயிர்போல.

19.10. விலையேற்றம்

1. விலையேற்றம் பதவியை சார்ந்ததாக மாறும் நிதர்சன மக்களின் விழிப்பில்.

2. தன்னலம் கருதா மனமது காணின் வல்லரசு காணும் நானிலம்.

3. தன்வகை சார்ந்த நிலமதன் பயிர் காண ஏற்றம் இறங்கும்.

4. அனைவருக்கும் அவைகள் சாத்தியமன்று அவரவர் பணிதனின் பாரம் பொருட்டு.

5. வாய்ப்புகளும் அமைப்பும் நேரமும் உண்டாகின் முயல்தல் சால சிறப்பு.

6. விலையது குறையுமா, என்பதை கடந்து உருவாக்கம் ஊக்கமதை அளிக்கும்.

7. மண் வளம் காணின் விளைவது ஓங்கி விலையது சரிசீராகுமே.

8. விளைவில்லா நிலமேதுமன்று, மண் காணா மாற்று நடைபோடுவது அன்று.

9. ஆரோக்கிய உணவாக மாற்ற நிலமதை பழக விலையது குறையுமே.

10. ஊட்டமான உணவாகவன்றி, உருவ உடலுக்கு உணவாகா உண்மை உணர்த்தும்.

11. விளைவது ஆரோக்கிய தேக வளர்வுக்கு விலையேற்றமது மன உளைச்சலாக.

19.11. கலைத்துறை

1. பண்பட்ட கலைதுறைதனை சார்ந்ததாக இருக்கும்
   யாவுமே மானுட வல்லமைக்கானதே.

2. சாதிக்க இன மொழிதனை பிரிக்கா வலுசேர்க்கும்
   பணிபாரமேற்கும் வேலைதனில் மகிழ.

3. பரதமானாலும், கிராம வல்லுனர்கள் நாட்டிய
   நர்த்தன கலையானாலும் மனமகிழ்வே.

4. பாவனங்களின் புரிதல்கள் வெளிப்படுத்தும் விதமதை
   ரசிக்க ரசிக்க அடங்கா.

5. அரசாங்க ஊக்கமதில் பலதுறைகள் அதனில்
   தன்னிறைவான சூழலாக வலமாகிறது.

6. தரணியில் இன்னாருக்கு இவையெனாது அனைத்தும்
   ஆர்வமதற்கே யாவருக்கும் ஆனதே.

7. ஆர்வமதில் புதுபுனைவாக தன் எண்ணங்களை
   திறம்பட தனித்தன்மை பாவனையுடன்.

8. ஏற்பார்களா என்ற வாதமதை கடந்த
   தனக்கான திறன் இவையென.

9. சொல்லின் கலையார்வம் செயலில் இசைதல்
   தன்மையை கவனமேற்று நடைமுறையாக்கல்.

10. கலைத்துறை பொழுதுபோக்கை சார்ந்தது
    மட்டுமில்லை
    சமூக மாற்றமதன் தாக்கம்.

11. மேன்மையை ஓங்கி ஒலிக்க உயர்த்தும்
    திறன் அறமதன் இடமாக.

19.12. அரசாங்க வல்லமை ஏற்றல்

1. எவ்வகை சார்ந்த துறையாகினும் வலுவேற்றும் புதுமையான திட்ட அறிவிப்பு.

2. திட்ட செயல் திறன் நுணுக்கங்களை வரையறுக்க பணி நியமம்.

3. வளர்ச்சி முன்னெடுக்க வாய்ப்புகளில் பரவல் நிலைத்தன்மை முயற்சிக்கு முனைப்பாக.

4. சுயதொழில் ஊக்க திறனேற்றல் வழிசார்ந்த கொள்கைகளில் கவனமேற்ற பார்வை.

5. எதுவும் முடியும் முயன்றால் என்னும் விடா முயற்சி செயலாக்கம்.

6. தொழில்நுட்ப பயன்பாட்டின் வலுவால் புது நுட்ப துரித செயலாக்கம்.

7. அனைத்து நிலைகளின் மென்பொருள் இயக்க பயனாக்கமதை பதிவிறக்க மேன்மை.

8. பொதுமக்கள் கருத்துகளை நேரடி நிதர்சன தகவல் பெறுதல் நடவடிக்கை.

9. அவசர காலமதில் இழப்பீடு வழங்கும் அவசர நிலை கொள்கை.

10. பொதுமக்களின் ஏதேனும் இடையூறு இருப்பின் காவலின் பாதுகாப்பு உடனுக்குடன்.

11. எங்கு எதற்கு பயணமாக வேண்டுமென்பதை நூற்றாண்டின் முன் தாங்கியதாக.

20 - விலங்குகள் & பறவைகள் மற்றனைத்தும்

20.1. வீட்டு விலங்குகள்

1. மாடுகள் உண்ணும் முறையது ஜீரண
உறுப்புகளுக்கு வல்லமை கூட்டும்.

2. குரங்கின் செய்கை காட்சிதனை காணுகையில்
மாய வித்தையின் பிறப்பிடமோ.

3. குதிரையின் நேர்காணும் பாதைதனில் நேர்மறை
எண்ணமெடுத்து முன்னேற ஊக்கமளிக்கும்.

4. தன்னை வளர்ப்பவர்களின் விருப்பமேற்று
தயங்காமல் பழகும் நாய்கள்.

5. இல்லங்களில் சுதந்திரமாக தன்மன எண்ணமென
வலம் காணும் வல்லவர்கள்.

6. பூனைக்கும் அதே நிலையான சுதந்திர
தன்மை வலம் காண்பதில்.

7. வினோத தன்மையாக இருக்கும் ஆடு
உற்று பார்க்கும் நுட்பம்.

8. கழுதை ஏற்கும் உணவை அளவிடும்
சுமக்கும் சுமைதனை அளவிடா.

9. மென்மையும் பரிவும் விலங்கிற்கு மனிதனாகவும்
மனிதர்களுக்கு விலங்காகவும் மாறுவதுண்டு.

10. குணமதை வலைந்து கொடுப்பதில் வல்லவர்கள்
தான் பழகும் இடமேற்ப.

11. வளரும் முறைதனில் எவற்றையும் வல்லமை
படுத்த வல்லவை மானுடம்.

20.2. காட்டு விலங்குகள்

1. யானையின் கம்பீர தோற்றமது நமக்குள்
உள்வாங்கி எழுகையில் பலமடையும்.

2. சிங்க நடை பழக வாழ்வதனில்
உன்னத உயர்வு உண்டாகும்.

3. புலியின் கண் பார்வை கனல்பறக்க
வேகமதன் பார்வையை கூட்டும்.

4. புலி பசிமிகினும் தன் கொள்கைமாறி
பதம் பார்க்காது எவ்வேளையும்.

5. கங்காரு தன் குலம் காக்க தன்னுள்
இருப்பிட பிறப்பிடம் கொண்டவை.

6. முயலின் வேகம்து அவற்றிடம் ஓட்ட
பந்தயத்திற்கு பயிற்சி எடுக்கலாம்.

7. வரிக்குதிரையின் இடமிருந்தே வரிகள் என்றான
சொல் வர காரணமோ.

8. மான் கொம்பதனில் மரங்களின் கிளையழகை
காணலாம் இயற்கையின் படைப்பதனில்.

9. புள்ளிமானின் புள்ளிகளில் கோலமதை போட்டால்
மெருகு மானுக்கா கோலமதற்கா.

10. சண்டையிடுதல் மாட்டிடமிருந்து மானுடம் கற்றதா
மானுடமதிலிருந்து மாடுகள் கற்றதா.

11. சிறுத்தையின் வேகமதற்கு ஓட்ட பந்தயமதில்
ஜெயிப்பவரும் ஈடுகொடுக்க முடியுமோ.

20.3. பறவைகள்

1. காகங்களின் விருப்பமான உணவு நவீன
   காலமாற்றமதை நினைவு படுத்தும்.

2. குருவிகளின் விளையாட்டு சிறார்கள் ஓடியாடி
   விளையாடும் காட்சியாக தோன்றும்.

3. புறாவின் நடை அழகை காணும்
   காட்சி மனதிற்கு இதமளிக்கும்.

4. புறாவின் கால்கள் அன்று தகவல்
   பறிமாறும் உயிரோட்ட கருவி.

5. குயில்களின் ரீங்காரமும் குருவியின் குரலும்
   மனமயங்கும் உன்னத உதயத்தில்.

6. கிளியின் அன்பான குரலில் மகிழ்ந்து
   நெகிழும் மனமதில் ஒன்றி.

7. உச்சிகிளையின் நம்பிக்கையுடன் அமர்ந்து தன்னால்
   எனக்கானது பெற இயலுமென.

8. மயிலின் ஆட்டமிங்கு பரதநாட்டியமதற்கு வேர்
   தேட விடை அளித்ததோ.

9. பறவை தன் சுவாச எழுச்சிதனை
   அனுப்பி எடுக்கும் மகரந்தமதை.

10. வண்ணங்களின் வரிசைக்கு போட்டி விடுமளவு
    அவணிதனில் பறவைக்கும் மயிலுக்கும்.

11. செவி கேட்குமே உதயத்தில் எழுப்பொலி
    கானமாக சேவலின் கூவலை.

20.4. பறவையின் மேன்மை

1. கருட பார்வையது துள்ளிய நுட்பமதை
வெளிப்படுத்தும் ஓர் அற்புதம்.

2. ஆந்தை பார்வை அளவு கொண்டு
உதித்ததோ முக்கால் வட்டம்.

3. தீக்கோழிக்கான உயரமது மனிதனின் உயரத்தையும்
கடந்து வளரும் சிறப்பியல்பு.

4. கொக்கிடம் ஆங்கில(S) வார்த்தையின் அழகை
காணலாம் அவைகளை ரசிக்குமொன்றாக.

5. உள்தள கட்டமைப்பை வடிவமைக்கும் முறைமைக்கு
தூக்கணாங்குருவியிடம் பயிற்சி கொண்டனரோ.

6. மனமதனால் உணர்ந்து தானே பறப்பதை
பழகும் பறவையதனின் மேன்மை.

7. பறவைகள் கடலிலும் கடந்து செல்லும்
மகிமை ஓய்வெடுக்க மரங்களின்றி.

8. பறவைகள் தங்களின் பறக்கும் திறனேற்றினாலும்
குறிப்பிட்ட உயரமே ஏறும்.

9. கடலை கடக்கும் திறனுண்டு உயரமேற
முடியாது சிறப்பானது வேறுபடும்.

10. ஹனி க்ரீப்பர் இருபாலின உடலமைப்பை
பெற்று நீலபச்சையாக அழகுடன்.

11. பெரிய இறகினால் உயரம் பறக்கும்
பருந்தினது கால்கள் சிறியதே.

20.5. ஊர்வன மற்றும் ஜந்துக்கள்

1. அணிலின் உண்ணும் முறையானது துரித
உணவை நினைவு கூறும்.

2. நாகமதன் பாதடிதனை நாகமேயறியும், மனமதின்
இயக்கமதை மனமே அறியும்.

3. பல்லியின் குரல் பரிவர்த்தனையில் உண்டானதோ
மனிதனுக்கு குரலிசை பரிவர்த்தனை.

4. ஓணான் தன் வாரிசுகளை காப்பதிலே
வினோத தன்மை தெரியும்.

5. அரணைக்கும் தன் வாலை புதுபிக்கும்
திறன் கொண்டு வாழும்.

6. நத்தை மறைவிடமான இருப்பிடமதை அமைந்ததான
பிறப்பு போகும் இடமெங்கும்.

7. மரவட்டை ஆயிரம் கால்களானாலும் வட்டமாக
சுருட்டும் வல்லமை திறன்.

8. கண் கொண்டு ஆகாரமதை கிரகிக்கும்
நேர்த்தியானது பல்லியின் நுட்பம்.

9. வண்டுக்கு பாட்டு கற்று தந்தவர்கள்
எவரோ ஸ்ருதிலய ரீங்காரமிட.

10. ஊர்ந்து செல்லும் வண்டினமது தன்
நடையழகை பழகுவதாக தோன்றும்.

11. எவ்வகை ஜீவராசிகள் என்பதனை கடந்து
ஐயமுறவும், ரசிக்கவும் மகிழவும்.

20.6. பூச்சிகள்

1. எறும்பின் வரிசையது தன் தடமது
நினைவின் பதிவை பதிக்க.

2. இறைவனிடம் வேண்டுவதில் தன் உருவமது
சிறிதாயினும் முறையிடும் நம்பிக்கை.

3. கொசுக்களின் உறுஞ்சி உண்ணும் உறுப்பு
திறனுக்கு நிகர் வேறுண்டோ.

4. உண்ணும் உணவை எங்கெடுக்க என்றானவொரு
ஆராயும் விடாமுயற்சிதனின் பாங்கு.

5. ஈயின் மதிநுட்ப பார்வையது தன்னை
அணுக எவரையும் விடாது.

6. தனக்கு தேவையென்றால் பழமையை நீக்கி
புதியதை உண்ணும் ஆர்வம்.

7. காணும் காட்சி வியப்பூட்டும் சிலந்தியின்
கூடு கட்டும் அளவானது.

8. கட்டிட வல்லுனர்களையும் வியந்து பார்க்கும்
அளவிற்கான அளவின் துல்லியம்.

9. வண்ணமே எண்ணமாய் படைப்பில் வியக்கும்
பட்டாம்பூச்சிதனின் வண்ண மாயம்.

10. வண்ணபடமாக எண்ணமதில் வலம்வரும் வல்லமை
கொண்டது தன்னுருவக பாங்குடன்.

11. இதன் வெளிச்சமே போதுமானதாக தோன்றுமளவின்
உச்சம் மின்மினிப்பூச்சிகள் இரவினில்.

20.7. நீர் & கடல்வாழ் உயிரினங்கள்

1. நீர் வீழ்ச்சிதனில் மனமகிழ்வின் உச்சத்தில்
நீர்வாழ் உயிரினங்கள் ஆனந்தமயமாகும்.

2. மீனின் வகைகளாக பல காணலாம்
அழகிய வண்ணமும் செதிலுமாக.

3. வாழும் இடமதில் தொட்டி கொண்டும்
அழகாக கடலென ரசிப்பது.

4. மருத்துவ அமைப்பின் அழகேயழகு மனமழுத்த
குறை நீக்க வல்லான்.

5. நலனாக ஜீரண உறுப்பை காப்பதில்
கடல் வாழ் காணுகையாலோ.

6. முதலை பிடிக்கு ஈடுண்டோ வலுவான
திடமதை ஏற்கும் உத்திக்கு.

7. தண்ணீரிலே வாழ்ந்தாலும் முதல் சுவாசமாக
தரையை தேடும் நீர்யானைகள்.

8. தன் இறைதனை காத்து தருணமதில்
எடுக்கும் குணமுடையது கொக்கு.

9. மனிதவாழ் ஆழமதைகூட பார்த்துவிடலாம்
பல்வகைசார்
மீனின வாழ்வாதாரயிடமதை காண்பதைவிட.

10. பல்வகை ஆழ்கடல் வாழ் உயிரினமதை
கண்டறிவது ஊக்கமாக ஆய்வுக்கு.

11. உயிரினமதில் பயில்வது பலவுண்டு நீர்
மற்றும் கடல் வாழ்வதிலிருந்து.

20.8. பாலைவனப் பகுதி விலங்குகள்

1. தனக்குள்ளாக நீர் தொட்டிதனை கட்டி
பயன்படுத்தும் விலங்கு ஒட்டகம்.

2. வறட்சியிலும் பசுமையுடன் மகிழ்வான இன்பமதை
உருவாக்குவதே படைப்பாற்றல் வல்லமை.

3. வல்லமைக்கு எல்லைதனை வகுக்கா வகைகாணின்
எவ்விடமும் சொர்க்கமே படைப்பானதில்.

4. படைப்பின் தன்மைக்கான தேடலில் சோர்வாகா
முயன்றால் எதற்கும் ஏற்றமே.

5. அழகானவை வறையறுக்கப்படாத எல்லைதனை
கடந்து
பார்க்கும் உணர்வான ஒன்று.

6. சோலைவனமாக அவற்றின் அழகினை ரசித்தபடியே
அசைபோடும் ஒட்டகம் பாலைவனத்தில்.

7. தன்னை நம்பி வந்தவர்களை இருதிமிலால்
சுமக்கும் திமிரில்லா நடையசையிட்டு.

8. வாழ்க்கை வறண்ட பகுதியில், வாழ்வாதாரமதற்கு
சேமிப்பின் செயல் நுணுக்கவமைப்புடன்.

9. மணல் பாங்கும் ஓரழகு பாலைவனப்பகுதி
வாழ்வின் மகிழ்வான ஆனந்தத்திற்கு.

10. இயற்கையின் பொன்னான படைப்பாக எல்லாமும்
ஏற்கும் மனமதற்கு ஈடில்லை.

11. எவ்விடமெதிலும் தேடலில் விடியல் உள்ளது
எவ்வகை வாழ்வாதாரம் என்பதல்ல.

20.9. உயிரின ஒலி ஒளி மேன்மை

1. அடிப்படை குரலொலி உண்டு அவைகளை
அடையாளம் கண்டு கொள்ள.

2. தன் குரல் வலிமையின் மேன்மையே
தனித்தனி சிறப்பு அனைவற்றிக்கும்.

3. மயிலின் உருவமதற்கு மாற்றாக தன்
இனமதன் ஒலியானது எழுப்பும்.

4. காகமதன் எழுப்பொலிதனில் கூட்ட நோக்கமதை
புரிய வைக்கும் லாவகம்.

5. வண்ண குயிலினங்களின் அன்பை பகிரும்
பரிவர்த்தனை பாசமதை விளக்கும்.

6. வண்டு, கொசு, ஈ, கஷ்டமெனினும்
ரீங்கார லயம் கொண்டது.

7. பன்னிசைக்கு தாளமதை கற்பிக்கும் ஏழுசுரமாக
உயிரனங்களில் எழும் இசையானது.

8. நீரின்றி அமையாததைபோல இசையின்றி காணாது
மகிழ்வின் உச்சமதை உலகு.

9. காத்திருக்கும் மின்மினி துணையுடன் மதியின்
ஓய்வாக வரும் இருளும்.

10. இருளில் ஒளியது மின்னும் உயிரினங்களில்
அவைகள் பார்க்கும் பார்வையில்.

11. அனைத்தும் ஒவ்வொரு பிம்பமதில் தனித்தனி
சிறப்பியல்பு உண்டு மேன்மைதனில்.

20.10. சீற்றம்

1. அனைத்து உயிரன தோற்றமதின் சீற்றங்கள் வெவ்வேறு ஒலிதனை எழுப்பும்.

2. சீற்றங்களின் நோக்கங்களை ஆராய்ந்து அறிந்தால் தன்னை காத்து கொள்வதற்காகவே.

3. தன்னையும் தன் இனமதையும்
அழித்துவிடுவார்களோ
தாக்கி என்னுமோர் பயத்தால்.

4. ஒலியின் பரிபாஷைகளை அறிவது அதற்கான பிறப்பியல்பின் மேன்மையே படைப்பில்.

5. பூகம்பமதின் அறிகுறிகளை தாம் எழுப்பும் ஒலியதனில் வேறுபாடுதனை உணர்த்தும்.

6. பூகம்ப அறிகுறிகள் அவைகளுக்கு பூமியுடனான தொடர்பானதாலே அனுமானிக்க முடியும்.

7. தற்காப்பின் அடையாள ஒலிதனை எழுப்பும் அனைவரின் கவன பார்வைக்காக.

8. அவைகளும் பாசமதற்கு ஏங்கும் உணர்வை கொண்டது பரிவுடன் பழக.

9. தன்னிடம் பழக சிலநேரமதில் அரவணைக்க வலியுறுத்தி கோபித்து கொள்ளும்.

10. வாஞ்சையுடனான மனபரிவர்த்தனை நிறைய உண்டு அவர்களிடம் இல்லையேல் கோபமே.

11. ஒன்றே அன்பான அரவணைப்புக்காக பெரிய விலங்கோ, சிறிய பூச்சிகளோ.

20.11. அனைத்தின் சேர்வையாக

1. இருப்பதும் இல்லாமல் இருப்பதையும் உணர்ந்து உடனறிய தெரியாது வாத்திற்கு.

2. இருவிரல் இடைவெளியில்லா இடமதில் ஆறடிக்கு வண்ணமாயஜால ஆனந்தமேற்றும் பட்டாம்பூச்சி.

3. உருவமோ, கனமோ, பெரிதல்ல வர்ணஜாலம் ரசிப்பதற்கு தேடல் பேரண்டமதில்.

4. குருவி உணவாக மகரந்தமதை ருசிக்கையில் தன்னை காக்க சிறகடிக்கும்.

5. சிட்டுக்குருவி உருவமதில் சிறிதானாலும் கத்தும் குரலது மிகவும் அதிகம்.

6. மரத்தினுள் அழகிய கூடுகட்டி மென்மையை பண்பாக்கி மகிழ்வது மரங்கொத்தி.

7. நாகமதன் பார்வையது எதிரில் இருப்பவைகளை கவனமேற்கும் விதமாக இருக்கும்.

8. கம்பளிபூச்சிக்கு தற்காப்பு கவசமென கம்பளி போன்ற முள் அமைப்பு.

9. அழகு கைவினைப்பொருட்களின் நுட்பத்தை மானுடம்
குருவியின் கூட்டிலிருந்து கற்றனரோ.

10. குருவிக்கூண்டின் பயனாக்க காலமது சிறிதானாலும் நுணுக்கவியல் பலயுகமதை தாண்டும்.

11. பன்முக தன்மையாக தன் கூண்டை உருவாக்க வல்லமையுடையது குருவி.

20.12. அனைத்தின் யதார்த்த ரசனை

1. நாம் ஏற்படுத்தும் இசையாதிலும் இயற்கைதனின் ஒலிக்கு ஈடுண்டோ ஊடுருவதில்.

2. அமைதியாக அவைகளின் ஒலிதனில் ஊடுருவும் நரம்பதனின் புத்துணர்ச்சி அலாதி.

3. வீட்டு வளர்ப்போ வனமதன் வாழ்வாதாரமோ அனைத்தின் இசையும் ரசனையே.

4. இசையின் பிறப்பிடமோ பண்ணிசை கலந்த அனைத்து ஒலிதனின் கோர்வை.

5. ஒலியெழுப்பும் விதமதில் பயமதின் உச்சமதையும் தொடும் ரசனையும் கடந்து.

6. முள்ளை முள்கொண்டெடு என்பதாக பயத்தை பயமேற்றி அறுக்க என்பதாக.

7. இசை ரசிக்கவும் ரணமேற்றவும் உணர்ச்சிகளை உமிழவும் உன்னத மெருகானது.

8. இசைதனில் மௌன பரிபாஷனை வார்த்தை வரிகளை பகிர முடியும்.

9. காத்திருந்த காதலை காதலால் கணப்பொழுதில் காணும் காட்சியாய் காணலாம்.

10. கண்களில் கடக்கும் வாழ்வின் அனைத்தும் சாத்தியம் என்றான நம்பிக்கை.

11. அனைத்தின் ரசனையே வாழ்க்கை, வாழும் காலமதை ரசனையோடு வாழ்வோம்.

21 - மலர்களும் அவற்றை சார்ந்தவையும்

21.1. அடிப்படை தன்மை

1. அடிப்படை தன்மையது பொது மரபானது
   மாற்றமதை காண முடியாது.

2. மாற்றமது காணும் யாவும் தன்மைக்கான
   இயல்பை தாங்கியே உருவாகும்.

3. மாற்றமதை காணுவது அத்தன்மைக்கான
   இயல்புடையது
   வேருக்கான மாற்றம் வேரறியும்.

4. பூ, மரமதிலும் செடிதனிலும் அதன்
   தனித்தனி தன்மைதனின் அழகு.

5. ஒவ்வொன்றின் அடிப்படை அழகானது வேரின்
   மரபாக மங்காத வண்ணமேற்கும்.

6. வண்ணமதன் மாற்றம் வேரளிக்கும் தோற்றமாக
   மாற்றங்களை வழங்கும் மரபாக்கும்.

7. எவ்வண்ணமும் உயிர்களுக்கு மகரந்தமாக, வாசமாக
   வழங்க வல்ல பண்புடையது.

8. மண்ணேற்கும் விதை அவணிதனில் வேர்
   கண்டு வளம் காண.

9. விதைத்தது வேரெடுக்க அதற்கான உரம்
   கொடுத்து வழங்க உன்னதமாகும்.

10. காண்பவர் பார்த்து ரசிக்கும் ஆனந்தமதை
    அள்ளி வழங்கும் வியக்குமளவில்.
11. எவையாகினும் எவ்விடமாகினும் கதிரவனின்
    ஒளியால்
    பூப்பூவாய் புன்னகை பூக்கும்.

21.2. மலர்கள்

1. பயன்படும் மலர்கள் வகைதனில் எத்தனை
நிறங்கள் உடலுக்கு நன்மையாக.

2. சூடும் மலருக்கென ஒரு நிறம்
அருந்தும் நிறமது வேறென.

3. மலரின் வாசமதை நுகரா நாசியும்,
வசிகரிக்காத கண்களும் அன்று.

4. அலங்கரிப்பின் உச்சமதன் எல்லைக்கான இன்பமதை
அள்ளி வழங்கும் ஆற்றல்.

5. தனி மகத்துவ மகிமைதனை தாங்கி
ஒவ்வொன்றும் தனித்தனி வல்லமை.

6. மண்ணின் மகிமையாக வளர்வு மாறும்,
மலரின் வாசம் மாறாது.

7. வட்டமிட்டு மகரந்த தேனருந்த வாச
மலர் தேடுமோ வண்டானது.

8. படபடக்கும் பட்டாம்பூச்சி தன் வண்ணமதை
வண்ணமேற்ற காட்டுமோ மலருக்கு.

9. வேண்டிய வண்ணமதை தானேற்கும் கலையாக
காணும் மரங்களின் மலர்கள்.

10. செடிதனிலும், மரமதிலும் வண்ண வண்ண
மலராக வகையாகும் பேரழகு.

11. மூலிகையாக சூட சூட்ட அலங்காரமென
வகை காணும் மலர்கள்.

21.3. எண்ணங்கள்

1. வண்ண மலர்களில் எண்ணங்கள் பொலிவுற்று
செயல் தன்மை விரிவடையும்.

2. வாச மலருக்கு வண்ணங்களோடு எண்ணங்களை
அள்ளி வழங்க தயங்காது.

3. நம் மனவானில் பூக்கும் மலரென
பார்க்கும் பார்வையதை ஈர்க்கும்.

4. வாசமதை நுகரும் நாசியோடு எண்ணமேற்றிய
பாடலை செவி கேட்கும்.

5. வார்த்தை கோர்வை கவிதையழகு வண்ண
மலர்களின் கோர்வை மாலையழகு.

6. மணம் வீசும் மலர்கள் சிரிப்பின்
பெருமை அறிந்து பூக்கும்.

7. மலர் தூவி வரவேற்கும் செயல்
அவர்கள் மனமதை குளிர்விக்க.

8. எலும்பிற்கு வலுவேற்றும் எரிபொருளிருந்து எடுத்த
திருநீறு வாசமதை வீசி.

9. மண்ணிலிருந்து வந்த மஞ்சள் எடுத்து
சரும பொலிவாக்கி வாசமேற்றும்.

10. மஞ்சளில் தயாரித்த குங்குமமதை வாசமேற்றி
தன்னையறிய ஆக்கினையிலிட்டு உணர்.

11. அனைத்தையும் புரிந்த தன்மை தேவைக்கான
தெளிவை புறமெடுத்து வாசமேற்றும்.

21.4. வண்ணங்கள்

1. வண்ண மலர் கொண்டு தொடுத்த
மலரது எண்ணமேற்றும் உச்சமதில்.

2. எண்ணிய எண்ணங்களை வண்ண மயமாக
விரும்பிய வண்ணமதை ஏற்கும்.

3. விண் வழங்கும் நல்லாசியை மனமதன்
குளிர கேட்கும் வண்ணவகையென.

4. வட்டமிடும் மின்மினி வண்ணத்து பூச்சியாக
சிறகடிக்கும் வண்ண மலரிட.

5. சின்ன சின்ன ஆசையாக வண்ண
வண்ண மலர் ரசனையாகும்.

6. கலருக்கு ஈர்க்கும் வல்லமை பூவின்
கலருக்கு கேட்கவா வேண்டும்.

7. தங்கமொரு ஜொலிப்பாக சூடும் வண்ண
மலர் ஜொலிப்பாக மிகையானது.

8. இசை வண்ண குயிலோசை செவியோரம்
ரசிக்கும் வண்ண மலரினை.

9. நாம் காண்பது வண்ணங்கள் அவற்றை
அறிவதற்கு நாமங்களை வழங்கினோம்.

10. பொது தன்மையாகின் உணரவும் வகை
காணவும் இயலாது எவையாகினும்.

11. உணரும் உரிமையாக அனைத்தும் நோக்கின்
வண்ணங்களாக எண்ணங்கள் வாசமாகும்.

21.5. தன்மைகள்

1. தன்னை நேசிப்பதற்கு இயற்கையிலேயே தனி
தன்மை உண்டு மலர்களுக்கு.

2. வாசமென வீசும் தென்றல் காற்றில்
கலந்து தன்னிடமதை உணர்த்த.

3. கேச ஆரோக்கிய பலனாக சேரும்
விதமதில் சில வகைகள்.

4. தேக ஆரோக்கிய வளர்ச்சி காண
ஏற்கும் முறையாக பல.

5. நறுமணம் கமழும் வாசனை திரவியமென,
புத்துணர்ச்சி ஆக்கும் உடலை.

6. நல்லெண்ணமது வளரும் ஆற்றலை வணங்க
ஏற்றும் நறுமண பொருள்களில்.

7. நிகழ்வுகள் அனைத்திலும் வண்ண மலர்கள்
இடமேறி எண்ணமதை மகிழ்வாக்க.

8. துன்பமதை தாங்கும் இடமானாலும் வாசமதை
தந்து விடையளித்து வணங்க.

9. தண்டாக வேரதனில் நேரெடுத்து கலங்கிய
நீரதனில் பூக்கும் தாமரை.

10. சகஸ்தளமதை குளிர்வித்து ஆற்றலின் பாதையென
தண்டதில் கடந்து வேரூண.

11. வேரது தண்டை தாங்கி மலரது காண
மகிழ்விக்கும் மானுட மனமதை.

21.6. ஆற்றல்கள்

1. மலர்கள் பல ஆற்றல்கள் நமக்கு
வழங்க எப்போதும் விரும்பும்.

2. வெண்மைக்கான தன்மை என்றும் அமைதிதனை
அளிக்க வல்லது மனமதற்கு.

3. சிவப்பின் தன்மை ஆற்றலாக நம்
உடலுள்ள ஓட்டம் காண.

4. பசுமையின் தன்மை ஆற்றலாக சுவாச
உடல் உள்ளமதை காக்க.

5. மஞ்சளின் தன்மை ஆரோக்கிய வாழ்வின்
சருமங்களை காக்கும் ஔஷதம்.

6. நீல நிறமது விண்ணின் தன்மைதனை
அகமேற்றி புறமதை காக்க.

7. ஆரஞ்சு நிறமாக நம் தரணிதனில்
அமைதி காத்து அன்பாக்க.

8. வானவில் நிறமேற்பது ஏழு நிலையான
தன்மைக்கானதை ஆற்றலை உணர.

9. இளஞ்சிவப்பான ரோஜாவின் தன்மை மெழுகாகும்
ஔஷத ஒளியாக சருமங்களுக்கு.

10. ஊதா உடலின் தூய்மைக்கான பல
நிலை செயல்பாட்டு விதமென.

11. எண்ணற்ற வண்ணங்களின் செயலது பலவகை
காணும் ஏற்கும் விதமாக.

21.7. கைவேலைப்பாடுகள்

1. மணக்கும் தன்மையான மலரினை மதிவியக்கும்
கைநடன நளிமதை கண்டு.

2. வண்ண மலரதனில் எண்ண வகை
சூட காண காட்சியாக.

3. சூடும் கேசமதற்கு பலவகை விந்தைதனை
கைகொண்டு உருவாக்க கவரும்.

4. சூடும் மாலைதனை போடும் வேளைதனில்
கூடும் மனமென பன்முகமாக்கி.

5. கொடுத்ததில் குணமேற்றி திறனுக்கு தடமேற்ற
அழகுற மிளிர்க்க அலங்கரிக்கும்.

6. நடன அரங்கமதில் வண்ணத்தின் ஆர்வமதில்
எண்ணமதை பதிக்க விளையாடும்.

7. நேசமுடன் இருப்பவர்களின் கைவண்ண ஜாலமாக
வாசம் கொண்ட மலரானது.

8. எட்டாத ஏணியென்று இருப்பதில்லை வாசமது
அனைவருக்கும் எட்டும் உயரமே.

9. வீம்பான வாழ்க்கையை வாசமாக மாற்றும்
பாச பிணைப்பானது மலர்கள்.

10. காணும் அழகும் அனைவரிடம் பரிவான
எண்ணமும் வண்ண மலராகுமே.

11. சாதிக்க சாதனை வரைமுறைகளென வகை
கண்டதில்ல நித்திய திறனுக்கே.

21.8. பூஜையில்

1. கூப்பிட்ட குரலுக்கு செவி சாய்பதற்கான மந்திரமதை மலர்தூவி ஜபிக்க.

2. தெய்வங்கள் நமக்காகவா அல்லது தெய்வ நாமமதை துதிக்க நாமா.

3. துதிப்பது மனமேற்ற நாமமதை அளிப்பது வாழ்வின் இடையகற்றும் பாதைதனை.

4. வகுத்து வழிகண்ட நாம பாதங்களை சொல்லாடல் இன்றி வணங்குவோம்.

5. வணங்குதல் நமக்கான நன்மைதனை வகுக்கும் உடலுள்ள செயலாற்றலாக எவ்விடமெங்கும்.

6. மலரிட்டு, மண்டியிட்டு, பிறை தொட்டு வழங்கும் அன்பு ஒன்றே.

7. **கைகுவிப்பதோ** மலரோ பச்சிலையோ பழமோ உணவோ அனைத்தும் ஏற்புடையதே.

8. வளமதை வாழ்விக்கும் மனமேற்று அளிக்கும் வகைக்கு வகைமுறை காணா.

9. இறைத்தன்மை அன்பை மட்டுமே அனைவரிடமிருந்து ஏற்று ஆற்றலதை வழங்கும்.

10. வகைகளாக வகுப்பது யாவற்றிலும் நிதர்சனம் அவரவர் மனநிறைவாக அமைக்கவே.

11. பூஜிக்க வல்லவைகள் எவைகளென அறிவோம் வளமான வாழ்விற்கு வித்தாகும்.

21.9. மாலைகள்

1. நிகழ்வுகளை சொல்லுங்கள் கனவு காணும்
வண்ணமாக மனமகிழ வழங்குவோம்.

2. பிறந்த நாள் மேடைதனை அலங்கரிக்க பிரமிப்பில்
படைத்தவனே கண்டு வியக்கவென.

3. எண்ணிலடங்கா நிறங்களும் வகைகளும்
தெய்வங்கள்
சூடுவதற்கென தொடுக்கும் மாலைதனில்.

4. மாலை அலங்காரமதை வானவர்கள் இறங்கி
வந்து கண்டு மகிழ்வார்கள்.

5. சுபநிகழ்வினில் மற்றவைகள் போட்டிபோட முடியாத
வண்ணமென புதுமையின் பொலிவு.

6. பூவுக்கு பெருமையா தொடுத்த கைகளுக்கு
பெருமையா பட்டிமன்றமே நடத்தலாம்.

7. வண்ணமதில் அழகானதா வண்ண கலவை
கொடுத்ததால் அழகானதா மனமகிழ.

8. விலையேற்றம் கண்டாலும் எண்ணமதை
வண்ணமதில்
கவனமேற்றும் புதுமையை ஏற்போம்.

9. கொடுத்ததில் தொடுத்து தொடுத்ததை மாலைதனில்
ஏற்றும் வல்லமையே வல்லமை.

10. பயிலகமே காணும் மலர்களின் வித்தை
காணும் மாயாஜால வேலைக்கு.

11. பழமையான மாலைக்கு புத்தணர்ச்சி பொலிவு
கொடுப்போம் எங்களின் அறிவாற்றலுடன்.

21.10. மூலிகை பார்வை

1. செம்பருத்தி கேசமதின் வேர்களை காத்து,
   நிறமதை மாறாமல் காக்கும்.

2. சங்குபூ மற்றும் செடியின் அனைத்தும் தேகமத
   குளிர் தன்மைக்கு வல்லமை.

3. மல்லியை பயனாக்க பண்பாக அனைத்து
   நிலையான வாசனை திரவியமாக்க.

4. ரோஜாவின் இதழுண்ண நம் தோலை
   பளபளப்பு தன்மை ஆக்கும்.

5. குங்குமபூ கண்ணுக்கு குளுமையும் சரும
   மென்மை காக்கவும் வல்லது.

6. தாமரை விதையானது ஆரோக்கிய உணவாக
   பன்முக பயனாக குழந்தைகளுக்கு.

7. வெட்டி வேர் குளுமை தன்மையை
   நன்கு உணரலாம் நீரதனில்.

8. முருங்கைபூ வயிற்றின் உஷ்ணமதை குறைக்கும்
   பக்குவமாக சமைத்து ஏற்பதில்.

9. வாழைப்பூவை ஏற்கும் விதமதில் குடலை
   சுத்திகரிப்பாக்கி ஜீரண தன்மையாக்கும்.

10. மணத்தக்காளிபூ வயிற்றின் குளுமையை காத்து
    வாயின் புண்னை குணப்படுத்தும்.(கீரையுடன்).

11. பலவகை இன்னும் ஆயிரமுண்டு ஏற்று
    ஏற்பது தேவைதனின் வகையாக.

21.11. பலவகை மாலைகள்

1. மனமதின் மதிப்பை பணமதன் மதிப்பென
மாலையின் பொருளாக தொடுப்பது.

2. பணமதை மீண்டும் பயன்படுத்தும் விதமென
தொடுக்கும் நேர்த்தியும் யோகநிலையே.

3. வாசமென கமழும் பொருளெடுத்து தொடுப்பது
வல்லமைதனுக்கு புல்லும் ஆயுதம்.

4. குழந்தை வடிவமென வைத்து எழிலாக
வரவேற்கும் சீமந்த மாலை.

5. வருமானமதை கடந்த ரசனைக்கு புத்துணர்ச்சி
ஆர்வமாக கற்பனை திறனாக்கல்.

6. ஆசைக்கு அளவெடுத்து கற்பனை மிகை
காணா எதுவும் அழகே.

7. பழமையின் புதுமை வரவேற்பான எதிலும்
அடிப்படை நோக்குணர்தல் அவசியம்.

8. நீ கொடுத்தவை கொண்டு உனக்கு
மாலை தொடுத்து வணங்குகின்றோம்.

9. மாலை வைத்து நிகழ்வை சொல்லும்
வகைதனில் ஏற்றதான மாற்றங்கள்.

10. புதுமை வந்தாலும் பழமைதனின் மெருகில்
தொடுத்து ரசிக்க ரசைனையாக.

11. இதழாலா வாசனையாலா அணிகலனாலா
பணமதிலா
தொடுப்பது வகை கண்டது.

21.12. பலன்கள்

1. நறுமண இடமதன் வாசமதில் தீதான
எண்ணங்கள் அறங்கேறா பொலிவாகும்.

2. தெய்வ வழிபாடுகளில் மலரும் வாசனை
திரவியங்களும் எண்ண தூய்மையாக.

3. தொடுத்த தொடர் வண்ண மலர்களால்
எண்ண ஏற்றங்கள் வளரும்.

4. காண்பவைகள் காட்சியாக மனமதற்கு பெரும்
பங்கேற்று அழகேற்றும் நிகழ்வுகளில்.

5. இல்ல அலங்கரிப்பா மனங்களின் எண்ண
அலங்கரிப்பா வண்ணமதை கண்காண.

6. உள்ளமதன் கோவிலில் குடிகொண்ட இறைவனை
இல்லமதில் வணங்கும் மகிழ்வோடு.

7. மலரான வாடா மலரை செயற்கையில்
அலங்கரிப்பு ஒருவித மகிழ்வு.

8. இயற்கையின் வண்ண மலரெடுத்து அலங்கரிக்க
குடிகொள்ளும் இறை வாசமனைத்தும்.

9. உள்ளமதை குளிர்விக்கும் நாமமதை தொழ
இறை கொடுத்த வாசம்.

10. இவற்றில் தான் மகிழ்வெனாது உள்ளதை
உவகையேற்ற எவ்விடமும் ஏற்கும்.

11. பூக்கும் பூவாக மனமானால் இறைதன்மையாக
வாசம் வீசும் எவ்விடமும்.

22 - திரைபடமும், அதன் கற்பனையும்

22.1. அடிப்படை

1. மானுட வாழ்வதனில் வகுக்கபடும் நியமனங்களை முன்வைக்கும் ஆற்றலின் பணியது.

2. பல இன்னல் படிகளை கடந்து
தடமாக வெண் திரையில்.

3. மண்புதைந்த கருத்தாழ சிந்தனைகளை மனதாழம் பதிக்க விண் எட்டும்.

4. தனக்கான வலிகளை கடந்து, வலுவாக்கி
வரலாற்றின் வலிதனை கதைகளமாக்கல்.

5. எவ்வித படைப்பும் சுயநலமான ஒன்றை
சார்ந்த பொதுநல படைப்பாகும்.

6. பொதுனலமாக முற்போக்கின் முனைப்பாக தரமதை தடமேற்றி வல்லமை படைப்பது.

7. சமூக பரவலின் யதார்த்த வாழ்வாதாரமதை
சாதாரண பாணியில் எடுத்துரைத்தல்.

8. நகைச்சுவை களமாக படைப்பதன் பாணி
மனமதை மகிழ்விக்கும் பணிபாரமதில்.

9. இடமோ, கதையோ காணா, வகைதனில்
படைப்பை பரவலாக பார்க்கும்.

10. சொல்லாடலில் மானுட தர்மமானதை,
படைப்பதனில்
முன்வைத்து அரவணைக்கும் எண்ணமேற்று.

11. அனைவருக்கும் அனைத்துமானது எனும் தெளிவை பகிர்வது என்றால் மிகையாகாது.

22.2. கொள்கை

1. கொள்கைகான பிடிப்பதனில் லாபமென மானுட
தர்மமதை காக்க உருவாகும்.

2. மாணிக்க மகுடமென வேராக சில நியமன
உத்திக்கு லாபமது மனமகிழ்வே.

3. ஆடம்பர அழகாக்கா வேர் காண
விழுதாக தாங்கும் கதைகள்.

4. நாகரீக வளர்வானாலும் எளிய கருதாங்கி
வளர்நடை பயில பயணிக்கும்.

5. மனமது ஏற்கும் செயலதை கருதாங்க
நகை கமழ தயாரிப்பது.

6. குணமாறா செயலது விதியாக்கிய வினையானதென
சொல்லாடலின் மதிமாற்றம் காண்பது.

7. சமூகமது ஒன்றுதல் காட்சிக்கானதே என்ற
புரிதலால் வெளிக்காட்டும் எவற்றையும்.

8. காட்சிக்கானதை களம் காண மிகைபடுத்தும்
உத்திதனையும் கையாளும் புரிதலுக்காக.

9. கதைகளம் மிகைபடுத்தல் திரையாக இருப்பதால்
ஒளியாக்கி மனமது ஏற்க.

10. எவற்றையும் கருதாங்கி சுயனலமும்
பொதுனலமதும்
தாங்குவது கடினம் வேராழமாக.

11. தனிமனித நோக்கமும் சமூக நோக்கமும்
நேர்படும் நோக்கமது கொள்கையாக.

22.3. ஏற்பது

1. தனக்கான வலிகளை கடந்து சமூக பார்வையை முன் நிறுத்துவது.

2. தனி உலகமாக பார்க்கபடும் துறையாக இருப்பினும் சமூக வலியெடுப்பது.

3. எத்துறைதனில் பயணப்படுகிறோம் என்றான சூழலை கடந்த எதற்கானதற்காக பயணப்படுகிறோம்.

4. பார்ப்பவர்களின் எண்ணமதை தன் எண்ணமாக ஏற்று தரமதை திறனேற்றுவது.

5. பொழுதுபோக்காக காண வருபவர்களையும் சிந்தனை துளிக்குள் கொண்டு செல்வது.

6. பணம் ஈட்டுவது லட்சியம் அனைவரின் உள்ளமதில் ஆழவூன்றுவது இலக்கு.

7. இலட்சிய வேர் இல்லையெனில் இலக்கு வேரினை பதிக்க இயலாது.

8. ஆக்கமதை நோக்கமாக வாக்கதனில் கொண்டால் திறனாக்கி தரமாக்க செயலாக்கும்.

9. சொல்லாடலில் விழாமல் அறமான பண்பாக பாங்கினை பகுத்து வழங்கும்.

10. ஏற்ற வேலைதனில் விவேக கண்ணாக கண்டு தன் பணியாற்றுவது.

11. பார்பவர் நெஞ்சமதில் தஞ்சமென ஆட்கொள்ளும் கருதாங்கும் களம் காண்பது.

22.4. ஏற்காதது

1. மிகைபடுத்தும் களமாக விஷயமானதை கையாளும் விதமது சொல்லும் கருத்தூன்ற.

2. சுவாரசியமாக ஏற்கும் சிலரின் பார்வைக்கான அங்கமானதை அவணி பார்வையாக்குவது.

3. கதை சம்மந்தம் என்றாக மக்களின் கவனமதை திசை திருப்பல்.

4. சூஷ்ம விஷயமான சிலவற்றை கொண்டு அச்சுறுத்துவதை கையாளும் விதமென.

5. காணும் காட்சிகளின் மிகைபடுத்தும் தன்மை பார்க்க மட்டும் சுவாரசியம்.

6. வாழ்க்கையில் மாற்றம் வேண்டும் என்றல்லாது மறைமுக அடிமைதனை கையாள்வது.

7. சுவாரசியமாக்க சில உண்மைகளை
நகைச்சுவையாக்கி
திசை திருப்பும் திறமை.

8. உண்மையான முகமதை வெளிப்படுத்தும் விதமதில் மிகைப்படுத்தி பயமதை ஏற்றல்.

9. ஊக்கமாக அதிகமான நல்லவைகளை
மேம்பாட்டுடன்
வெளிப்படுத்தா கிராம வாழ்வதை.

10. பேசுகையில் இசையின் ஒலிதனை ஏற்றுவது தகுந்த வசனம் கேட்காமலிருக்கவோ.

11. திரைகளில் வண்ணமாக மனமதற்கு ஏற்புடையதாக அனைத்து நிலையும் நிறைவதற்கே.

22.5. முற்போக்கு பார்வை

1. கதைகளமாக பொழுபோக்கின் ஊடாக முற்போக்கு பார்வையை முன்னெடுக்கும் துறை.

2. ஊடக பார்வையாக முன் வைக்கும் எவையும் சமூக ஏற்பானதாக்கும்.

3. மாற்றமான தனித்தன்மையை தரணிக்கு ஊடக பார்வையில் கொணருதல் சுலபம்.

4. பழமையில் புதைந்த நற்சிந்தனையை வேராழ மெருகேற்றும் தகுந்த ஆயுதம்.

5. அனைத்துமாக இருக்கும் மனமதை இயக்கி புதுமைகள் படைக்கும் ஊன்றுகோல்.

6. பாராட்டை கடந்த பதிவிற்கான செயலாக நன்னெறி நயம்பட நல்குவது.

7. தரணிக்கான பார்வைதனை வலி மிகினும் பொருள்பட புனையும் உத்தி.

8. வழக்காடு கண்டாலும் தீராத வலிக்கானதை தீர்வாக்கும் திட திறன்.

9. கொள்கை கொண்டு பண்படுத்தல் ஒருயுத்தியெனில் காட்சிபட காண்பது மற்றுமொன்று.

10. தன்னேர அவகாசமதை பொன்னேரமென பாதுகாத்து மனமேற வழி சொல்லுதல்.

11. விண்ணேற்கும் வழி காண முற்போக்கான பார்வையை முனைப்பாக்கி செயலாக்கல்.

22.6. எதையும் வெளிக்கொணரும்

1. என்திசையாகினும் பார்க்கா இடமாகினும்
யாவற்றையும்
வெளிச்சமென அவணியோருக்கு உரைப்பது.

2. அச்சுறுத்தும் தகவல்களை திரும்ப திரும்ப
காட்சிபடுகையில் பயனோக்கு விலகும்.

3. தனிநபராக எவற்றையும் வெளிக்கொணர்தல் மிகவும்
கடினம் மிகைபடுத்தி சாதாரணமயமாக்கல்.

4. அகில செய்திகளை தைரிய பாங்கென
அனைவரும் அறியும் ஊடகம்.

5. பலனும் ஏற்படும் சில தேவையற்றவையாகவும்
காட்சிகள் மிகையாக தோணும்.

6. நாம் எங்கெங்கு பயண பாதை
செலுத்த என்றான தகவல்.

7. பல தேசங்களின் புரிதல் சுலபமென
வழிகாட்டும் ஆசானாக திகழும்.

8. கற்றலும் கேட்டலும் விழிப்பும் தரும்
மிகப்பெரிய எழுச்சி ஊடகம்.

9. கருதாங்கும் சிற்சில விஷயமானாலும் திகிலாக
நகையாக பொழுதின் நகர்வாக.

10. மக்களுக்கு நல்லதொரு இசையாகவும் கதையாகவும்
பொழுதின் இனிய நகர்வாகவும்.

11. முற்போக்கு சிந்தனை வேலைவாய்ப்பின் அங்கம்
அனைவரின் விழிப்பாக இருப்பது.

22.7. தைரியம்

1. மென்மையின் மெல்லிய உணர்வினை ஏற்படுத்தி
   மனவலிமைதனை ஏற்றும் கற்பனை.

2. சில நேரமதில் தைரியமாக்கி உண்மையாக்கும்
   கற்பனைதனின் நோக்க பார்வை.

3. அனைத்து வல்லமைகளும் யாவருக்கும்
   சாத்தியமன்று
   எவற்றிலும் தைரியமது ஒன்று.

4. தைரியமாக எதனை நாடுகிறோம் என்ற
   சித்தாந்தம் கலந்த பார்வை.

5. சுய வருமானம் ஈட்டும் விதமான
   மன மதிப்பின் பணியாக்கல்.

6. பணி தொடர என்றும் பழமையின்
   உன்னத உண்மை தேடல்.

7. மானுட மார்க்க மட்டுமன்றி அனைத்து
   ஜீவன்களின் கதை நாடல்.

8. உலகம் விரிந்து பரந்து யாவருக்குமாய்
   வளர்ச்சி காண வகையானது.

9. நம்மடி வைக்கும் விதமதில் வேக
   நடை விவேக பார்வை.

10. சொல்லும் யாவும் பொருளதனை புரிய
    வைக்க ஆய்வகம் காணல்.

11. எவற்றிலும் தைரிய செயலுக்கு வலியுண்டு
    முயற்சியே வெற்றிக்கு வழிகாட்டும்.

22.8. மறைமுகம்

1. யாவருக்குமாய் சில நேரங்களில் எடுப்பவருக்கும் காண்பவர்களுக்கும் காலபோக்கதனில் குறையும்.

2. ஒரு கருத்தை நேரடியாகவும் மறைமுகமென தனித்தனியே வகுப்பது திறன்.

3. மறைமுக பார்வை கருத்தாழ சிந்தனை பார்வை அதிக ஆழமாக்கும்.

4. பாட்டின் வழிதனில் கதைகளமதை பொருள் விளங்க கொடுக்கும் விதம்.

5. ஆரம்ப வாழ்வாதார சூழலின் கதைகளமதை கற்பனையாக வடித்து மகிழ்வித்தல்.

6. அனைவரின் மேம்பாடாக சேமித்து தேங்கிய கண்ணீர் துளிதனை வெளியேற்றுவது.

7. புரிதல் என்பதை கடந்த பக்குவ தன்மைதனை நேரடி இன்றி மறைமுகமாக்கல்.

8. சில நியாயங்கள் பகிர்ந்தாலும் மாற்றம் காண யுகமதை காணும்.

9. மறைபொருளாக உருபொருளை செயல் பொருளாக்க மனமழுத்தமது எடுப்பவருக்கும் உண்டு.

10. சேமிப்பது ஆற்றலாக வழங்குவது காட்சியாக முயலும் வெற்றிவாகைதனை சூட.

11. எண்ணங்களை வண்ணமென திணிக்கா மறைமுகமென திரைமுகமதில் பக்குவ பாங்கென.

22.9. சேர்ப்பது

1. சிலரோ பலரோ எவற்றையும் மிகைபடுத்தா
கதை கரு சேர்ப்பது.

2. அழகானது எவையும் மெருகாக்கா இயற்கையின்
எழிலை நேரடி பார்வையாக்குவது.

3. அறிவின் அழகே எங்கும் நிரந்தரம்
என்னும் விதையை விதைப்பது.

4. உலகின் பன்முக பார்வைகள் பலவுண்டு
பிடிவாதமதை நீக்கின் வளர்வாழ்வாகும்.

5. வாழ்வானது ஆடம்பரமன்று புரியும் நேர்படல்
நேர்த்திக்கானது வாத வழக்கன்று.

6. பற்றான சிலவற்றை நீக்கின் இணைப்பான
அன்பும் பந்தமும் புரியும்.

7. எவற்றையும் சுயமாக பயமதன் தன்மையாக்கா
நிதர்சன நிகழ்வானதாக சேர்ப்பது.

8. இயற்கை இன்றி வாழவே முடியாது
செயற்கையல்லா வாழ்தல் கடினம்.

9. உருவாக்குவது திரை நிகழ்ந்தவைகள் வரலாறு
தலைமுறைகள் புரிதலுடன் காண.

10. அசையும் சைகைகளால் உயிர்ப்பிக்கும்
கதாபாத்திமதை
இயக்கி உருவாகும் நவரசம்.

11. சேர்ப்பது கதைக்கான அர்த்தமாயினும் வகைகண்டு
சேர்த்தல் எளிமையாயினும் வலிமையாகும்.

22.10. முன்னேற்றம்

1. முன்னேற்றம் ஒரு தனி நபரின்
முயலும் திட திறன்.

2. தனித்தன்மையை செயலாக்கும் வல்லமைதனை
கூட்டு
முயற்சியாக திட திறனாக்கல்.

3. எண்ணங்களின் வடிவாக்கமே வழி வகுக்கும்
செயல் நோக்கு வெளிவர.

4. எண்ணங்களை சிதறடிக்கும் சூழலது எவற்றிலும்
உள்ளது மனபாரமாக செயலாக்க.

5. வாழ்வின் நிலைத்தன்மையே போராடி வெல்வது
செயல் நோக்கு உண்மையாயின்.

6. உண்மைக்கான புரிதல் சில நேரங்களில்
வெளி பார்வைக்கு நேரமெடுக்கும்.

7. வெளிப்படையாக கருத்தை நிலைநாட்ட தெள்ள
தெளிவாக மூலமதை காணல்.

8. முயலும் தீர்க்கமான எண்ணங்களுக்கு தடை
எங்கும் ஏற்படாது காலமெடுக்கும்.

9. காலங்கள் கடக்க பொறுமை ஏற்பது
சில நேரங்களின் தடை கற்கள்.

10. கற்களை கடப்பது கால்கள் வலி
காணும் நிதானம் வெல்லும்.

11. எவற்றின் ஆற்றலும் நிதர்சனமதை தாங்கி
வேரூணும் காலங்கள் கடந்தாலும்.

22.11. வேலைவாய்ப்பு

1. எத்துறைக்கானதும் மனித தேவைதனை
பூர்த்தியாக்கும்
வேலைகளுக்கான மார்க்க பாதை.

2. சமூக விழிப்பு காணும் துறையதனால்
பணிகளின் அவசியமும் அதிகம்.

3. ஏற்கும் துறையாவிலும் போட்டிகளின் வலுவை
திடதிறனேற்று வெல்வது சாத்தியமாக்கும்.

4. அனைத்திலும் பன்முக பார்வைதனில் பணிக்கான
தேடலின் பூர்த்தி நிவர்த்தியாக.

5. பரவலாக பணிதனை பிரிக்க நேர்த்தியாக
காட்சிகளை அமைக்க இயலும்.

6. வாழ்க்கையின் வெளிப்பாடும் அதிக அளவில்
வெளிவந்து மனபாரங்கள் இறங்கும்.

7. அனைவருக்கும் ஆனதே தரணி என்னுமோர்
நம்பிக்கை உதயமாகும் புரிதலாக.

8. போட்டிகளாகும் வேலைகள் எவையும் திறனின்
திறவுகளாக சில நேரங்களில்.

9. திறனுக்கு வலுவாக திடமேற்று புதுமைகள்
புரிதலுடன் வளர் வாழ்வாகும்.

10. வளரும் அனைத்தும் பசுமைகளை விருச்சமாக
காணும் எண்ணமாயின் நலமாகும்.

11. வேலைகள் பரவி இருக்கின்றது நம்
தேவைகளுக்கு தேர்வானது நமதாக.

22.12. அனைத்தின் யதார்தம்

1. திரைப்படம் மனித வாழ்வின் பொழுதுபோக்குடன்
சமூகத்தின் திடமான ஊடகம்.

2. எதார்த்த பாணியாக சமூக உணர்வான
நிகழ்வை படமதில் விழிப்பாக்குவது.

3. கவனம் என்பது எதில் எதற்கு
தகவல் சார்ந்த விளக்கமாக.

4. அனைவருக்கும் பணிதனில் சில மன
உளைச்சல் பாரம் நீங்க.

5. தொழில்நுட்பமதில் அனைத்தும் சாத்தியம் எனும்
பழமையின் கடினங்கள் நீக்குவது.

6. மனமதன் புரிதல்கள் உரையாற்ற சரியான
விழிப்பாக்கும் நிகழ்வுகளை மகிழ.

7. அனைவரும் கூடும் தருணமதன் மகிழ்ச்சியாக
ஏற்ற தகுந்த பொழுதுபோக்கு.

8. சிந்திக்க செயல்பட நல்லதை பார்க்க
என்னும் வகைகளான விதம்.

9. குழந்தைகளின் ஊக்கமதற்கு சில திரைகாட்சிகள்
தகுந்த வழிகாட்டிகளாக நகைச்சுவையோடு.

10. பார்பதற்கு எளிமை, ஆவேசம், ஆக்ரோஷம்,
சண்டை, எழுச்சி, யுத்தமென.

11. அவணி பொதுவானதில் ஏற்புடைய நல்லவைகளை
ஏற்று அல்லவைகளை தவிர்க்க.

23 - அன்பின் ஆற்றல்

23.1. அடிப்படை

1. வாழ்வில் பல பருவங்கள் உள்ளடங்கிய
அனைத்திலும் உடன் பயணிப்பது.

2. அன்பு வாழ்வில் ஒன்றி உடனிருப்பது
நாம் ஏற்கும் அனைத்திலும்.

3. நம் மெய்யுடன் மெய்யாய் உரையாடும்
வல்லமைதனை ஏற்று வலுக்கும்.

4. மெய் என்றும் எதையும் பேதமாக
காண்பது அன்று நிதர்சனம்.

5. விளைவுகளை தாங்கி அடியெடுத்து முன்னேற்றி
நிதர்சன பாதைக்கு வித்திடும்.

6. சொல்லாடல் தணலாக வலி காணினும்
கொள்கைக்கு வேர் பதிக்கும்.

7. கொண்டதில் மெய் கண்டு பொய்
நீக்க பொறுமை காணும்.

8. வித்திட்டு வேர் பதித்த உணர்வுக்கு
மதிப்பேற்றி உரிமை காணும்.

9. உரிமை நிலைநாட்டிட பந்தங்களின்
உணர்வுகளையும்
சிரமேற்றி பாங்கென பக்குவமேற்றும்.

10. தேர்வானது தனக்கான மெய்யுடன் மெய்யானதால்
மிலிரும் வாழ்வின் வழிக்காக.

11. வாழ்வின் நிலை கொள்ளும் பருவமதில்
ஏற்பதை போற்றும் தரணி.

23.2. காதல்

1. புரிதல் கொண்டு ஏற்கும் எவையாகினும்
நிலையில் நின்று பயணிக்கும்.

2. கண் காணும் காதல் கரம்
பிடிக்க தடம் பதிக்கும்.

3. கண்ணில் கண்ட கனல் ஒருகணமே
உயரும் விண்ணளவு சுடரொளியாக.

4. மதிநுட்பமதை உணர விதியுடன் வினா
காணுமே நொடி பொழுதில்.

5. கண்ணுக்கு பொலிவையும், மெய்க்கு புத்துணர்வு
நல்கிய விண்ணுக்கு நன்றியுரைக்கும்.

6. கண்டதும் காதல் அன்று, அரவணைக்கும்
கொள்கையாக்கும் பந்தங்களோடு இன்று.

7. தெரியாத காதல் அன்று, ஆராய்ந்தறிந்து
வரும் காதல் இன்று.

8. வல்லமையை வலுவாக்கி வேர் பதிக்க
வருவது புரியாத புதிரல்ல.

9. கடமை, கண்ணியம், கட்டுபாட்டுடன், காலங்கள்
கடந்தாலும் கடப்பது காதல்.

10. இலக்கானவைகளை இலகுவாக்க இயல்பான
இசைதல்
இலக்கியமல்லா இலக்கண இயல்பாக்கும்.

11. தன்னளவு தடமேற்கும் தகுந்த தனக்கானதை
தனக்குள் தவமேற்பதே தகும்.

23.3. தேவை

1. வாழும் வாழ்க்கை அனைவருக்கும் ஒன்றே
தேடும் நிலையானது வேற்றுமை.

2. வாழ்க்கையில் சாதனை பெரும் பங்காற்றும்
ஏற்கும் நிலையாக கைகோர்ப்பது.

3. பந்தங்கள் பாசங்கள் ஊடே தனக்கான
விடியலின் வெளிச்சம் காணும்.

4. சார்வதன்று, தங்கும் பொருளதை சார்ந்த
கொள்கைக்கான வேராக வேர்பதியும்.

5. நுட்பமதை தாங்கி தடயமதை தாரா
பிடிப்பதனில் மெய் கொள்ளும்.

6. தனக்கான தேடலாக தரணி காண
தயங்காத ஆணி வேராக்கும்.

7. பழமைதனில் பொருள் கொண்ட பார்
புதுமையின் பொருளுணர வியக்கும்.

8. ஆன்றோர்களும், சான்றோர்களும் உரைத்த
உரைதனை
புத்துயிர் புதுமை பொலிவாக்கும்.

9. சித்தர் போற்றும் ஜீவ தத்துவ
இதுவோ என வியக்கும்.

10. இடைவெளிதனில் புனிதமான காதலின் தன்மை
எல்லா நிலையையும் நிறைவாக்கும்.

11. இருப்பதன்று உடன் புனித தன்மையின்
செயல் அறிந்த புரிதலே.

23.4. முக்கியம்

1. உள்ள இயங்கு பொருட்டே ஏற்படுத்திய
முக்கியமதை மதிக்கும் மனமதற்கு.

2. வீம்பல்ல வாழ்க்கை, ஜீவ தேடலின்
புனித நிலையை ஊன்ற.

3. காதலின் அன்பை வகுத்து பாடியது
உயிரோட்ட வாழ்விற்கு முக்கியம்.

4. கரைந்தோடும் ஜீவ நதியாக இல்லாது
கரைசேர்க்கும் ஆற்றலாக மாற்றுவது.

5. தலைமுறைகளை காக்கும் கடமையாற்ற பணித்த
பணிதனை புன்னகையோடு எதிர்கொள்ளுதல்.

6. ஆற்றலுக்கு அடிபணிந்து பொருலேற்ற ஜீவனை
துதித்து மனமதை பழகு.

7. பண்பை பக்குவ பாங்காய் பணிதனை
பணித்த பாதம் பணிவது.

8. ஆற்றல் பணித்த பணிதனை ஏற்கும்
மனமதனின் உயிர்ப்பு தன்மை.

9. ஈர்ப்பதன்று எதுவும் சுயம்பு வாழ்வதனின்
எண்ணங்களை சூழ்ந்த சுழற்சி.

10. ஆற்றல் அடையும் பொருட்டு மனம்
தாங்கும் வலிக்கான நிகழ்வுகளை.

11. வெறியாக அல்லாத விதிதனின் வல்லமைகளை
வலுவாக பார்ப்பது நன்று.

23.5. புனிதம்

1. அன்பினால் செய்யும் எவ்வித தொடர்
செயலும் புனிதமதன் சன்னதி.

2. அன்பால் உண்டான உலகம் அன்பில்
அனைத்தையும் உயிர்ப்பு ஆக்கும்.

3. அன்பை நேசிக்கும் உள்ளம் என்றும்
அன்பாகவே இருக்கும் நிதர்சனம்.

4. அன்பிற்கு வலி வரும் அர்த்தம்
புரிதலுக்கு குரலது உயர்வது.

5. குரலது உயரும் தருணமும் அன்புடனே
ஏற்ற இறங்கு நிலையாக.

6. உச்சாணி தொடும் அன்பு அந்நிலைதனில்
மாற்றமதை காண நிகழ்வது.

7. அன்பின் புனிதம் சோதனைக்கு உள்ளாகும்
காலங்களில் கரையுமந்த வேதனை.

8. ஆறாத காயங்களும் தீராத வலிகளும்
மாறாத நிலையாக அன்பிலொடுங்கும்.

9. அன்பையும் நாங்கள் ஆவேச பாங்கென
பகிர்வோம் என்பது சிலருக்கு.

10. திசையும் உதயமும் மாறாது அன்பின்
ஆழமும் புனிதமானது மாறாது.

11. அன்பு உள்ளங்களாக படைப்பானவை யாவும்
விகிதாசார மாற்றமதில் மாற்றமாகிறது.

23.6. விருப்பம்

1. வேண்டுவதும் விரும்புவதும் நேர்படுகையில் வருவது
ஒருநிலை தன்மை ஏற்கும்.

2. இதன் பொருளே இருவேறு நிலைப்பாடு
காணாது மனமொரு நிலையேற்றல்.

3. விருப்பதன் நோக்கம் அடைவதில் கொண்டால்
வேகமதை முக்கிய பங்காக்கும்.

4. நாளின் கவனமும் கொண்டதன் கொள்கையின்
புனிதமதை உணர்ந்து செயலாற்றும்.

5. சில நேரமதில் கால அவகாசமென
பொறுமையின் சிகரமாக காக்கும்.

6. பணிதனிலும் சில புனிதமதை நேர்கொண்ட
பார்வையை பாதையாக்க விரும்பும்.

7. விரும்பிய செயலுக்கு பொறுப்பான பக்குவ
நிலைதனை உணர்ந்து கவனமேற்கும்.

8. நாம் வாழும் தரணிதனில் புனிதம்
ஏற்க வரிசை காணாது.

9. மனங்களுக்கு மனம் வேற்றுமை எண்ணமானதாக
தோற்றமெனினும் புனிதமாக்க திறனேற்பது.

10. விரும்பியது விரும்பிய விதமாக வினாவின்
விடையாக விரும்பியதை விரும்பும்.

11. விரும்பிய வண்ணமதை எண்ணமென ஏற்று
பொருள் கொள்ள விரும்புவது.

23.7. ஆக்கம்

1. ஒன்றான தன்மையை உயிர்ப்பாக்கி உள்ளிருந்து
ஊற்றென உணர்வெழுந்து உரிமையாவது.

2. இரண்டாக செயலெடுத்து நன்மை தீமைதனை
பகுத்து பத பக்குவபடுதல்.

3. மூன்றாக கொண்டதில் குடிகொண்டு வண்ணமிட்டு
எண்ணமதை உதிக்க உருவாக்குவது.

4. நான்கின் நாயக தன்மையாக ஏற
இறங்க பசுமை காண்பது.

5. ஐந்தாக ஆற்றல் பெருகி வழி
வகை காண பயனாக்குவது.

6. ஆறாக ஆற்றலை அள்ளி வழங்க
ஏற்ற நிலை எடுப்பது.

7. ஏழுகடலாக பெருகிய ஆற்றலது சேர
புனித நீரென காப்பது.

8. எண்திசை ஏணியேறி எழில் பரப்ப
மாசற்ற தன்மையை வழியாக்கும்.

9. நவஜீவ ஆற்றலுக்கு துணையேற்று வல்லமையை
வலுவாக்கி வழிகாண வகுக்கும்.

10. பற்றா நிலைதனை பற்றி ஆற்றலாக
பத பக்குவமாக மாற்றும்.

11. பகிரும் எக்காலமதிலும் அன்பாற்றலென பண்பான
அன்பை பாங்கென விளக்கி.

23.8. செயல்பாடு

1. வாங்கும் எவ்வகையானாலும் வாங்கி வழங்கும்
அன்பாக மதிக்கும் உயிர்களுக்கு.

2. நிற்கும் நிலைதனில் கேள்விகளை கணை
தொடுத்து மறைதனை நீக்கும்.

3. கேள்வி கணைகள் யாவுமே நன்மைக்கே
பொருள் தந்த விடை.

4. விடைக்கான கேள்விகள் பிறப்பது நல்லது
தோற்ற செயல் தன்மைக்காக.

5. வலிகள் யாவும் குழப்ப செயலின்
விடை தேட முயலும்.

6. முயலுவது அனுபவம் முயற்சியே வினைதனை
திருகி விதை காணும்.

7. திருகியது வலி ஏற்படுத்த அன்று
விடை காண மருந்தாக.

8. கேட்கும் செவிதனின் செயல்பாட்டை திருகி
நுட்பமதி செயல் காணும்.

9. உணர்வாகும் உரிமைதனை தெய்வனிலை புரிதலாக
அன்போடு எடுத்துரைக்கும் ஏற்பதற்கு.

10. அன்பின் வழியே அனைத்தும் ஆனதே
என்ற தெளிவை தெளிவாக்கும்.

11. செயல்பாடாக இயங்குவது அன்பான பாதையை
அங்கமதில் ஆற்றலாக ஏற்ற.

23.9. உரிமை

1. உரிமையோடு ஏற்கும் விதமானது நம்
ஆரோக்கிய புனித தன்மை.

2. பிறப்பை பெருமையாக ஏற்று கொள்கையானதை
மௌனமேற்றி பணிகளை தூய்மையாக்கல்.

3. வாழும் யதார்த்த வாழ்வே சாதிக்கும்
சாதனைகளை தாங்கி வாழ்வது.

4. புனித தன்மைக்கான பாதையே யதார்த்தமதில்
நாம் கொண்டதன் பாதை.

5. எங்கும் எவற்றையும் இடையூறு இல்லா
வாழ்வாக நகர முற்படுதல்.

6. வலிகளை கடந்த வாழ்வதனில் ஜீவ
நோக்காக ஆற்றலும் வலிதாங்கும்.

7. உடலுள்ள புனிதமானது ஆற்றலாலும் வலு
பெற்று நன்மை பயக்கும்.

8. ஜீவகாருண்ய நோக்கமதாக நம் வாழ்வை
அனைவரும் அன்புடன் கடக்கின்றோம்.

9. துன்ப தளர்வான நேரமதிலும் அனைவரிடம்
குடிகொள்வது நிதர்சன வாழ்வேற்றல்.

10. நித்திய நிதர்சன யதார்த்த வாழ்வை
நம் உரிமையாக ஏற்கிறோம்.

11. புனிதமதன் இருப்பிடமென உரிமையோடு
வாழ்வோம்
நித்திய நிதர்சன வாழ்வை.

23.10. உணர்வுகள்

1. காதலால் காதலை காத்திருந்து கடக்கும்
கணமது கண்ணிமைக்கா காலமாகும்.

2. உணர்வுகள் உறங்கா உறைவிட உன்னத
உயர்வாக உயர்த்த உதவியாக்கும்.

3. திடமேற்றிய உயிர்ப்பான காதல் தரணியில்
கால்பதியும் தனக்கான வல்லமையாக்கி.

4. காதலிலும் வருமது கடக்க அனைத்து
நிலைதனின் இன்ப துன்பங்கள்.

5. ஆரோக்கிய வாழ்வானது எழும் உணர்வுகளை
கடந்து வளர்பாதை அறிவது.

6. ஜீவன் ஏற்ற துணையேற்று வரும்
சுக துக்கங்களை வெல்வது.

7. பிறப்பதும் மறைவதும் பொதுவானது ஜீவனில்
இடையேற்பது தனித்தனியே யாவருக்கும்.

8. உணர்வின் உணர்வால் உன்னதமாக்க உகந்த
உள்ளுணர் உடன் உறைவிடம்.

9. உனக்குள் உனக்காக உன்னத உயிர்ப்பின்
உரிமையாக உன்னுடைய உணர்வு.

10. உண்மைக்கான விடியல் ஓங்கும் நிலைதனில்
உன்னத மனமேற்கும் உணர்வுகளை.

11. பண்பட்ட பகுத்தாய்ந்த உணர்வுகள் அனைவரின்
அவசியமதை ஏற்று நிறைவேற்றும்.

23.11. தோற்றம்

1. குழந்தையில் ஆரம்பமாகும் அன்பின் தோற்றம்
வயோகிதமதனில் பாச பரிவாகும்.

2. எல்லா சூழலிலும் அன்பின் வெளிப்பாடு
நபர்களில் மாற்று பெயரெடுக்கும்.

3. தோன்றுவது அன்பாக வாழ்வது அன்பாக
பழகுவது அன்பானால் ஆனந்தமாகும்.

4. எவற்றின் பிம்பமதும் முதலில் பொலிவாகா
மாற்றும் சூழலதில் ஜொலிக்கும்.

5. கற்கும் கல்விதனை பழக பழக
வித்தைகள் பல வண்ணமாகும்.

6. தொன்றுதொட்டு வருபவைகளின் முதல் தடம்
பதித்த வேராழம் அன்பு.

7. தரணி உருவாக்க தோற்ற பொலிவே
மனநிறைவுடன் வழங்கும் அன்பு.

8. அனைத்து இறை ஆழ்ந்த சொல்லும்
பொது தன்மை அன்பு.

9. உன்னத உறைவிட ஊற்றாக மாண்பின்
கலப்படமற்ற பொருளாக அளிப்பது.

10. எதிர் பார்க்கும் அன்பை கொடுக்கும்
தருணமதில் ஏற்பது பண்பு.

11. தாலிட்டு பூட்டினாலும் என்றும் உண்மைக்கான
அன்பு மனமதில் மாறாது.

23.12. அனைத்தின் யதார்தம்

1. மனமதை நேசிக்கும் உச்சம் நம்மை
நேசிப்பது புனிதமதன் யதார்த்தம்.

2. முதலில் நம்மை காதலிக்க கற்றால்
மனமது எண்ணங்களை உயர்த்தும்.

3. எண்ணங்கள் உருவாகும் திரைமறைவானது நம்மை
நேசிக்க திரை விலகும்.

4. நமக்குள் இருக்கும் ஆதவன் திரை
நீக்கி வண்ண காட்சியாக்கும்.

5. திரையின் பின்னுருந்ததன் அர்த்தம் பொருள்
கொண்டதன் புகழ் அறிய.

6. பொருளானவைகள் புறமதில் காரணம் காரணிகளை
கொண்டு அறிய வைக்கும்.

7. காரண காரியங்கள் அனைத்தும் ஆவதே
கொண்ட நோக்குணர பின்னிருந்து.

8. நம் மேல் நாம் கொள்ளும்
நேசமதை பற்றாமல் அன்பாக.

9. புனிதமாவது அன்பானால் செயலானது திரை
கொண்ட பொருள் உரைக்கும்.

10. புறமதில் உரைக்கும் பொருளால் பற்றில்லா
நேசமாகின் தேசமதன் வளர்ச்சியாகும்.

11. நம் செயலதால் உயரும் தேசம்
நம்மை வளர்க்கும் உயர்த்தி.

24 - பருவ நிலைதனின் மாற்றங்கள்

24.1. எட்டாம் (விளையாட்டின் சுவாரஸ்யம் மிகுதல்) பருவம் வரை

1. ஆரம்ப தன்மையாக எந்த செயலும்
கவன பார்வையை கூர்மையாக்கும்.

2. பஞ்சபூதமாக இருக்கும் ஆற்றல் அனைத்தும்
தூய்மையாக உருவாகும் அனைத்திலும்.

3. தூயதை அளித்து பாதுகாக்க வழிதனை
உரைத்து பதிவுகளை உள்ளடக்கும்.

4. கொடுத்ததில் கொள்வதாக மறையாற்றும் செயலை
தேட மறையாய் நிற்கும்.

5. எதிலும் ஒரு வேகம் இருக்கும்
எவற்றை சார்ந்தது தெரியாது.

6. கணக்கிலடங்கா கேள்வி கணைகளை தொடுக்கும்
பதில் கிடைக்கவென எதிர்பாராமல்.

7. விளையாடும் பார்வைதனில் கவன மார்க்க
சிந்தனை ஆர்வம் அதிகரிக்கும்.

8. எதை சார்ந்த நினைவுகளையும் பெரிதாக
கவன பார்வைக்கான இடமளிக்காது.

9. தான் கொண்டதில் பிடிப்பு நிலைத்தன்மையை
அதிகமாக்கி தன் வசமாக்கும்.

10. பார்க்கும் பார்வையதனில் பாகுபாடு பிரிவினை
பார்க்காது ஏற்கவும் செய்யாது.

11. தடம் பதிக்க எதுவென்றுணர தெரியாத
ஆற்றலின் சுரங்கமான பருவமது.

24.2. பதினாறாம் (அறிவார்ந்த நிலை தேடல்) பருவம் வரை

1. பெற்றவர்களின் சொல் கேட்டும் கேளாமலும்
அடுத்த படியினில் அடிவைக்கும்.

2. தான் ஏற்கும் எதிலும் வெற்றிகளை
காண வேகம் எடுக்கும்.

3. பார்வைதனை தேடலாக நோக்கி பயணபட
எத்தனிக்கும் போட்டிதனை எதிர்த்து.

4. வாதமெடுத்து முனையும் முன்னோக்கி
எதிர்கொள்ளும்
தைரியமாக பாரபட்ச பார்க்காமல்.

5. பெற்றவர்கள் மேற்பார்வையாக பாதையில்
கவனமதை
செலுத்தி மேற்பார்வைதனை ஏற்போம்.

6. சுயமாக எச்செயலில் திடமேற்குமெனும் ஆர்வமதை
வலுவாக்கி தேர்வை தேர்வாக்க.

7. பேசும் வல்லமை வலுக்கும் குரலதை
தன் போக்காக நியாயபடுத்தி.

8. அனைத்தும் புரியாத ஆனால் தெரிந்து
கொள்ள ஆர்வமதை தூண்டும்.

9. துணிச்சலையும் மாற்றும் ஆற்றலையும் அதிகபடுத்த
அனைத்தையும் வெல்ல முடியுமென.

10. தாம் கொண்ட கொள்கைக்கான நேர்பட
பார்வைகளை
முன் வைத்து முன்னேற்றம் காணும்.

11. தாமல்லாது வேறு யாரும் செய்ய
முடியாததான நம்பிக்கை பருவம்.

24.3. இருபத்து நான்காம் (கல்விக்கான மேன்மை) பருவம் வரை

1. படித்ததின் பொருள் கண்டு கொள்ள
ஆர்வமதன் ஆரம்ப நிலைத்தன்மை.

2. தேடும் மார்கமதை பரவலாக்க தூண்டும்
எண்ணமது உருவாகும் நிலையாரம்பம்.

3. கேள்விகள் தெளிந்த சிந்தனை தேடலாக
தோன்ற பதிலினை எதிர்பார்க்கும்.

4. நாம் காணும் சிந்தனைகளை நடைமுறைக்கு
சாத்தியமென தெளிந்து வெளிப்படுத்தும்.

5. சிந்தனைகளை முதலில் சாத்தியமில்லாமல்
தோணும்
மற்றவர்கள் பார்வையில், பொருட்படுத்தாது.

6. வேகமதை விவேகமாக பார்க்க சொல்லும்
விளக்கமதை கேட்டும் கேட்காமலும்.

7. வரட்டும் பார்த்து கொள்ளலாம் என்னுமோர்
துணிச்சலின் ஆரம்ப காலம்.

8. வருவதை துணிந்து எதிர் கொண்டு
திறம்பட முடிக்கும் வல்லமை.

9. மற்றவர்கள் எண்ணிய குழப்பமான சூழலை
எளிதில் கையாளும் வல்லமை.

10. அனுபவங்களால் தயங்கும் சிலரின் எண்ணங்களை
தெளிவாக்கும் திட திறன்.

11. தயக்கமதில் தங்காமல் தானேற்கும் நிலை
தன்மைக்கு பொறுப்பேற்கும் தைரியம்.

24.4. முப்பத்து இரண்டாம் (மகிழ்வின் தருணம்) பருவம் வரை

1. வேலையாக அனுபவங்களை வைத்து பொருள் ஈட்டும் வழி தேடல்.

2. குழப்பங்கள் வேரூன்ற கேட்கும் காலமாக சில சூழல்கள் அரங்கேறும்.

3. எண்ணங்களின் உறுதியா, சூழலா, ஆலோசனை எதிர்பார்க்கும் கடப்பதா எதிர்கொள்ளவா.

4. பெற்றவரல்லாத மற்றவரின் புரிதல்களை அலசி காணும் காட்சியை மாற்றமாக்கும்.

5. மாற்றம் தன்வழிதனில் நன்மைதனை செயலாக்கி சுய எண்ணங்களை ஏணியாக்கும்.

6. அனைவரும் பயன்படுத்தும் பொருளதனை சுலபமாக்க
காணும் தனித்தன்மை ஆய்வகபாணி.

7. எவற்றையும் எங்கேயும் எதிலும் பராமரிப்பின் அவசியமதை விழிப்புணர்வாக்கும் வல்லமை.

8. தனக்கான பாதையாக அவைதனை வழிநடத்தி முன் உதாரண பாணியாக்கல்.

9. முற்போக்கு வழிதனின் வழியாக பயணிப்பது பழமைகளை கைவிடாமல் வளமாக்கி.

10. தனக்கான பாதையதை சரிசீராக்க பழமை வேரின் பசுமைதனை காத்தல்.

11. பாதையும் பயணமும் பலவாகலாம் நோக்கமதை நேர்படல் நேர்த்தியாக்கி செல்கையில்.

24.5. நாற்பதாவது (பணிதனின் மேன்மை காணல்) பருவம் வரை

1. எண்ணங்கள் தனித்து காணும் உலக
வழக்க முறையானதன் அடிப்படையில்.

2. வேராழம் பதிக்கும் எண்ணங்களாலே வளர்வாழ்
கண்டது வையகம் வரையறுக்க.

3. வையகம் தேடும் எண்ணமதே உருவாகும்
நம்மதனுள் நம்மை வழிநடத்த.

4. பாகுபாடின்றி தமக்குள் ஊன்றிய தனித்தன்மைக்கான
எண்ணமதை எடுத்து உரைக்கும்.

5. வழியதை காணும் விழியாக்கும் தம்முயற்சியதை
முன்னெடுத்து சரிசீரென பக்குவமாக்க.

6. விதையதை பசுமையாக்கும் பணிதனை முழு
நேர்த்தியாக்கி நேரமதை வேகமாக்கும்.

7. இளமைதனில் கற்பதும் எண்ணங்கள் மேம்பாடும்
அபிவிரித்தியாக செயல்பட்டு வெற்றியாக்கும்.

8. போட்டிகளை மும்மரமாக எதிர்கொள்ளும்,
வேகமதை
விவேக பார்வையாக அடிவைக்கும்.

9. எதிர்க்காமல் வைக்கும் பாதடிதனை மதித்து
செயல் வல்லமை தேடும்.

10. வல்லமைக்கான ஆய்வக அங்கமாக அனுபவ
நுணுக்கவியல் கற்று நுட்பமாக்கும்.

11. வாழ்வின் குறிப்பிட்ட நடுநாயக பருவமாக
வேகமாகா விவேக செயலாக்கும்.

24.6. நாற்பத்து எட்டாவது (தனக்கான தனித்தன்மை) பருவம் வரை

1. இக்கட்டான வாழ்வின் சூழலில் சிலசமயமதில்
முடிவெடுக்கும் வழிதனை தைரியமாக.

2. வாழ்வில் தான் ஏற்கும் முடிவிற்கு
தானே பொறுப்பேற்று நகர்வது.

3. தடைகள் மிகும் அனைத்து பணிதனில்
நேர்கொண்டு பணியதை ஏற்பது.

4. இப்பருவத்தில் அனைவரின் கவனமது தலைமுறை
வழிநடத்தும் கவன பார்வையாக.

5. தான் அறிந்த அறியாத வையகத்தின்
நிகழ்வின் செய்திகளை அணுகுதல்.

6. சில முற்போக்கு பார்வைக்காக பிற்போக்கான
பார்வைதனின் தெளிவு காண்பது.

7. மற்றவரின் கருத்துகளுக்கு அனுபவ வாழ்வின்
நிகழ்விலிருந்து தெளிவேற்றுவது தானாக.

8. குறை காணும் மனமும் நிறைவான
தருணமும் நிகழ்வின் பாதையாக.

9. அரசியல், விளையாட்டு, சமூக நிகழ்வில்
நாட்டமதை செலுத்தும், கலந்தவையாக.

10. பலரின் மனங்களில் ஏற்படும் பாரமதற்கு
ஆறுதல் வார்த்தைகளை அன்புடன்.

11. ஆன்மீகம் ஆலய வழிபாடு என்பனவாக
விழிப்பாக நகரும் பருவமது.

24.7. ஐம்பத்தாறாவது (தலைமுறை வழிநடத்தல்) பருவம் வரை

1. வாழ்வில் அறியாமல் இருக்க சில சூழலை காரண காரணியேற்றது.

2. காரண காரணியேற்றது உடலின் உள்ளவைகளின் நோக்குணர்து தன் மாற்றமதற்கு.

3. நடந்தவைகள் இறை தன்மையானவை என்றாக காட்சி தந்து ஒளியேற்றுவது.

4. பெரியவர்கள் வழி நடப்பவர்களின் மனமதற்கு இசைந்தது தமக்கு நன்மையாக்க.

5. நல்லவைகளை மட்டும் நினைந்து மற்றவர்கள் நலமாக உள்ளிருந்து வாழ்த்துவது.

6. எவரையும் குறைவென பார்க்கா அவர்கள் வாழ்வாதார சூழலை நோக்குவது.

7. தனக்கான பாணியாக வகுத்து வரைமுறையாக்கி காக்கும் இறை நன்றியுரைப்பது.

8. தான் அல்லாது தனக்கான தீங்கை மற்றவர் அளிக்கா எவருக்கும்.

9. அறியாத செயலானது தீங்காகும் அறிந்ததனால் நன்மை முகமாக்கும் விகிதமென.

10. அறிந்த மனமது தெரியாமல் இருப்பவர்களுக்கு பன்முக உரையாக்கும் பாங்கென.

11. தெரிந்து தெளிந்தது தெப்பமாக தொன்மையை தொழுமது தொழாமல் தொழ.

24.8. அறுபத்து நான்காவது (அனைத்தும் அறிதலின் ஆர்வம்) பருவம் வரை

1. அனுபவங்களாக வந்ததை சுருங்க சொல்ல நினைத்து அள்ளி வழங்கும்.

2. தனக்கான பாதையின் வெளிச்சமதை வகுக்க அமைதி காத்து பயணமேற்கும்.

3. இளம் தலைமுறைதனின் சொல் கேட்டும் கேட்காமலும் நகர துடிக்கும்.

4. நிதானமேற்கும் வயதானாலும் வாரிசுகளின் வாரிசை வளர்க்க வல்லமை கூட்டும்.

5. சொற்பொழிவு தொகுப்பின் பொருளுணர பழங்கால ஆய்வக உரைகாண ஆவலேற்கும்.

6. தனக்கான விடியல் வகைகள் வரிசையிட்டு நலன் காக்க மகிழும்.

7. தேற்றாத வலி கண்ட நாட்கள் நகர்ந்த விதமதை வியக்கும்.

8. தான் அறியாததை மற்றவரின் பார்வையில் கண்டறிந்து வியக்கும் காலங்கள்.

9. உடல் உபாதையின் மூலமாக சில மறந்த உணவை ஏற்பது.

10. அதிகரிக்கும் வழக்கமான உணவின் ஊட்டமான சிலவற்றை தவிர்க்க மனமேற்றல்.

11. நன்கறிய தலைமுறைக்கு வழிகாட்ட ஆவலாக படிக்கும் வழிதனில் பகுத்தறியும்.

24.9. எழுபத்து இரண்டாவது (உடலின் இயங்கு நிலையறிதல்) பருவம் வரை

1. தம் சிறுவயது நினைவுகளை பயணமாக்கி தமக்கான விடியலாக தலைமுறைக்கு.

2. தம் எண்ணங்களை வழி நடத்தும் தலைமுறை பார்வையை உவந்து.

3. தன்னுடைய சில கருத்தாழமதை மன மூலமென இறை மாற்றுவது.

4. சில காட்சிகளால் தலைமுறைக்கு கடக்கும் அவர்களின் வாழ்வாதார தொனிக்குள்.

5. காண்பது காட்சிகள் இயக்கியது தாமெனும் மனநிறைவை வலுவாக்கும் மகிழ்வோடு.

6. புன்னகைக்கு பஞ்சமது காணாது மனபாரமான தருணமதிலும் அவணிக்கு பயனளிக்க.

7. பணிகள் செய்யும் தருணமதில் ஏற்படும் மாற்றங்கள் தரணிக்காக ஏற்றது.

8. தான் கண்ட முன்னோர்களின் கண்டுபிடிப்பில் சிற்சில மாற்றமதில் வெற்றியாக.

9. அனைவரும் கைகோர்பதில் அவணிதனில் தன் பங்கென பகிர்ந்து அளித்தது.

10. யாவருக்கும் யாதுமாய் யாவற்றிலும் யெளவன யேற்குமாய் யேற்றதே யேற்றமாக.

11. என்றுமே நல்லாசியோடு கற்பித்தலை வழங்க அனைவரையும் கட்டி தழுவும்.

24.10. எண்பதாவது (தன்னாய்வின் நிறைவு) பருவம் வரை

1. தன்னிலைக்கான பூர்த்தியும் அதன் அனுபவ ஆற்றல்களை பகிரும் மனமகிழ.

2. பணிக்கான சிறப்பியல்பின் நுணுக்கமதை வகைகளாக
வரும் தலைமுறையின் சிறப்பியல்பாக்கும்.

3. தனக்கு பணிபாரமானதை சுலப வடிவம் அறிய எடுத்ததை உரையாற்றும்.

4. கண்டுபிடிப்பின் பணி கடினமாக உருவாகும் தருணமதில் திறனாய்த அனுபவமேற்றும்.

5. பல ஆய்வக நுணுக்க சேகரிப்பின் பொருள் விளங்க பேசுதல்.

6. எடுக்கும் செயல்கள் எவற்றிலும் வெற்றியாக நேர்மறை எண்ணங்களை செலுத்துதல்.

7. உடல்பயிற்சியாக தமக்கான நித்தம் பணிதனை தானே முயன்று பணியாற்றல்.

8. படிப்பதன் முக்கியமதை உணர்த்தி உடலாரோக்கியம் ஏற்று பிணிதனை போக்கும்.

9. வாழ்வின் எவைதனிலும் ஓர் ஆற்றலுடன் படைப்பதன் செயல் இருக்கும்.

10. படைப்பதன் ஆற்றலாக உண்மை பொருளுணர உரைதனை அறிதல் பலகோணங்களில்.

11. ஒன்று உருவாய் பலபரிமாண மாற்றமதில் வளர்ந்து ஒன்றில் உருவெடுத்தல்.

24.11. எண்பத்து (மன ஆய்வக நிலை) எட்டாவது பருவம் வரை

1. எண்ணிலடங்கா எண்ணங்கள் வந்தும் அதன்
   வழி தகவலை கொடுக்கும்.

2. நிறைய வாழ்வியல் கற்று தந்த
   அனுபவ வங்கி பருவம்.

3. பொக்கிஷமாக ஏற்றவைகள் மாயையாகவும்
   ஏற்புடைய
   பொக்கிஷங்களாக ஆராய்ந்து அறியும்.

4. உடல் இயங்கிய இயந்திர காலமதை
   இயக்கியது யார் எவ்வழி.

5. நம் வலிகண்ட வாழ்நாள் நிவர்த்தி
   எதன் மருத்துவ மகிமை.

6. ஆண்டாண்டு காலமதன் ஆரோக்கிய வழிகேட்டது
   தானும் மருத்துவ வழிகாட்டும்.

7. அனுபவ மருத்துவமது வாழ்வின் மன
   வலிமைக்கான விடை கண்டது.

8. எதுவும் பெரிதாக எண்ணாது தனக்கு
   தேவை என பற்றில்லா.

9. நிலைபொருள் இறைபொருள் துதிபொருள்
   துணைபொருள்
   மதிபொருள் வினைமுற்றும் விதிபொருள்.

10. மண்ணின் மகிமைதனை விண் களம்
    ஆய்வக வளம் காணும்.
11. ஆரம்ப மனமெண்ண மருத்துவம் கலந்த
    உரையாடல் வளர்வாழ் காப்பது.

24.12. தொன்றூற்றாறாவது (தெய்வ நிலை புரிதல்) பருவம் வரை

1. தரணிதனில் அனுபவ பார்வையென கற்பிக்க கோடான கோடி உள்ளது.
2. பார்க்கவும் கேட்கவும் படிக்கவும் சிலவரிகளின் மூலம் அனைத்தும் பன்முகமென.
3. கோடான கோடியாக வழி வகுத்தவர்களும் வாழ்வின் வளமதை காக்க.
4. தாம் ஏற்ற பாத்திரமதன் கலவையான வாழ்வின் பயணமது நினைவில்.
5. கற்றதும் அதன் பாதைதனை கடந்ததும் கடக்க மறந்ததும் மனகலவையில்.
6. எண்ணற்ற எண்ணங்களை சுமந்து தம்மை வழிநடத்திய ஆரோக்கிய உடலுக்கு.
7. தளர்வை பொருட்டாக்கா உதவிகரம் நீட்டிய உள்ளங்களை நல்லாசி வழங்கி.
8. என்றும் ஏற்றத்திற்கும் மாற்றத்திற்கும் வழி வகுத்த எண்ணங்களுக்கு நன்றியுரைத்து.
9. தன் சந்ததிகளுக்கும் தரணியின் வரும் தலைமுறைகளுக்கும் நல்லுரை நல்கி.
10. இனிய நல்லுரையை நினைவேற்று தெய்வமது வாழும் மனமதில் கலப்பது.
11. அனைத்தும் அளித்தது இறைவனின் நல்லாசியாக பெற்ற சுகமான சுவையென.

25. மலைகள்,காடுகள்&நீர்வீழ்ச்சிகள்

25.1. ஆரம்பம்

1. பூமிதனில் பலவித இயற்கை சூழல்கள்
தானே உருவாகி பொலிவுரும்.

2. மலையும் மலைசார்ந்த பகுதிகளும் நாம்
அண்ணாந்து வியக்கும் இயற்கை.

3. மலைகளால் பூமி அழகுற மிளிர்கின்றதா,
வையக காதலால் உயர்வாகிறதா.

4. கேள்விகள் மலை சார்ந்தவைகளாக பலவுண்டு
இறையாற்றலே விடையான விளக்கம்.

5. மலையில் காணும் வறட்சியும், பசுமையும்
மிளிர்கின்ற தனித்தனி அழகு.

6. காடுகளில் பாயும் நீரோடையாறுகளும்
பசுமை வளமும் குளுமை.

7. காட்டில் வாழ்வது கடினம் ஆனால்
ரசிக்கும் ரசனைக்கு உச்சம்.

8. எண்ணிலடங்கா உயிரனங்களில் வாழ்வாதார
கூடமாக
என்றும் இளமையை தாங்கும்.

9. காடு கற்களாலும் முட்களாலும் மரங்களாலும்
சூழ்ந்து பசுமையை காப்பது.

10. ரசிக்க ரசனையாக கொட்டிக் கிடக்கின்றது
தரணியில் உணர மறுக்கின்றோம்.

11. ரசனைகள் உருவாகுவது மனமதனின் குளுமைக்காக
நல்லதாக நித்தம் கோடானகோடி.

25.2. மலைசார்ந்த பகுதிகள்

1. பாறைகள் ஓரங்கமென மலைகளின் தோற்றமானது
   பிரபஞ்ச அங்க கோள்களுள்.

2. பசுமை ஓர் பாகமாக மலையதனின்
   தோற்ற பொலிவு இதமாக.

3. மலைகளில் உன்னத உயரமதிலிருந்து தோன்றும்
   நீர்வீழ்ச்சி எவற்றிக்கும் நீர்வளமென.

4. பிரமிக்க வைக்கும் உயரமதை நிமிர்ந்து
   நடை பயிலும் பயிற்சியாக.

5. ரசிக்கும் ரசனை வறண்ட பரப்பிலோ
   பசுமையிலோ தனித்தனி மகிழ்வு.

6. பயணமாகும் தருணமதில் மிகவும் ரசிக்கும்
   ரசனைதனின் உச்சம் பலருக்கு.

7. நாம் எண்ணும் இலக்கு சிகரமென
   சொல்லும் இடமதன் இடமாக.

8. வாழ்வதன் கொள்கைகள் அனைவருக்கும் ஒன்றல்ல
   இலட்சியங்களின் இலக்கின் நோக்கு.

9. முற்படுதல் முந்துதல் அன்று முரண்பட்ட
   கருத்துகளை உயிர்ப்பின் தன்மையாக்க.

10. இல்லமதில் சில மலைபாங்கான இடமதில்
    சிலவென உடலுள்ள குளுமையானது.

11. வாழ்வின் அனுபவங்களை பன்முகமென வகை
    காண்பது கடக்கும் நிலைக்கானது.

25.3. மலைசார்ந்த குடில்கள்

1. வாழ்வாதார அமைப்பின் தொடர் வழி
   கண்டவர்கள் வசிக்கும் இடமாக.

2. தானேற்கும் மனமகிழ் சார்ந்த எண்ணங்களின்
   வகை இடமாக அமைப்பது.

3. சுவாச ஆரோக்கிய நிலைக்கான மருத்துவ
   பிணி அகற்றும் இருப்பிடமாக.

4. மூலிகை பொருட்கள் உள்ளடங்கிய மருந்துகள்
   தயாரிக்கு உகந்த இடமென.

5. மூலிகை பொருட்களை வியாபார நிலைக்கு
   கொண்டு போக ஏற்றதாக.

6. குடில்கள் அமைப்பதால் மலைவாய் ஆரோக்கிய
   நிலைதனின் வழி நோக்குணர.

7. மனபாரமதில் சில நாட்கள் வருபவருக்கு
   தேவைகளை வழங்கும் விதமாக.

8. ஜீவராசிகளின் வாழ்க்கைதனை மலைசார்ந்த
   சூழலாக
   வாழ்பவர்களிடம் நாம் அறியலாம்.

9. புது மாற்றங்களும் தயாரிப்புகளும் சிலவகை
   அவ்வாழ்வாதார மக்களாலும் உருவாகும்.

10. கல்வியின் பாங்கை உணர்ந்து கற்கவும்
    ஆர்வமெடுக்கும் தகவல்கள் அறிய.

11. பற்றான பற்று பற்றில்லாமல் பற்றும்
    பற்றை பற்றியதே பற்று.

25.4. மலைசார்ந்த விவசாயம்

1. விவசாயம் என்றுமே உணவுகளின் ஆரோக்கிய
மண்சார்ந்த உடலுள்ள மருந்து.

2. எவற்றிலும் வகைகளை காண்பது மனமதன்
விருப்பமேற்கும் வளர்விளை காண.

3. ஒவ்வொரு இடமதன் மண் தன்மையான
விளைச்சல் விதைதனின் தன்மை.

4. மண் விளைச்சலும் விதைதனின் விளைச்சலும்
ஜீவ உடலென மாறுபட்டவை.

5. பிரபஞ்சமதன் அணுக்கள் அனைத்தும் மாற்றமதன்
ஆக்க தன்மையை அபிவிருத்தியாக்க.

6. மலைசார்ந்த விவசாயம் சுகாதார வளர்நிலைக்காக
சிலவகை சூழலின் பயிராக்கம்.

7. படிநிலையாக விவசாய வகை குறைந்த
இடமாக கண்குளிர அமையும்.

8. எவ்விடமெதிலும் இல்ல அழகாக விவசாய
அழகும் மிளிரும் ரசிக்க.

9. நம்முடைய இல்ல விவசாய பயிருக்கு
உள்ளமது நோக்கும் வழியெடுக்க.

10. பசுமைகளை மலையாக பார்க்கும் இல்லமதில்
மலைகளின் விவசாய பாங்கெடுக்கும்.

11. இல்லமதில் உள்ளம் காணும் மலைசார்ந்த
சூழலதை உருவாக்குவது ஓரானந்தம்.

25.5. மலைசார்ந்த கோவில்கள்

1. மலைசார்ந்த கோவில்கள் அமைந்த இடம் பழமையின் வரலாற்றை தாங்கியது.

2. எண்ணங்களால் மனமதன் இயக்கங்கள் நிகழ்வதை உணர்த்த உகந்த இடமாக.

3. நாம் பயணிக்கும் நேரமதில் மனமது தெளிவினை தெளிவாக அறியும்.

4. இயற்கை வழிதனை மனம் சொல்லும் பாதையதில் பயணித்தல் நன்று.

5. பயணமாவது மனம் தானேற்ற ஏற்ற பாத்திரமதை ஏற்று விரும்பி பயணப்படுதல்.

6. மனம் மலைசார்ந்த கோவிலதை நேசிக்கும் ஆத்மநேய சிந்தனை கூட.

7. சுத்தமான நச்சுதன்மைகள் கலவா இடமாக மனமது பயணப்பட நேசிக்கும்.

8. ஆன்மீக ஸ்தலங்கள் யாவுமே இயற்கை எழில் மிகு இடங்களாக.

9. புத்துணர்ச்சிதனை தரவல்ல எவையுமே மூலிகை வாசம் வீசும் இடமாகும்.

10. பச்சிலை பார்வையதை பகுத்து பசிக்கு பக்குவ பதமென புசி.

11. பதபக்குவ பச்சபசேளென புசிப்பது புரத சத்துடன் பிணி நீக்கும்.

25.6. நீர்வீழ்ச்சிகள்

1. மலைகளில் தோன்றும் நீர் வளமது
தூய அருவியாக கொட்டும்.

2. எங்கிருந்து வருவதான ஆய்வின் துல்லியம்
ஒருபுறம் பயிலக பார்வையாக.

3. அருவியாக கொட்டும் நீர்வீழ்ச்சி எங்கெங்கு
செல்கிறது எனுமோர் ஆய்வகம்.

4. போகுமிடமதை நதியாகவும், ஆறாகவும்,
ஏரிகளாகவும்,
பார்க்கிறோம் பெயர் சூட்டி.

5. ரசிக்கும் ரசனை கலந்த பார்வையாகவே
மெய்யுணர்வில் கலப்பவை யாவும்.

6. பனிப்பாறை, நீர்வீழ்ச்சியாக வரும் அழகு
உள்ளம் உருகும் நிலையோ.

7. சுகமே உறைவிடம் எங்கும் உருகும்
நிலை காணும் வேளை.

8. நீர்வீழ்ச்சிதனில் நம்முடல் பிணி நீக்கும்
அதிசய அற்புத குளியலாகும்.

9. அனைத்து மூலிகையும் தாங்கிய சுவாசமாகவும்
ஆரோக்கிய உடலுக்கு இதமாக.

10. மனமதனின் தேடல் நீராக கொட்டும்
அருவியென திறனாற்றல் பொழிய.

11. எவ்விடமதை தாங்கி ஏற்றதென யாரும்
அறிந்திலார் அவணிக்கு அளித்ததை.

25.7. மலைசார்ந்த சுற்றுலா மையம்

1. உவகையேற்று அலையும் மனமதை கண்டு
உள் மகிழ்வாக்கும் மலைகள்.

2. சுற்றுலாவின் நோக்கமே சிலருக்கு, தான்
கற்பனையில் ரசித்ததை அனுபவிக்க.

3. கொண்ட கொள்கைகளை நிறைவாக நிறைவேற்ற
பயணமாக ஏற்பதான இடம்.

4. ஆனால் யாவருக்கும் மலைசார்ந்த சுற்றுலாவென
மனமகழ்வோடு உற்சாக பேரூற்று.

5. ஏணியிட்டு இல்லமதில் ஏறாதவர்களும் ஏறும்
ஓர் உன்னத உற்சாகம்.

6. நாம் இதுவரை சுவாசித்த சுவாச
காற்றின் பிறப்பிட ஆதிக்கம்.

7. தேவையில்லை என்பவருக்கும் இனிமையான
பயணமது
காணும் காட்சிகளின் பிரவாகம்.

8. இன்னிசை இசைக்க இன்னல்கள் இடறி
இரதிபலமேறி இன்பமாக இயங்கும்.

9. ஊற்றான நீர்வீழ்ச்சி உள்ளமதில் அருவியாக
ரசனைகளை தூண்டி மகிழ்விக்கும்.

10. மானுடம் உரையாற்றும் மற்ற யாவும்
ஆனந்த தாண்டவ நர்த்தனமாகும்.

11. அனுபவங்கள் எண்ணற்றவை அனைத்தும் சிறப்பு
மலைசார்ந்தவை சிறப்பின் சிறப்பு.

25.8. இயற்கை சூழல்

1. வளமிக்க இடமாக மரங்களில் லயிக்கும்
மனம் தன்னை மறந்து.

2. மரங்களின் வளர்ச்சி செடி, கொடிகள்
அனைத்திற்கும் ஆதார பிடிப்பு.

3. மரமதன் எழுச்சி காலங்களை காக்கும்
விடியலுக்கு வளர்ச்சி ஊட்டம்.

4. எவ்வகையாகினும் வாழ்வாதார சூழலில்
இயற்கையின்
ரசனை யாவருக்கும் இயந்தது.

5. வாழ்வாதார சூழலுக்கேற்ப இயற்கை வளமது
தன்னை மறக்கும் ரசனை.

6. தன்னை மறக்கும் சூழல் தாங்கும்
இயற்கை மகிழ்வை உண்டாக்கும்.

7. பணியாவும் ஏற்படுத்தும் மனமழுத்தமதை தானேற்று
மகிழ்வாக நமக்கு வழங்கும்.

8. சுகமான சுவாச தூய்மை காற்றை
பருகும் நேரமும் நேர்த்தியே.

9. இயற்கை எவ்விடமெதும் மனமகிழ்வான இடமதே
உகந்ததாக ஏற்கும் உல்லாசமாக.

10. இயற்கை எழிலின்பம் ஒருங்கேயான கணநேரமும்
கேட்டொலியாகவும் ஜீவாற்றலின் ஒளியாகவும்.

11. இயற்கை யாவரையும் உற்சாகமாக்கும் நேசிக்க
இனமது காணா இடமாக.

25.9. வரும் முன் ஆரோக்கியம்

1. வாழும் வாழ்வின் நோக்கமே கலையாக
காண்பது ஆனந்தமாகும் மனம்.

2. மனமதன் ஆரோக்கியமே தேக ஆரோக்கியம்
உடலுள்ள இயக்க நிலையாற்றலுக்கு.

3. நிலைத்தன்மை ஒன்றே பிரபஞ்சமதற்கு வாழும்
உயிர்களின் ஜீவ ஆரோக்கியமாக.

4. ஜீவ உடல் அனைத்தின் நிலைகளை
கடப்பதே வாழும் சூழல்.

5. பிரபஞ்ச சுத்திகரிப்பு என்பது மனமதனின்
தூய எண்ணங்களை காண்பது.

6. தூய எண்ணங்கள் உருவாக உடல்
வலிமை அவசியம் எவருக்கும்.

7. இயற்கையின் சூழல்கள் அனைத்தும் திறந்த
மனம் போல் நன்மைக்கானது.

8. நன்மைகள் என்றும் நியமன வகைகள்
என்று எவற்றையும் சாராது.

9. நாம் சுவாசிக்கும் காற்றின் தூய்மை
எங்கு ஆற்றல் காண்கிறதோ.

10. மூலிகை ஆற்றல் வழங்குமிடமாக காடுகள்
மலைசார்ந்த நீர்வீழ்ச்சியென சுவாசமது.

11. ஆரோக்கிய நிலை வழிக்கு வரும்
முன் காப்பது மனம்.

25.10. வந்த பின் ஏற்கும் விதம்

1. மனமதன் கட்டுக்குள் உடன்படுதல் மனம்
தற்காப்பு கவசமாகும் எங்கும்.

2. நம் மனமதற்கு புரிதலின் நிலைத்தன்மையும்
ஆற்றலும் இணைக்கும் பணியாக்குவது.

3. மாறாக இருக்கும் நிலைப்பாங்கை நாம்
உருவாக்கும் விதமாவதே வலிகளாவது.

4. வலிக்கானதின் பொருள் கொண்ட நாமமதை
பழக பிணி அறும்.

5. வரும் முன் நாம் பழகவேண்டியது
இயற்கையை இடமேற்ப ரசிக்க.

6. இயற்கையான சூழலது எல்லாருடைய வாழ்வின்
அங்கமாகாது நித்திய பணிதனில்.

7. நாம் இயற்கையோடு வாழும் சூழலாக
நம்மிடமதன் சார்ந்த அமைப்பாக்குவது.

8. இல்லங்களில் உள்ளங்களை மகிழ்வாக்க
உள்ளலங்கார
தோற்ற பொலிவாக்கி மிளிர்வது.

9. வாழ வழிகண்டு வாழ்வை வாழ
வழி வகுப்பதே வாழ்க்கை.

10. பிணியறியாத வலியுண்டோ வலி பார்க்காத
பிணியுண்டோ இருவரும் நண்பர்கள்.

11. இயற்கை சுவாசமாவது எங்கும் வலிக்கான
துயர் நீக்குவது தூய்மையாக்குவோம்.

25.11. பலன்கள்

1. பயனில்லா பலனது பாராது யுகமதில்
தொன்று தொட்டு தொடர்வது.

2. மலைகளும், காடுகளும், நீர்வீழ்ச்சிகளும், தன்னை
பயனாக்கும் பலனாக பயனளிப்பது.

3. ஏற்றமதில் ஆனந்தமும், ஜீவ இருப்பிட
வனமும், வளமென நீராகவும்.

4. பாதுகாப்பின் அவசியமும் திட திறனுக்கும்
ஓர் உன்னத ஏற்றம்.

5. தனக்கான சுதந்திர இருப்பிடம் காணும்
உயிர்கள் சுற்றும் சுதந்திரமாக.

6. எங்கிருந்து வரும் அறிகிலர் பேரானந்த
ஊற்றின் உச்சியான பிறப்பிடமென.

7. ஒரு தோற்றம் தேவைக்காக உருவாக்கப்பட்டு
அதன் வளர்ச்சியில் கவனமேற்பது.

8. என்றும் எவையும் வீணல்ல வீணாகுமென்று
எவையும் உருவாக நினைப்பதன்று.

9. நீரின்றி அமையாது தரணி என்றும்
வேரின்றி காணாது பசுமை.

10. பலனானது வேருக்கு மரமதன் வளர்வும்
மரமதற்கு வேரின் வளர்வும்.

11. இரண்டையும் ஓங்கி வளமாக்குவது பஞ்சபூத
தத்துவ ஆற்றல் அனைத்தும்.

25.12. வாழ்வில் அனைத்தும் ஜீவாரோக்கியம்

1. எழுதும் விதமாக இன்னும் பல கோணங்கள் பலவகைகள் உண்டு நிகழ்வுகளாக.

2. வாழும் இடம் சார்ந்த அனைத்தும் நற்சிந்தனை சார்ந்த தகவல்கள்.

3. சுவாசம் யாவருக்கும் பொதுவானது இடம் சார்ந்ததே ஆரோக்கிய வளம்.

4. எவ்விட வாழ்விலும் இன்ப துன்ப நிலை விகிதமே அனைத்தும்.

5. சூழலாலும் எண்ணங்களாலும் நிறைய மாற்றம் மாற்று கருத்துகள் நிலவியது.

6. எவரும் ஜீவாரோக்கியமது முக்கிய நிலையாக பார்ப்பது அச்சூழலின் நிலையேற்று.

7. செயற்கையில் இயற்கையின் சூழலை செயல் வடிவாக உருவாக்குவதும் ஜீவாரோக்கியம்.

8. எவ்விடமாகினும் அவ்விட மேன்மையை நாம் உணர்ந்தால் ஜீவனுக்கு ஆரோக்கியம்.

9. சில இடமதில் மனமதற்கு நிறைவு அளிப்பதே மனமான தேடல்.

10. ஒரே எண்ணமாக சேர்வது எனும் சொல் உருவக இடம்.

11. அனைவருக்கும் ஆனதே ஜீவாரோக்கியம் மனமதன் மாற்றங்களே வெவ்வேறு நிலையாகும்.

26 - பழங்கள், காய்கள் இயற்கையிலும்,செயற்கையிலும்

26.1. அடிப்படை

1. இயற்கை எழில் கொஞ்சும் அழகாம்
அனைத்து படைப்புகளும் வரமாக.

2. எதனால் எப்படி உருவாகியது என்றான
ஆராய்வுகளை கடந்து எதற்காக.

3. அனைத்தின் வரவுகளும் படைத்த உயிர்களுக்கு
ஆரோக்கிய வளர்வாழ் ஓங்க.

4. நமக்கு எதற்கு எப்படி எதன்
தேவை அனுபவ உரையுடன்

5. கேள்வியின் இறுதி என்பது அளிக்கும்
விடையதை சார்ந்தே அமையும்.

6. அனைவரும் நித்தம் பணிதனில் கேட்கும்
கேள்விகள் சரியான விடைக்காகவே.

7. விடை என்றும் கேள்வியாக கூடாது
அப்படி ஏற்படுதலே மாற்றம்.

8. முற்றும் என்று எதற்கும் என்றும்
நிகழாது மாற்றம் காணும்.

9. மாற்றம் என்றும் அடிப்படை தன்மையை
மாற்றாமல் ஆரோக்கியமதை நலமாக்க.

10. உடலுமுள்ளமென ஏற்பானது எதிலும் இரு
வகையாகும் ஏற்பது விடுவது.

11. வகையெவையென அறிந்து வளமாக வாழ்வோம்
படைப்புக்கும் படைத்தமைக்கும் நன்றியோடு.

26.2. உண்பதில் முறை

1. உண்பதில் உணவுகளில் சில உடற்கூறுகள்
தொடர்பான நிலைத்தன்மை தாங்கியது.

2. அன்றாட பயன்பாடாக யாவற்றையும் அறிந்து
செய்தல் சிரமமான ஒன்றாகும்.

3. சுவைகளின் கலவை அன்றாட பழக்கமதில்
கொணர்தல் வழக்கமானால் நல்லது.

4. நல்லவை எவையாகினும் பழகுதல் கடினம்
வழக்கமதில் சுலபமாக்கலாம் எளிதில்.

5. எழுதுவதும், சொல்வதும் ஏட்டில் அமைவது
சிறப்பாக்கும் நடைமுறை கடினம்.

6. ஆரோக்கிய பாங்கை மனமதற்கு சிறுவயதில்
பயில ஏற்பதே ஏற்புடையதாக்கும்.

7. சிறுவயதின் பாங்குணர் நிலை தன்மைதனை
அறிந்து பக்குவபடுதல் சாத்தியமாகும்.

8. முறைப்படுத்தல் கடினமதை கடுமையாக காணாமல்
சுதந்திர தன்மையாக்கல் ஏற்பாக்கும்.

9. எவற்றிலும் சுதந்திர இயல்பு இருப்பது
பெரும் பங்காக்கும் புரிதலுக்கு.

10. காலமாற்றமதில், கட்டாய பாங்கு முதலில்
ஏற்பதை தவிர்க்க தூண்டும்.

11. உண்பதின் ஏற்கும், விடுக்கும் முறைதனை
அறிவோம் உடலுள்ளமதை காப்போம்.

26.3. ஏற்கும் விதம்

1. ஆதவனின் ஒளி கொண்டு வரும்
அனைத்தும் உடலை காக்கும்.

2. இயற்கையின் தன்மை குணமாறா இருக்க
நேரடி உட்கொணல் முழுமையேற்கும்.

3. செயற்கையின் வடிவமேற்று தயாரிப்பு
ஆரோக்கியமே,
முழுமையின் தன்மையாய் அமையாது.

4. நம்மோடு நாம் உரையாடும் மனமதில்
ஏற்புடைய பாங்கை உரைக்கும்.

5. பழமானாலும், பழரசமானாலும், அதன் சுவையும்
தன்மையும் மாறாமல் இருக்கும்.

6. சுகாதார தன்மை மாறா காய்களின்
சுவை ஏற்பது நன்று.

7. சொல்லும் செயலும் மேன்மையடைய உடல்
நலன் காப்பது அவசியம்.

8. இயற்கையின் உரமேற்று தரும் பழங்களின்
முழுமையும் நேரடி ஏற்பதிலே.

9. அங்கமதன் இயங்கு நிலை பல்நோக்கு
பார்வையானது காப்பது கடமை.

10. கடனாக கடமையாக்கா நேற்றைய கனவு
இன்றைய நிகழ்வின் நிதர்சனம்.

11. நினைவில் ஏற்க வல்லது இன்றைய
நலன் நாளைய ஆரோக்கியம்.

26.4. தவிர்கும் பாங்குணர்தல்

1. ஏற்கும் தன்மைகள் சில நேரமதில்
தவிர்கும் தன்மையாக மாறும்.

2. ஏற்புடையது என்றும் ஏற்பாகாது மிகுதியினால்
மாற்று தன்மைக்கானதாக மாறும்.

3. நம் மனமோடு நாம் ஒன்றுகையில்
தவிர்கும் பாங்கை பண்படுத்தும்.

4. பசுமையின் தழையாவும் ஜீரண தன்மைக்கு
கூடுதல் நேரமதை கேட்கும்.

5. சில உணவானவைகளை நாம் உட்கொள்ளும்
கால நேரமதை கணக்கிடவும்.

6. அனைவருக்கும் ஒன்றானதாக எவையும் தவிர்கும்
ஒன்றாகா மாறும் மாற்றமாக.

7. தனக்கான தவிர்த்தல் தன்னுடலின் இயக்க
அளவை சார்ந்தே வகுக்கும்.

8. ஏற்பதும், விடுவதும் மனமதன் எண்ண
செயல் தாங்கும் நிகழ்வு.

9. உடல் உறுப்புகளின் குணமறிதல் அவசியம்
தன்னை தானறிதல் தனக்காக.

10. நல்லவன் வல்லவன் ஆனாலும் வம்பாக
ஆசைதனை தூண்டுபவன் நாக்கு.

11. நலன் காப்பது நமக்காக மட்டுமன்று
உள்ளிருக்கும் இறை காக்கவும்.

26.5. பொருள் கொள்ளுதல்

1. எந்த நிலைக்கானதிலும் இரு வேறு தன்மைக்கான வகை காண்பது.

2. ஏற்கும் நிலை தேவைதனின் முக்கிய நிலைப்பாட்டை கொண்டே அமைவது.

3. உடல் இயங்குவது நிலைதனின் தேவையை வலுவாக்கி வளம் காண.

4. நிலையறிந்து ஏற்கும் பொருள் ஆரோக்கிய இயக்கங்களை வழி நடத்தும்.

5. நம் அனைத்து ஆற்றலும் நமக்கான பணிகளில் நம்முடன் வசிப்பது.

6. ஆற்றலும் உடலும் இயந்து பணியேற்க மனமதன் துணை அவசியம்.

7. மனமதை பொருளும் உடலும் ஏற்பது மனமதன் ஆக்கம் தரணியாக்கம்.

8. அவணிக்கான பணிதனை இயக்க பிறப்பதன் பொருட்டு உருவாக்கபடுவது மனம்.

9. தேவைதனை உணர்த்தும் அனைத்தையும் பழகி தேர்வாக்கி தரவல்ல ஆசான்.

10. தேர்வாக்கி நம்மை வழினடத்தும் வல்லமை கொண்ட நல்லாற்றலை போற்றுவோம்.

11. கொண்ட பொருள் கொடுக்கும் ஆரோக்கிய பொருளாக கொள்வோம் தழைக்க.

26.6. ஆரோக்கிய படுத்தும் முறை

1. வரும் முன் காப்போம் ஆரோக்கிய
வளர்வாழ் பணிகளில் மேம்பட.

2. அழுக்காறற எனும் சொல் குணமானதுக்கு
மட்டுமல்ல சக்கர நிலைக்கானதும்.

3. சக்கர தன்மைதனின் ஆரோக்கிய படுத்தும்
முறைதனை நிலை அறிதல்.

4. ஒவ்வொரு நிலை கொண்ட சக்கரம்
வாழ்வின் நோக்குடன் தொடர்பானது.

5. சூழல் வாழ்வில் சக்கிரமானதோ அவைதனில்
உள்ள அழுக்கை களைதல்.

6. உணவானது அனைத்து சக்கர நிலையின்
பொதுவான அங்கமானது நிதர்சனம்.

7. உண்பதின் முறையும் தயாரிப்பின் தன்மையும்
எல்லா நிலைக்கும் அவசியம்.

8. எடுப்பது பிறப்பு விடுப்பது பிறப்பான
பிறப்பை, ஆரோக்கிய நிலையாக.

9. உடலியக்க செயல்முறை தேவையின் அளவுகளை
சரிசீராக்கல் ஜீரண தன்மைக்காக.

10. சர்க்கரையும் உப்பும் வகிக்குமாம் உணவுகளிலிருந்து
சத்துகளை எடுத்து செயலாற்ற.

11. ஓம்கார நாமமதனை புன்னகையோடு வணங்க
வளம் காணும் ஆரோக்கியமாகும்.

26.7. பாரம்பரிய ஏற்பு

1. பாரம்பரிய ஏற்பாக எவற்றிலும் முறை
வகுத்து வழியேற்பது நலமாக.

2. அப்படியே ஏற்கும் விதமாக இயற்கை
பழங்கள் சத்தானது பழமைதனில்.

3. செயற்கையில் சில நாவின் ருசிக்காக
பல மாற்றமாக இயற்கைதனை.

4. உடலுழைக்கும் சத்தாக பணியும் மிகாமல்
இயற்தன்மை காத்து ஏற்றோம்.

5. பச்சையாகவும் சமைக்கும் ஆவியேற்றிய பண்டமாக
பயன்பாட்டில் காய்களும் கனிகளும்.

6. புசிப்பது பிணியாகா பசிக்கு பயன்படு
பத பக்கவமதை பழகு.

7. காலங்களும் நிலைகளும் ஆற்றல்களும் மாறா
தன்மையான பஞ்ச தத்துமது.

8. சுழலும் தரணிதனில் நாடக மேடையிட்டு
அரங்கேறிய ஜீவ ஆற்றல்கள்.

9. காலங்களின் கரம் பற்றி பாரம்பரிய
பிணி நீக்கும் அமுதமென.

10. காலங்கள் கரைந்தோடி காணும் காட்சிக்களை
கட+வுள் கடந்து கவனி.

11. பாரம்பரியமே முழு ஏற்பாகாது பாரம்பரிய
கோட்பாடுகளின் புரிதல்களை ஏற்போம்.

26.8. மனதின் ஏற்பு

1. அவணிதனின் சிறந்த நண்பனான மனமுடன் பழகுவது நித்திய சுகமாகும்.

2. நமக்காக நம்முடன் பழகும் நிழலென என்னேரமும் நம்முடன் இருக்கும்.

3. மனமதன் ஏற்பே நம்முடைய விருப்பமாக நாம் ஏற்கும் விதம்.

4. சுவைக்கானதும் சுகமதை தரவும் இன்னல் கண்டு போக்கவும் வல்ல.

5. சிட்டு குருவியாக மனம் சிறகடிக்கும் இயற்கையா செயற்கையா ஏற்பது.

6. செயற்கையின் மாற்றங்களும் ஏற்புடையதே பலன் தரவல்லது இயற்கையே எனினும்.

7. அனைவருக்கும் சில மாற்றங்களின் ஈர்ப்பின் வழியாக ஏற்கும் விதமாக.

8. எவ்வகை ஈர்ப்பு மனமது ஏற்பினும் அவ்வகை உடலுக்கு உகந்ததாக.

9. மனமதனுடன் பழக கற்றால் உடலுக்கு உன்னத உகந்ததாக பழகிவிடும்.

10. மனமதற்கு அடிமை காணா குணம் நாக்கின் சுவைதனை சரிசீராக்கும்.

11. காய்களோ பழங்களோ பழகுவது உடலுள்ள நலனேற்றல் ஏற்புடையதாக அமையும்.

26.9. சுவையேற்றல்

1. உணவானது நாம் ஏற்கும் பணிதனின்
உடலியக்க அங்கங்களை இயக்க.

2. உணவை உட்கொள்ளும் விதமதும் சுவையாக்க
ஏற்கும் விதமதும் பழகல்.

3. உடுத்துவது நேர்த்தியாக உறங்குவது ஓய்வாக
உண்ணுதல் சுவையாக மும்மூர்த்திகள்.

4. சுவையான அனைத்தும் நலமானதன்று அறிதல்
அவசியம் ஆரோக்கிய வாழ்விற்கு.

5. உடுத்துவது விரைவாக உறங்குவது குறைவாக
உணணுதல் துரிதமென வாழ்வானது.

6. காய்களின் சமைக்கும் விதமது பாதியாக்கி
உண்ணுதலை முழுமையாக்கல் நல்லது.

7. பழங்களை சாராக்கி இனிப்பாக ஏற்கா
நேரடி ஏற்றல் நல்லது.

8. வாழ்வின் சுவை உணவானது மட்டுமல்ல
பகுதாய்யும் பல பிரிவானது.

9. நாம் பயணிக்கும் வாழ்வின் அனைத்து
பார்வையும் சுவைக்கும் ரசனையே.

10. காய்கனிகளை உண்டது போன்ற உணர்வுகள்
வாழ்வின் சிலநேரங்கள் கடக்கும்.

11. எவற்றிலும் நன்மை பயக்கும் யாவும்
நாவறிந்த மனமதன் சுவை.

26.10. மிகையாகுதல்

1. நாம் உட்கொள்ளும் உணவின் அளவே
போதும் சொல்லை மேம்படுத்தும்.

2. தரணிதனில் நிறைவான ஒன்று உண்டாகின்
கொட்டிக் கொடுத்தாலும் ஏற்காவுணவே.

3. மனநிறைவுடன் என்ற முழுமையான சொல்லும்
மிகையாகா உணவின் பெருமையே.

4. சொல்லும் செயலும் ஒருங்கே இணையும்
கைகோர்த்து எவ்விடமெங்கும் அளவுடன்.

5. அன்பானாலும் பரிவானாலும் சொல்லும் ஆரோக்கிய
மனமதன் மதிப்பாக எங்கும்.

6. மனம் பற்றும் பற்றறிதல் மிகை
காணும் எவையும் பற்றறு.

7. தேவைதனின் மிகுதி உடலுள்ள எழுச்சிகளின்
நல்லுணர்வு நண்பனின் எதிரி.

8. இனிப்பு உண்பதாலல்ல சர்க்கரை மிகுவதற்கு
நினைவின் ஊற்றும் மிகையாக்கும்.

9. நினைவுகள் என்றும் அனைவருக்கும் இன்ப
துன்ப கலந்தவைகளே வாழ்க்கையில்.

10. கஷ்டமதில் புசிக்காமல் இருப்பதும் சந்தோஷமதில்
அதிகமாக புசிப்பதும் சரிசீரில்லாதது.

11. எல்லாவற்றையும் ஏற்று வாழ்வின் சாரமதை
சாரென பிரிக்க முடியாது.

26.11. தேவையறிதல்

1. நாம் ஏற்கும் வேலையின் வகைதனில்
உணவினை உட்கொளல் நல்லது.

2. கலவையென ஏற்றல் எவ்வேளையும் சிறப்பானதாக
அமையும் ஆரோக்கியமதற்கு பொருந்தி.

3. தனித்தனி தேவை என்பது அனைவருக்குமே
அவணிதனில் அவசியம் வளர்ச்சியாக.

4. ஆரோக்கியமான வளர்ச்சியானது துரித நிலையை
தனக்குள்ளான சிறப்பை வெளிப்படுத்தும்.

5. நாம் ஏற்கும் பணிக்கான ஆற்றல்கள்
வழங்கும் தேவைதனை நோக்குதல்.

6. கால மாற்றமதில் உணவில் ஏற்கும்
விதமும் வகைகளும் மாற்றமாகும்.

7. வற்புருத்தலால் உடலதன் இயக்கங்கள் காலம்
கடந்த நிலைதனில் உபாதைகளாகும்.

8. தன்னுடைய உடலியக்க தேவையறிதல் தன்வசம்
இருக்க புரிதலின் நிலையாக.

9. மற்றவர்களின் பாசமதை ஏற்றால் நலமாக,
பற்றை ஏற்றால் உபாதைகளாக.

10. மனம் பற்றை பற்றும் பாசமுடன்
பாசமதில் நிலைக்கும் புரிதலில்.

11. பாசமும் பந்தமும் நிலைக்க பற்றை
நீக்கும் தேவையறிதல் அவசியம்.

26.12. அனைத்தின் யதார்த்தம்

1. பூமியது கொள்கை பிடிப்பானது தான்
சுழலும் சுயற்சியாக என்னேரமும்.

2. நிற்பதில் கவனமென்பது அணுவளவும் நினையாத
எண்ணமென்பதை ஏற்கும் திடமதில்.

3. ஒன்றுமற்று போகும் நிற்பதன் நினைவேற்றல்
என்பது நிதர்சன நிஜம்.

4. விளைவதை கொடுத்து நலமதை காத்து
செயலதை தொடுத்து வளமாக்கும்.

5. வளமதை காக்கும் அவணிதனை அணுவளவில்
குடிகொள்ள சரிசீர் வாழ்வாக்கும்.

6. நினைப்பதை நிற்காமல் உழன்றிட உன்னத
உணவினை உரமாக உடலுக்கு.

7. நன்கதை நல்கிட நாவினிக்க சுவைக்கான
ருசியேற்று காய் கனிகளென.

8. நற்பதமென நாடுவோருக்கு அனுபவ ஆற்றல்
அணுகி ஆரோக்கிய தன்மையாக்கும்.

9. நல்கும் நாடென்று நாடா நல்லாற்றலை
நவில்வது நற்பதம் நாட.

10. காயமதை கல்ப மயமாக்க காலங்கள்
கரையினும் கணக்கிடும் யுகமதை.

11. யுகமாவது ஜீவவுடல் ஏற்கும் அணுவின்
அணுவை அணுவுக்குள் அடங்க.

27 - வன்முறை & சமூக தொண்டு

27.1. ஏமாற்றம்

1. ஏமாற்றம் கண்டு ஏங்காதே காத்திரு
கரையேற்றும் உயர்வாய் விண்ணளவு.

2. நடவடிக்கை என்றும் எங்கும் சிந்தனை
சார்ந்த செயலாக்கா பணி.

3. போறபோக்காக வெந்ததை தின்று வந்ததை
பேசும் வீண் பதரால்.

4. தன்னைப்பற்றி அறிந்தவர்களால் ஏற்படும் மனகாயம்
கண்டு போக்க இயலாமல்.

5. காயங்கள் ஆறா வடுக்களாக தீரா
வலிகண்டு உருவாகும் ஏமாற்றம்.

6. நற்சிந்தனை சார்ந்த செயல்கள் நடைமுறை
நற்செயலாக மாற காணாததால்.

7. எவ்விடமதிலும் சுயநலமான சில செயல்
மேலேந்தி வரும் தருணமதில்.

8. வல்லவர்கள் செயல் சாதனைகளை காண
எடுக்கும் தவறான நோக்கு.

9. சோதனைகளே வேர்தாங்க வேண்டும் என்ற
சூழலின் பிரதிபலிப்பு ஏமாற்றமாக.

10. ஏமாற்றமதன் போக்கே சில நேரமதன்
வன்முறையை தூண்டும் மனரீதியாக.

11. எவை எதற்கு என்பதாக பார்க்கும்
நேரமதில் மனமாய்வு சிறந்தது.

27.2. அழுக்காறறு (மன ஆயுதம்)

1. வீம்பின் விளிம்பு வன்முறையை தூண்டும்
முதல் மன ஆயுதம்.

2. வீராப்பு வீம்பின் பின் வருபவர்களில்
முதல் நிலையை வகிக்கும்.

3. முன்கோபம் தனக்கான நிலைதனில் சரி
தவறென்றல்லாத பயில்வான் தோற்றம்.

4. நான் நாமானால் நானிலம் தனக்கானதை
தகுந்த தரமேற்றும் என்றறியாததால்.

5. கர்வமதை கௌரவ வடிவதில் வெளிப்படுத்த
திறனை வளர்த்தல் சிறப்பு.

6. பித்தலாட்டம் பித்தம் தணிக்க ஆட்டம்
ஆடாமல் விலகும் வளர.

7. நல்லாயுதம் ஏந்தி அழுக்காறறுக்க மன
ஆயுதமது பல உண்டு.

8. நல்லாயுதம் ஏந்த அழுக்காயுதம்
அழிவதோடல்லாமல்
உரம் காணும் வாழ்விற்கு.

9. உரமேற்ற நல்லெண்ண ஊற்றினுக்கு ஆயுதமாக
நற்பணிதனை சிந்தையில் உறைவிடமாக்கு.

10. உறைவிடமதில் ஒளியேற்ற தகுந்த ஊட்ட
சத்தோடு அளிக்கும் விருப்பத்துடன்.

11. நன்மை நமக்காக பலனளிக்க காத்திருக்கும்
நல்லாயுதம் ஏந்த என்றும்.

27.3. மன உளைச்சல்

1. எண்ணங்களின் சேமிப்பு பொக்கிஷம் வங்கி பண சேமிப்பு மட்டுமன்று.

2. போராட்டத்தில் என்றுமே உன்னத மேம்பாட்டு உத்தி ஆணிவேராக வேண்டும்.

3. மேம்பாடு காணும் எண்ணமதில் மனம் சார்ந்த ஆய்வு அவசியம்.

4. தீர்வு தரவல்ல மும்முனை பாதை அவசியம் தேர்வு செய்ய.

5. மன உளைச்சலுக்கு முக்கிய காரணமே சமூகத்தின் அநீதி சார்ந்ததே.

6. வருத்தம் அநீதியின் அவலங்களை மாற்ற வாய்ப்பு உள்ளவர்களின் பொருப்பின்மை.

7. நாம் வாழும் சமூக பிற்போக்கு சூழலின் எண்ணமதே காரணம்.

8. ஆய்வாக முற்போக்கான சில வழிதனை பின்பற்றுதல் தீர்வாக பார்க்கலாம்.

9. சில சூழலில் வாழும் தருணமதன் நோக்கமதை வைத்து நகருதல்.

10. மாற்றம் வளர்வான பாதைக்கானால் ஏற்பது தவறன்று சுயநலமாகின் நன்றல்ல.

11. எதற்கானது என்பதைவிட மன உளைச்சலை பாதிப்பின் சேமிப்பாக்கா நல்லது.

27.4. பயணம்

1. பயணம் என்றுமே ஒரு விழிப்பு
நிலை தன்மை கூட்டும்.

2. நாம் பயணிக்கும் இடமதன் மனுதர்ம
நிகழ்வுகளில் மாற்றங்கள் புலப்படும்.

3. மனமது சில நேரங்களில் தனிப்படுதல்
சிலருக்கு பாரமது ஏற்றும்.

4. பயணமதில் உபன்யாச விதமாக சில
ஏற்புடையதான நன்மைக்கான திறன்.

5. பயணமதில் பணியழுத்த விதமானவை இயற்கை
சூழலின் இனிமையேற்று குறையும்.

6. பாரமது ஒவ்வொருவரின் வாழ்வியல் சூழல்
கொண்டு மாற்றம் காணும்.

7. மன அழுத்தத்தை நீக்கும் நேரங்களில்
பகைமை குணம் இருக்காது.

8. வன்முறை சில வேளைகளில் பகைமை
குணம் காரணங்களால் ஏற்படுபவை.

9. சிலவித மன பாரம் எவையால்
என்று அறியாமலும் ஏற்படும்.

10. பயண மார்க்கம் அதற்குகான விடை
கண்டு குளிர்விக்கும் மனமதை.

11. அனைத்துமே நன்மைக்கான தீர்வாக நோக்கினால்
நமக்கான பாதையது கிடைக்கும்.

27.5. எண்ணம் & விழிப்பு

1. எண்ணங்களின் தரமான வளப்பாதை உருவாக வன்மம் வெட்கி போகும்.

2. வன்மம் என்றுமே மேன்மை பாதைக்கு வித்தாக செயல் புரியாது.

3. பயமதை நேர்பட நடப்பதில் வை மன எண்ணமதில் வைக்காதே.

4. வழக்கமான பழக்கங்களை மாற்றும் எண்ணமெனின் முதல் தடம் உனதாக.

5. மற்றவரை முன்னிருத்தி நல்லதாயின் எண்ணம் நாம் என்பதாக ஏற்றமாகா.

6. இலக்கையடைய வேட்கை கொண்டு இலட்சிய பாதை வகுப்பது சுலபம்.

7. உவகையாக இருப்பின் செயல்கள் அனைத்தும் உயர் நிலை காணும்.

8. விழிப்புடன் இருப்பது தவறன்று விழிப்பாகவே இருப்பது பயிற்சியாகிடும் ஆரோக்கியமதற்கு.

9. ஆரோக்கியம் அனைத்தும் சார்ந்த ஒன்றே, திடம் காண ஆய்வகமேற்கலாம்.

10. அனைவருக்கும் அவற்றை சார்ந்த பலன் முயலும் முனைப்பில் உண்டு.

11. எண்ணமும் விழிப்பு நிலைதனை சார்ந்த செயல்களும் எதையும் செயலாக்கும்.

27.6. வல்லமை

1. திமிர் வாழ்வின் மிடுக்காய் அனைவரின்
திறன் வளர்வில் உருவாவது.

2. வல்லமை வளர வன்முறையின் வீரிய
பாதையை வேரறு விளக்கி.

3. எவ்வித குறை காணும் செயலாகினும்
கண்டவரின் தர இயல்பாகும்.

4. வல்லமையினால் நேர்கொண்ட பார்வையை
செலுத்தி
வீழ்த்தலாம், வலுவாக்கும் வன்முறையை.

5. வாதாடும் வழக்கானாலும் பதமாய் பக்குவ
வல்லமை பேச விலகும்.

6. பேசும் பக்குவ வல்லமை ஆற்றல்
வளர்தல் யாவருக்கும் நல்லது.

7. படிக்கும் காலமதில் கல்விக்கான ஆய்வகம்
வலுவாக்கும் வல்லமையை கூட்ட.

8. பன்னோக்கு பாடப்பதிப்பின் திறன் வளர்
சிந்தனை கூட்ட முயலலாம்.

9. வன்முறைக்கான முதல் வித்தே கொள்கைதனை
முன்னிருத்தி எடுக்க என்பதே.

10. நாம் படிக்கும் காலமதில் ஆரம்ப
திறன் கொணர்தல் அவசியம்.

11. கால அவகாச பார்வையை முன்னிறுத்துவது
தகுந்த வல்லமைதனை சேர்க்கும்.

27.7. வக்கீல்

1. வழக்கு என்பதே வல்லமையை வழக்கமாக்க பிரயோகப்படுத்தப்படும் ஒரு ஆயுதம்.

2. வார்த்தை என்பதும் இடம் சார்ந்ததொரு மகத்துவம் வாய்ந்த ஆயுதம்.

3. வக்கீல் பணியில் மாசு கண்டால் தரணியின் மாண்பு குறையும்.

4. விசாரனையின் மகத்துவமே மேன்மையின் படி அனைவருக்கும் என்றும் எதிலும்.

5. நீதி வழங்க வார்த்தை மனமதை மார்க்கமாக ஏற்பர் யாவரும்.

6. வழக்காடு மன்றத்தில் வார்த்தை வர்ணஜாலமாய் வரையறையற்று விளையாடும் உவகையோடு.

7. வழக்காடி வளர்க்க இவர்கள் போராடுவதில்லை தரணிதனின் விடியல் காண.

8. தரணியோருக்கு வல்லமை வலுவேற்றி வன்முறைகளை வேரறுக்க பாடுபடுபவர்கள் யாவரும்.

9. விண்ணளவு சொல்லாடல் காணும் தன்வாதமதில் வன்முறைதனை தாக்கி தகர்க்கும்.

10. மனம் காணும் நிறைவுக்காக ஆதார நிதர்சன பார்வை நாடும்.

11. நிலையான பார்வையை நிதர்சன கருவேற்றி விடை காண முயலும்.

27.8. வாதம் & குறை

1. விவாதம் ஆற்றலின் உட்கருத்து வளர்வை
சார்ந்த சமநோக்கு தன்மைக்காக.

2. வல்லமை தன்மை தாங்கிய தரமாக
வில் வடிவாகா சொல்.

3. வளர்வுகளுக்கு மிக முக்கிய வேர்
வார்த்தை சொல் கேள்வி.

4. வாத வல்லமை இங்கு தீர்வுக்கானதன்றி
திறனுக்கான சந்தர்ப்பம் ஆகா.

5. சில செயல் நிலைதனை நோக்குவது
தன் மனமதன் போக்கை.

6. தன்பால் ஈர்ப்பவற்றை ஈர்ப்பதற்காக மேற்கொள்ளும்
செயல் தாங்கும் நோக்கம்.

7. ஈர்ப்பானவை வளர்நிலை யோசிப்பின் சுயநலமான
பொது நலமாகின் நன்மையாகும்.

8. மாறாக சுயநலமாகின் வளர்வாழ் சூழலை
புரிந்து விளக்குவது நன்று.

9. மாற்றமதே, குறையின்றி நிறை காணுவதற்கே
மாற்றமதன் மாற்றத்திற்கான செயல்.

10. மாறியவை தேவையற்ற மாற்றத்தின் பொருளானால்
மாறியவை மாற்றம் பெறலாம்.

11. வன்மத்தை சுமக்காமல் மாறும் பொருளானால்
வன்முறைக்கு வேலையின்றி போகும்.

27.9. சமாதானம்

1. குளிர் காலமதன் நிலவின் ஒளியிலும்
ரசிக்கும் தன்மை பலவுண்டு.

2. நிதானத்தில் விபத்து தன்மையின் பாதிப்பு
எப்போதும் எதிலும் குறையும்.

3. தன்மை என்றும் அதன் தரத்தில்
மிகாமல் பார்க்க வேண்டும்.

4. நல்கும் பாங்கை பகிர்கையில் மனமது
புன்னகை பூத்து குலுங்கும்.

5. புரிதலுடன் பெருமைதன் உரைதாங்கிய பகிர்தலாக
சமாதானம் இருப்பது நன்று.

6. விகிதாசார மென்மை உரைதாங்க வன்முறை
வேரறுக்கப்படும் மெல்ல நகர்ந்து.

7. வன்முறை வலுவேறுவதே சரியான புரிதல்
இல்லாமல் மறைமுக பாணியேற்பதே.

8. நிதர்சன வாழ்வும் நேர்மறை எண்ணமும்
எடுத்து பழக விலகும்.

9. துன்பமதும் துயரமும் நிதர்சன, நேர்கொண்ட
பார்வை சார்ந்தவர்களையே குறிவைக்கும்.

10. அதை கடந்து வரும் காலமதில்
மறைபொருள் ஆற்றல் தாங்கும்.

11. நேர்கொண்டு வேரறுப்பதே சமாதான எல்லையாகும்
வன்முறை வலுவை முறிக்க.

27.10. தியாகம்

1. நாம் எங்கு இருக்கிறோம் என்பது
மனமதன் இயக்க செயல்.

2. எங்கு இருக்க வேண்டும் என்பது
அறிவாற்றலின் இயக்க நிலை.

3. மனமும் அறிவாற்றலும் இயந்து இணையும்
செயலது தீர்வாகும் தீர்மானம்.

4. தீர்வாகும் தீர்மானமாவதற்கு வாழ்வின் போக்கை
உற்று நோக்குவது அவசியம்.

5. சிலபல பாதைகள் கற்களாலும், முட்களாலும்
எண்ண அலைகளால் வரும்.

6. எண்ணங்களை வகைபடுத்தி ஏற்பதே வாழ்கையின்
ஏற்றமதை ஏற்றும் பாதையாக்கும்.

7. வகைவகுக்கும் பாதைக்கு இயக்கமதுடன் இயந்து
உரையாற்றும் வல்லமையே தியாகம்.

8. தியாகமது எதற்கு என்றில்லாமல் நோக்கத்தை
அடையும் பாதையை முன்னிருத்துக.

9. தியாகமதில் சுயனலம் தாங்கிய பொதுனலம்
கருத்தில் கொள்வது பலனளிக்கும்.

10. சுவரின் பராமரிப்பு அவசியம் பாதுகாப்பாக
இலக்கின் மார்க்கத்தை அடைய.

11. சுயனலமான பொதுனலம் பொதுனலமான சுயனலம்
விகிதாசாரமதை எவ்விடமென்று அறிவாற்றும்.

27.11. உரையாற்றுவது

1. உணர்வால் வரும் புரிதல்களும் புரிதலால் வரும் உணர்வுகளும் வேறுபட்டது.

2. இரண்டு அர்த்தமதில் வேற்றுமை உடையது என்றும் ஒரு நிலையாகா.

3. உணர்வால் வரும் புரிதல் ஆளுமை மிகுந்தது தன் வல்லமைதனை வெளிப்படுத்தும்.

4. புரிதலால் வரும் உணர்வு ஆட்சிதனை கையில் எடுக்க ஆசைப்படும்.

5. இருவேறு பாதையது உணர்தல் மிகவும் அவசியம் நம்மை நலமாக்க.

6. உணர்வுகள் என்றுமே உன்னுடையது அதன் ஆளுமையை உன்னுடையதாக்கல் நன்று.

7. உணர்வுகளை உணர்ந்து பகிர்தல் அனுபவம் என்றும் பயணிப்போருக்கு உதவும்.

8. வாட்டமின்றி வாழ்வெதுவும் இல்லை வளமதை காண வழிவகுக்காத இயற்கையுமன்று.

9. வாழ்வதே வளமான பாதைக்கான வழிகண்டு பயணிப்பவருக்கு வழிகாட்டும் பாதையே.

10. அறிந்தவர்கள் அவணிதனின் சிறப்பு
அறியப்படுபவர்கள்
அவணிக்கே சிறப்பை அளிக்கும்.

11. வகைப்படும் வாழ்கையை வகுக்கவல்ல
திறனேற்றல்
வையக வாழ்விற்கு மைல்கல்.

27.12. எழுதுவது

1. என்ன மாற்றம் உருவானால் வாழ்வின்
உயர்வின் வழிகாணலாம் பற்றியதை.

2. பழங்கால வரலாற்றிலிருந்து இக்காலமதில் வந்த
மாற்றங்களும் நிகழ்வினையும் தெரிவிக்கலாம்.

3. நம் எண்ணங்களில் உதித்த நற்சிந்தனை
செயலாக்க முறைதனை வடிக்கலாம்.

4. பலபேரிடமாக ஒரு செயலின் கருத்துகளை
கலந்து பரிமாறி எழுதியுரையாக்கலாம்.

5. இவ்வாறு எழுதும் கருத்துகளினால் பலபேரின்
பேசும் வல்லமை கூடும்.

6. எழுத எழுத கைகளுக்கான பயிற்சியாகும்
ஒருவிதத்தில் வலுவாக்கும் துரிததன்மை.

7. தலைப்பை கையில் கொடுத்து அதற்குண்டான
புது கருத்தை எழுத்தாக்கமாக்கலாம்.

8. எழுதாக்கம் வளர வளர சிந்தனை
தெளிவு உருவாகும் எவருக்கும்.

9. நற்சிந்தனை சார்ந்த செயலாகும் அனைவரிடமும்
பலதுறையின் வளர்ச்சியும் பெருகும்.

10. சுயவாழ்வு உயர வலுவாகும் ஆரோக்கிய
வளர்வாழ் நினைத்த வண்ணம்.

11. நல்லெண்ணமும் அதை முன்னெடுக்கும் எழுத்தும்
என்றைக்கும் உயர்வான வளர்வே.

28 - தூய்மை, சுகாதாரம், பணியாளர்கள்

28.1. அடிப்படையின் நோக்கம்

1. ஆரம்ப காலமதில் தினமும் எவற்றிலும்
ஆரோக்கிய தன்மைக்காக காப்போம்.

2. கால வழக்கமாக அவசர பணியதனில்
தாமதமதை எடுத்து செயலாற்றுவோம்.

3. போட்டிக்கான உலகமதில் சில வாழ்க்கை
ஓட்ட பந்தயமதில் மாற்றமாகியது.

4. தூய்மைக்கான தேடலே நித்திய ஆரோக்கிய
வாழ்வதனை மேம்படுத்தும் திறனாக்கவே.

5. பழக்கமதை வழக்கமதில் திணிக்க செயலதை
அனிச்சை தொடராக்கும் திடமேற்கவே.

6. சிறுவயதில் பதியும் எவையாகினும் பாரமேற்கா
செயலாக சுலபமென ஏற்கும்.

7. சுகாதார வல்லமைதனை ஏற்கும் மனமது
தெளிந்த நீரோடையென வளமாகும்.

8. நாம் வாழும் வாழ்வதனில் தூய்மையும்
சுகாதாரமும் உள்ளமதை காக்கும்.

9. உள்ள மேம்பாடில் உன்னத புரிதலாக
உடலனைத்தும் கவன செயலாற்றும்.

10. தூய்மை, சுகாதார கவனம் நித்திய
பணிதிறன் திட வல்லமையாகும்.

11. ஆய்வாகவன்றி தூய்மையும், சுகாதாரமும்
மனமேற்கும்
செயலானால் பாரமேற்கா பலனளிக்கும்.

28.2. இல்ல தூய்மை

1. இல்லத் தூய்மை உள்ளமதன் தெளிந்த
நீரோடை தூய்மைக்கான கண்ணாடி.

2. மனமகிழ எண்ணங்களின் தெளிவை திடமாக்கும்
வல்லமை உரமென தூய்மைதனில்.

3. நாம் வகுக்கும் பாதைக்கு வழிகாட்டியாக
வளர்வாழ் வரம்பை சுகாதாரமாக்கும்.

4. நித்திய கர்மாக்களின் செயலதை தூய்மையான
பண்பட்ட செயலாக வகுக்கும்.

5. சத்தான உணவானது உடலினையும் நித்திய
தூய்மை உள்ளமதை காக்கும்.

6. உரமேற்பது நிலமதற்கு உவகையேற்பது
இல்லமதற்கு
பசுமையான தூய்மையை உன்னதமாக்க.

7. காலைதனின் தூய்மை நாளதனை
சுருசுருப்பானதாக்கி
நித்திய பணி சிறக்கும்.

8. உடலின் நித்திய தூய்மை உறுப்புகளின்
வெப்பமது தணிந்து குளிர்விக்கும்.

9. சோம்பலின் இடமாக மாறாமல் ஆரம்ப
சுறுசுறுப்பின் இடமேற்பது இல்லமே.

10. உள்ளமதன் தூய்மைதனின் சிறப்பு இல்லமதை
காக்கும் வளர்வாழ் ஊற்றென.

11. உடலும், உள்ளமும் நித்திய பணிதனின்
பணியாக ஏற்பது நன்று.

28.3. வீதிகளின் தூய்மை

1. தெருக்கள் என்பதே வீடுகளின் வரிசைகளை
சார்ந்து அமைந்த தூய்மையானது.

2. மண் சார்ந்த தூய்மைகளை எங்கும்
காணலாம் வாழ்வாதார தொனியில்.

3. நித்தம் தூய்மையின் அங்கமென வீட்டுடன்
சேர்ந்தது வீதிகளின் தூய்மை.

4. எங்கும் நீரினில் சுத்தமென அவரவர்
இல்லமதன் முன் தூய்மையேற்பது.

5. வண்ணஜால கோலங்கள் வகைபட மனமதன்
குளுமையை வாசல் காணும்.

6. எவ்வித இடமாகினும் அவைகளுக்கு ஏற்றவண்ண
தூய்மை இசை பாடும்.

7. தனித்தன்மையாக பார்க்கும் தூய்மை வீதிகளின்
தூய்மை காப்பது கடமை.

8. காக்கும் தூய்மையானது தன்னல பொதுனல
இருபாங்கென கைசேர்க்கும் வண்ணம்.

9. உடல் தூய்மை உள்ள தூய்மை
மனமதனின் எண்ண தூய்மை.

10. மனதூய்மையென பார்ப்போம் நடக்கும் நடை
பாதையை மங்கும் செயலாக்கா.

11. ஆதவனின் ஒளிபட்டு ஒலிக்கும் பண்ணிசை
பாடலென ரீங்காரத்துடன் ஆரோக்கியமாக.

28.4. ஊர்களின் தூய்மை

1. ஊர்களின் தூய்மைக்கான அடையாளம் ஏற்ற பதவியை வெளிச்சமிட்டு காட்டும்.

2. தனக்கான பணிதனை சிரமேற்கும் பொருப்பாக்கி மானுட நலனை காப்பது.

3. உள்ளேற்கும் சுவாசமாவது மரங்களின் வாசமும் மலர்களின் மணமும் கலந்ததாக.

4. காப்பது மர வளமானாலும் எண்ண வளமாயினும் செழிப்பது தரணியே.

5. செழித்தோங்கும் மரமது மண் வளமேற்று விண் நோக்கும் புன்னகையோடு.

6. வளமாவது தூய்மையான புறமதில் இருப்பதை சரிசீராக்கி அகமதில் சுவாசமேற்றும்.

7. ஏற்றத்திற்கு எவற்றை எவ்வாறு எந்நிலை ஏற்க எங்கு எதற்காகவென.

8. ஓடியாடி விளையாடும் பருவமதில் ஏற்கும் எவையிலும் மறவா வாழ்நாளில்.

9. சூழல்கள் மனபாரமது ஏறும் வேளைதனிலும் ஏற்கும் எவைதனிலும் நேர்த்தி.

10. வாக்காக ஏற்பவைவிட செயலில் ஏற்றது வாழ்நாளில் மறவா தொடரும்.

11. ஏற்றது ஊருக்காக அன்று தனக்கானதாக உணரும் எங்கு சென்றாலும்.

28.5. அலுவலக தூய்மை

1. நிர்வாக திறனை காக்க வல்ல
வல்லமையை பறை சாற்றும்.

2. தூய்மை என்றாக எவற்றிலும் பொருள்
கொள்ளலாம் நேர்மையும் அடங்கும்.

3. நம் புரிதலின் பணிதனை தேர்வாக்குவது
முழுமையை முதன்மை ஆக்க.

4. முதன்மை முதலிடமதை வகுப்பது மட்டுமன்று
முழுமையின் தன்மையும் நிலைதனையும்.

5. அறிவாற்றலுடன் அனுபவ பாங்கை அழகுற
வகைபடுத்தி வகைகாண வழிவகுப்பது.

6. பண்புடன் தெரிந்ததை பாங்காக நேர்படுத்தி
நிறை காணும் வழியாக்குவது.

7. செயல் திறன் திடமேற்க வளர்
திறன் மேன்மை காணும்.

8. துணைகோலும் உடனேற்று யாவரும் பணிதனை
திறம்பட நித்திய நிதர்சனமாக்க.

9. காக்கும் நேர்படல் பணிதனை தூய
எண்ண நிதர்சன காணும்.

10. வாழ்க்கைக்கு பணி பணிதனுக்கு நிர்வாகம்
மூன்றிலும் நேர்த்தி தேவை.

11. தூய்மைக்கானதே நிரந்தர மனமகிழ் சுவாச
தருணமாக அமையும் எவற்றிலும்.

28.6. ஆலயங்களின் தூய்மை

1. ஆலய தூய்மை ஆரோக்கிய ஆன்மீக
தொண்டின் உச்சமென காட்டும்.

2. மனமது வாழும் இல்லமாக உள்ளமதை
ஆட்கொள்ளும் ஆலய சுத்தம்.

3. பேசும் இடமாகவும் வணங்கும் விதமாக
வாழ்த்தும் ஒலிக்கானதும் ஆலயம்.

4. வீண் பேச்சாக இருக்கும் அனைத்தும்
போக்கும் இடமான தூய்மை.

5. ஒளியேற்றும் விதமதையும் ஆலய தூய்மையின்
பொருள் விளங்க வகைபடுத்தியது.

6. தெய்வந்தனை தொழ மனமதனின் அழுக்காறு
நீக்கி தூய தெளிவாக்கும்.

7. பணவங்கி கணக்கை காணாது தெய்வம்
மனவங்கி கணக்கை கையாளும்.

8. தூய்மைக்கான தேடலை ஆலயமெங்கும் மட்டுமன்றி
எங்கும் பார்க்கும் எண்ணொளியாக.

9. எண்ண வாசலின் தூய்மையின் துணை
ஆலயம் என்பது எங்கும்.

10. எதன் பார்வைதனில் தூய்மைதனை எடுக்க
என்பதன் வழக்கமதை பதிப்பாக்குவது.

11. தூய்மைக்கான தெளிவுடன் வணங்குவோம்
வையகத்தை
வாழ்விப்பதன் பாதம் பணிந்து.

28.7. பொது இடமதன் தூய்மை

1. பொதுவான தூய்மைக்கானது பொதுவிட தூய்மை குறிப்பிட்ட இடமாகாமல் எவ்விடமெங்கும்.

2. நாம் பயன்படுத்தும் அனைத்தும் குறிப்பிட்ட காலமேற்று பயனற்று போகும்.

3. மறுசுழற்சியின் மூலம் அவை அனைத்தும் புது பொலிவு பெறும்.

4. பொது இடமதில் தூய்மை இவ்விதமதில் மேன்மையாக தூய்மை அடைகிறது.

5. காலமதற்கு சிறிது தள்ளி தூய்மைக்கான இடமாக அமைகிறது துரிதமன்றி.

6. எக்காலமதிலும் எவையும் இருப்பவையே காலங்கள் கடக்க விகிதாசாரமதில் மாற்றமடைகிறது.

7. விழிப்பு நிலைதனை ஏற்கும் மனோபாவம் செயலாக்கமதை கடந்து எவருக்கும்.

8. செயலாக்கம் விழிப்பின் உன்னத நிலைத்தன்மை கடமைக்கான முன்னெடுக்கும் பாதை.

9. பொதுவானது பொலிவு பெறுமாயின் விடியலது தூய்மைக்கான நறுமணம் கமழும்.

10. பூத்து குலுங்கும் மலரின் வாசமது தூய சுவாசமாகும் மரங்களோடு.

11. தரணிதனை தன்னகமாக காத்து தூய நறுமண சுவாசமேற்போம் எங்கும்.

28.8. மாநில தூய்மை

1. வளர்ச்சிகளின் மேம்பாடாக விரிவாக்க பணி உத்திகளை பின்பற்றும் பாங்கமையும்.

2. அரசாங்க ஆளுமைதனை வழங்கும் தூய்மையில் அளிக்கும் பின்பற்றல் பாங்கை.

3. அனைத்து பருவங்களின் வரவை அறிந்து செயல் வல்லமை விரிவாகும்.

4. வழக்கமான பணியாக பழக சுற்றுபுற சுகாதாரம் அடிப்படை சீராகும்.

5. பயணங்களை பாதுகாப்பானதாக மக்கள் பயணப்படுதல்
இடமதை நேசிக்கும் எண்ணமேறும்.

6. அனைவருக்கும் தூய்மை எண்ணமதில் கவனமேற்பு அதிகமாக தானேற்கும் வழியாக்கும்.

7. கவன குறைவாக எதையும் எண்ணாது பொருப்பேற்கும் திறன் கூடும்.

8. ஆரோக்கிய உணர்வு பெருக எம்மிடமாக நோக்க தூய்மையிடமாகும் எங்கும்.

9. தூய்மை பணியாளர்கள் பணி அதிவேக ஆர்வ பணியாக மாறும்.

10. ஆர்வமேற்கும் எவையும் வழக்கமாகி முன்மாதிரி கொண்டு எண்ணம் மேலோங்கும்.

11. மற்றவர்கள் பின்பற்றும் பாணியானதாக பழக்கமது வழக்கமாகும் பாராட்டும் விதமேற்று.

28.9. நாட்டின் தூய்மை

1. பொது இடமதனின் தூய்மைதனை காக்க
தானேயேறும் நாட்டின் தூய்மை.

2. தூய்மை பணியேற்கையில் நாம் செய்யும்
தூய்மை மக்களின் ஆரோக்கியத்திற்காக.

3. மக்களின் தூய்மை வளர்வாழ் நாட்டின்
வளர்ச்சி மேம்பாட்டின் ஆரோக்கியம்.

4. மேம்பாடு என்பது என்றுமே ஒரு
சங்கிலி போன்ற தொடரானது.

5. தனி மனித மேன்மை வீட்டழகு
சங்கிலி தொடர் நாட்டழகு.

6. நாடு செய்யும் மேன்மையானது நாம்
தந்த மேன்மையில் இருந்து.

7. வழக்காக வருவது எதுவும் வாழ்வாகாது
வழக்கமாக்குவதே வாழ்வை நலமாக்கும்.

8. வாசல் காணும் தூய்மையே சுகம்
காக்க வல்ல தூய்மை.

9. தூய்மை அடிப்படை மெருகென வைப்பது
அவரவர் மன எண்ணமே.

10. அடிப்படை விடாது ஆரோக்கிய வளம்
காக்க வழி வகுப்போம்.

11. நாட்டின் வளர்வாக வீட்டின் எண்ணங்களை
வகைபடுத்த பொழுது புலர்வாகும்.

28.10. நீர்வளங்கள் இடம் சார்ந்த தூய்மை

1. நீர்வள இடமதை அதன் பயனாக்க
   கருத்தாழ பதிய கவனமேற்றல்.

2. நீர்வளம் காப்பது பொருள் கொளல்
   பஞ்சபூத ஆற்றலை வணங்குதல்.

3. சார்ந்ததன் தூய்மை ஆற்றலுக்கு வலுவாக்கும்
   சுவாச தூய்மைதனை காக்க.

4. மரங்களின் அழகும் அவைகளின் நிழலும்
   நீர்நிலைதனின் பசுமைக்கான பேராற்றல்.

5. அடர்ந்த மரங்களின் வளமை நீரதனின்
   சேமிப்பான வற்றாத புகலிடம்.

6. அவ்விடமதன் தழைகள் அவைக்கான உரமேற்கும்
   இலைகள் அவ்விட தூய்மை.

7. போகும் பாதைதனை தானே வகுக்கும்
   நீருக்கு கற்களும் தூய்மையே.

8. நீர்வளம் காணும் இடமெங்கும் மீன்களின்
   புகலிடமென வாசமது தூய்மையே.

9. இடமது நோக்காது வளமது காண்பது
   எங்கும் தூய்மையின் வெளிப்பாடே.

10. தூய மழையென நீர்வளமதை நலமாக்கும்
    தரணிக்கு வளம் சேர்க்க.

11. நீர்வளமும் நிலவளமும் முடிந்தளவு பாதுகாத்தல்
    நமக்கும் தலைமுறைக்கும் நல்லது.

28.11. கால்வாய்களின் தூய்மை

1. கால்வாய்களின் தூய்மை மழைகாலமதில் நற்சுவாச மயமாக்கும் பாதை எங்கும்.

2. நாம் தேவை அல்லாதவைகளை போடும் இடமாகா கால்வாய் இருக்க.

3. தூய்மையானது யாரோ பராமரிப்பதன்று தனிப்பட்ட ஒவ்வொருவரின் கவனமும் சேர்ந்தது.

4. பொதுவானவை பராமரிப்பு அரசாங்க ஏற்பானது இருப்பினும் கவனமது தனியே.

5. வரும் தலைமுறைகள் பார்க்கும் பார்வை தூய சுவாச பாதையாக.

6. தூய்மைதனை வீட்டிலன்றி வெளியிலும் கவனமென யோசிக்கும் விடியலாக வழங்க.

7. நாம் காக்கும் தூய்மை நமக்கானது என்ற உள்ளுணர்வு ஏற்படும்.

8. பாதையானது அனைவருக்குமே என்பதாக தூய்மை காப்பதும் அனைவரின் கடமை.

9. காணும் சுகாதாரம் கடக்கும் நீரது தடை காணா வழியெனில்.

10. போகும் போக்கான இடமது எங்கும் தடையில்லா வளம் அடைய.

11. மானுட மார்க்கமது ஆரோக்கியதிற்கே தூய்மை எங்கும் அமைய காண்பது.

28.12. முழுவதின் தூய்மை

1. தூய்மைக்கானது அவரவர் நோக்கமாக வேறுபடும் எண்ணமதன் தரமதை திடமென.

2. இருக்கும் இடமதன் தூய்மை பொலிவான புலர்வாக கண்களுக்கு இதமென.

3. அறிவாற்று செயலதை திறம்பட வகை காணும் விதமென நல்க.

4. செய்யும் செயலாற்றும் முழுமையின் மேம்பாடாக திருப்தியாக வழங்கும் விதமதில்.

5. உண்ணும் உணவை ஆரோக்கிய பாங்கென கொடுக்கும் அறுசுவை ஈர்ப்பாக.

6. வணங்கும் இறைதனை வகைப்படுத்தும் அலங்கார பூஜை வழியின் மூலமாக.

7. எழுதும் எண்ண வடிவ மனமாரோக்கிய செயலை வளர்க்கும் ஊற்றாக.

8. முடிக்கும் விதமதன் கொள்கை சார்ந்த வளர்ச்சி பணி தொடர.

9. இயந்திர மேம்பாட்டை பராமரிப்பதில் துல்லிய செயல் நுட்ப கவனமென.

10. அணுக்களுள் செயல் நோக்கினை ஆய்வக தன்மைக்காக பார்க்கும் கூர்மைதனில்.

11. எதுவாகினும் செயல் நுணுக்க தூய்மையின் முழுமையின் முறை காண்பதே.

29 - நேரமதை (பொழுதை) உபயோகப்படுத்துதல்

29.1. புரிதல்

1. நாம் பணியில் இருக்கும் தருணமதை
சற்று நிறுத்தி சக்தியேற்ற.

2. பணிகளை முடித்த பிறகு கவனமதை
சற்றே வேறு விஷயமறிய.

3. எண்ணங்கள் வட்டமிடுகையில் மாற்றும் வகையாக
சந்தோஷ தருணமதை அணுகுவது.

4. பொழுதை புலர்விக்க மற்ற பிடித்த
செயலில் கவனம் செலுத்துதல்.

5. வீணாக பேசும் மனிதர்களிடம் அவர்களின்
பாதையின் உன்னதத்தை விளக்கலாம்.

6. மனிதர்கள் சிலரிடம் என்ன செய்வதென்ற
குழப்பமதிலே நேரமதை செலவிடுதல்.

7. பிறப்பினில் தன்னிடம் மறைபொருளாக உள்ளதை
உணர வைத்தால் ஏற்பார்கள்.

8. மானுடம் பிறப்பின் மகிமையாக வேண்டும்
வீண் பேச்சின் மகிமையாகா.

9. பேச்சின் மகிமையை ஏற்கும் தருணமதில்
நல்லதை விதைக்கலாம் நன்னிலமாக.

10. சாதிக்கும் சாதனைகளை மறைபொருள்
உருபொருளில்
அடங்கியது மானுட மார்க்கம்.

11. பொருளதை பொழிதினில் புரிந்து புலர்வோம்
யாவருக்கும் இனிதாகும் விடியல்.

29.2. கண்காட்சி

1. கண்ணுக்கும் மனதிற்கும் இதமான பொருட்களின் புதுவரவையும் பயன்பாட்டையும் அறிதல்.
2. வீட்டிற்கு தேவைப்படும் சின்ன சின்ன பயன் பொருட்களின் வரவறிதல்.
3. வரைபட காட்சியகங்களுக்கு சென்று நுணுக்கவியல் பற்றி தெரிந்து கொள்ளுதல்.
4. காட்சி அமைப்பின் விதம் காரணம் பற்றி தகவல் சேகரிப்பது.
5. துணி கண்காட்சி இடமதில் வடிவமைப்பு வரவுகளின் தரம் அறிதல்.
6. விளையாட்டு கூடமதில் வளர்வின் திறனும் உடல் ஆரோக்கிய தன்மையறிதல்.
7. கண்காட்சியில் மக்களின் திறன் மேம்பாடுகளை அறிந்து அதைபற்றி பேசுதல்.
8. அவர்கள் பொருளதன் கைநுணுக்க பாங்கை பாராட்டல் அவர்களை மகிழ்ச்சியாக்கும்.
9. அவர்களுக்கு உரிய உற்சாகமாக நமக்கு தேவை இருப்பின் வாங்குதல்.
10. நேரடி உற்பத்தி திறனாளர்களுக்கு பலன் சேர்க்கும் விதமாக அமையும்.
11. எவ்வித முயற்சியானதும் நம் மனமதனின் மகிழ்ச்சியாகும் நிறைவதனில் யாவருக்கும்.

29.3. திரைக்காட்சி

1. திரைக்காட்சியில் கருத்தாழ படமதை காண
அதே நேரம் மகிழ்வதற்கும்.

2. திரையரங்கை அலங்கரிக்கும் படம் என்றும்
பொழுதுபோக்கானது மட்டும் அல்ல.

3. ஒவ்வொன்றும் பணம் சம்பாதிப்பதை கடந்து
ஒரு தகவல் பரிமாற்றம்.

4. தனித்தனியாக தகவல்கள் கடப்பது தாண்டி
சுவாரசியத்துடன் கொடுப்பது சுலபம்.

5. பலனளிக்கும் நேரவிரயமாகா, எதற்காக
என்பதை, எப்படி பார்ப்பது என்றால்.

6. பார்த்து பார்த்து நாமும் நம்மின்
திறனை புதுத்தன்மை ஆக்கலாம்.

7. ஒருகால கட்டமதில் நம் திறனது
தனித் தன்மைதனை காணும்.

8. என்றுமே எதுவுமே முடியாததன்று முயற்சிக்காத
எண்ணமதை முடியாது என்றாகா.

9. ஒருதுறை சார்ந்த விளக்கம் பலதுறைதனை
மேலேற்ற வல்லமையாக்கும் வலுவேற்றி.

10. நம் பாதையதை வலுவாக்கும் வல்லமை
பயணமாக்க வாழ்வோம் வளமாக்கி.

11. எதற்கும் எங்கும் எவற்றையும் பார்த்து
பயணப்படும் முயற்சி உயரவே.

29.4. பேசுதல்

1. ஒன்றுகூடும் நேரமதில் பொருளாக்க தோற்றத்தின் சிந்தனைதனை பகிர்ந்து பயனாக்குவது.

2. வளர்ச்சி என்றுமே பகிர்தலில் உருவாகும் பல பரிணாமங்களை சார்ந்ததே.

3. பல ஆய்வக ஆராய்ச்சியின் வழிவந்தவைகளே நாம் பயன்படுத்தும் ஒவ்வொன்றும்.

4. இன்னும் வளர்வாழ்விற்கு பல ஆய்வக நிகழ்வுகள் நித்தம் நிகழ்கிறது.

5. ஆய்வகம் என்பது தனியாக சென்று எங்கும், எதுவும் செய்வதன்று.

6. நித்தம் பணியில் நாம் நம் நினைவில் நின்று நீடிப்பது.

7. அனைவரும் கூடும் நேரமதில் பகிரபகிர பழமையின் புதுமை மிளிரும்.

8. பேசுவதும் செயலும் கூடுமங்கு ஆக்கனிலை வளர்வதன் வளர்ச்சி காணலாம்.

9. எல்லா நிலைகளிலும் இவ்வாறான சூழலில் உருவாக்கம் பெற்று வளர்வதே.

10. பேசுவதை பயன்பாடாக்கினால் தரணிதனில் புதுமை வித்தாக விளையும் அனைவருக்குமே.

11. என்ன வளம் இங்கு இல்லை நம் பாதையை முன்னெடுக்க.

29.5. கைவினை பொருட்கள் செய்தல்

1. பிடித்தவைகளை நம் பணி ஓய்வு
   நேரமதில் கற்றல்லது கற்பித்தல்.

2. மனமதில் ஒன்றி மகிழ்வான தருண
   நேரமாக அன்னிலை உணர்த்தும்.

3. புது பொலிவான அறிவாக்க சிந்தனை
   கூடுவதை உணர முடியும்.

4. புதுப்புது விஷயமாக ஏற்பது இன்னும்
   நேரமதன் மதிப்பு கூடும்.

5. நமக்கு உருவாக்கல் திறனை கூட்டும்
   நிறைய எண்ணங்கள் பொலிவுரும்.

6. ஆற்றல் திறன் வாய்ந்த சிந்தனைதனை
   தூண்டும் கூடும் இடமதில்.

7. கலந்து அனைவரும் ஒன்றை உருவாக்கி
   வலுவான புதுமையை விதைக்கலாம்.

8. நம் சந்ததிகளுக்கு வழிகாட்டலாக படைப்பாற்றலின்
   பழமைதனை புதுமைக்கு புதுபிக்க.

9. நாளுக்கு நாள் புதுப்புது வடிவமைப்பு
   அனைத்து பொருளிலும் வருகிறது.

10. நமக்கு பிடித்த கைவினை பொருட்களை
    செய்து பழக பாரமிரங்கும்.

11. மனகுழப்ப நேரமதில் நம் வல்லமையை
    நாமே கண்டு மகிழ்வோம்.

29.6. குறிப்பெடுத்தல்

1. அனைவரின் உள்ளாழ தனிதிறனது மறைபொருளாய்
மறைந்திருப்பதை வெளிகொணர முடியும்.

2. நம் நினைவுகளை அவ்வெண்ணம் சார்ந்த
பதிவினை மனவங்கியில் பதிவாக்கவும்.

3. வலிமை மிக்கதொரு ஆயுதமாக என்றைக்கும்
புத்துணர்ச்சி பொலிவுபெறும் எழுத்தாக்கம்.

4. இறைநிலை சார்ந்த இயற்கையின் படைப்பின்
நோக்கத்தில் நாமாற்றும் பங்கெவையென.

5. அவைகள் யாருக்கேனும் ஏதாவதொரு
காலபயணமதில்
பயனளிக்கும் விதமாக அமையும்.

6. மாறுதல்களை எவ்விடம் எங்கென்றில்லா
மாற்றத்தின்
மனபோக்காக மாற்றமதை மாற்றலாம்.

7. ஏதோவொரு நற்செயல்கள் வெளிப்பட தரணியதனில்
இறைநிலையில் படைப்புகள் படைக்கப்பட்டவை.

8. ஒவ்வொரு நாட்களிலும் பிரபஞ்ச நிகழ்சார்
சிந்தனையோட்ட பயணமாக்கும் மனம்.

9. தனிநேரமதை தேடாது மனவங்கிதனில் சேமிக்க
காலப்பொழுதில் பொலிவுபெற வெளிப்படுத்தும்.

10. வங்கிதனில் சேமித்த பணமது கூடும்
வட்டியுடன் வைத்ததன் அளவிற்கேற்ப.

11. மனவங்கியில் சேர்த்த எண்ணமது கோப்புடன்
நல்வாழ் சிந்தனை கருத்துடன்.

29.7. நலன் விசாரித்தல்

1. மனவுடல் பாதிப்பிலிருந்து அவர்களுக்கு புத்துணர்ச்சி தன்மையை அதிகபடுத்தி வலுவேற்ற.

2. ஒப்பில்லா தன்மைதனை நினைவேற்றி ஆறுதலை ஆற்றலாக்கி எழுச்சிதனை எழுப்புவது.

3. அவர்களின் நற்செயல்களை நினைவேற்றி சில ஆறுதல் வார்த்தை அளிப்பது.

4. அவர்களின் கவனமதை நற்சிந்தனை சார்ந்த விஷயமாக திசை திருப்புதல்.

5. அவர்களின் புத்துணர்ச்சி ஊட்ட உணவினை நினைவேற்றி உட்கொள்ள வைப்பது.

6. தனித்தன்மைதனை ஊக்கபடுத்தி வலம் கண்ட நாட்களின் நிறைவை தெளிவாக்கல்.

7. சில நேரங்களில் அவர்களிடம் பேசிக்கொண்டே இருப்பது மகிழ்வானதாக உணர்வார்கள்.

8. கேட்டதும், பார்த்ததும் திரும்ப திரும்ப நினைவில் உதிர்க்க விரும்புவார்கள்.

9. அவர்களுக்கு அவர்களின் பிடித்த வழியில் செயலியக்க பணி வழங்கலாம்.

10. அதனால் அவர்கள் எண்ணமது அதை சார்ந்த நிலைதனை சிந்திக்கும்.

11. சிந்திக்கும் புது நினைவுகளால் மகிழ்ந்து தளர்வாக மனமது லேசாகும்.

29.8. சிந்திப்பது

1. கடந்ததை கட நடப்பதை நினை
வருவதை வரவேற்று நட.

2. வாழ்வதனின் நிலைகொண்டு வாழ்வதனை வாழ
வாழுமாம் வாழ் வாழ்வாங்கு.

3. சும்மா இருப்பது போன்றதொரு தோற்றபொலிவு
வாழ்வின் சாரத்தினை எடுக்க.

4. வாழ்கின்ற வாழ்வதனை தீர்மானிக்கும் ஆற்றல்
வழங்கும் சாரென்றாகும் உதயமதில்.

5. உதயத்தில் கருதாங்கி வந்ததை வளமேற்றி
உருவாக்கு வல்லமையை சேர்த்து.

6. அனுபவ வாக்கதனில் உருவாகும் வார்த்தைக்கு,
ஆளுமிங்கு பல்கலைகழகமே உருவாக்க.

7. வேர்கண்ட வேலைதனில் கேள்விகனை தொடுத்து
உரைசேர்த்து வைக்குமங்கு விடைகண்டு.

8. விடைகண்டது இறுதியாகா வண்ணம் கேள்விகனை
தொடுக்க தொடரும் வேர்காண.

9. வேராகின்றது வேரல்ல விடைக்கான வழிதனை
வகுத்த படிதானெனும் புரிதலுக்கானதாக.

10. விளக்கத்தின் விளக்கமாக விண்ணவர் கண்ட
மதிசெயலாக மதித்து செயலாக்குவோம்.

11. அனைத்துமாய் ஆனவைகள் அகில ஆளுமையை
தாமே ஏற்று நலமதுகாண.

29.9. ஓய்வு எடுத்தல்

1. உடலுறுப்புகளை விழித்தலில் சற்றே ஓய்வு எடுக்க இளைப்பாறி புதுப்பிக்கும்.

2. தனக்கான பணிகள் ஏதுமின்றி இருப்பதே பணிகள் நிறைய செய்ததால்.

3. ஓய்வதனில் இறைவன் மனமாசி வழங்கும் நல்லாசி நமக்கு புரிந்ததே.

4. ஓய்வதனில் இவைகள் நன்கு விளங்கி மனமது குளிரும் மகிழ்வோடு.

5. மகிழ்வான பணியாக ஏற்பின் வளர்வாழ் சிந்தனை கருவேற்றி உரையாற்றும்.

6. வாழ்க்கை நமக்கான பாதைதனை வகுத்ததாக ஏற்றால் மனநிறைவாகும் ஓய்வதனில்.

7. நாம் வாழ்ந்த வாழ்வதனின் மனநிறைவே கடந்தவைகள் நமக்களித்தது என.

8. எண்ணும் எண்ணமது தலைமுறைகளுக்கு வழிகாட்டும்
பாதையாக்கும் புரிய வைக்காமலே.

9. ஓய்விலும் பாதையது நல்லாக்க சிந்தனையோட்ட நீரோடையாகவே ஏற்படுத்தும் வல்லமையாக.

10. நமதுள் நம்முடன் வாழ்வதே மறைபொருள் உறைவிடமாக நலம் காக்க.

11. அறிவோம் ஆற்றலின் ஆற்றலாக அருவியாக அன்பானதே அவணிதனில் அனைவரிடமும்.

29.10. உரையாடல்

1. உரையாடுதல் மூலமாக நம்முடைய பேசும் திறனது மேன்மை அடையும்.

2. ஓய்வான நேரமதில் உரையாற்றலின் வல்லமைக்கான ஆற்றல் மிகுதியை பயன்படுத்தலாம்.

3. கிண்டல், கேளிதனை உள்ளேற்கா செயலாக்க வழியாகும் உரைதனில் மேன்மைக்கானதாக.

4. சிறுவயதிலிருந்து உரை பழகுவதால் மேற்படிப்பில் பலனளிக்கும் பழகும் விதமதை.

5. நிறைய உரைகள் சேமிப்பு வளரும் ஆற்றல் மிக்க வளமடைய.

6. பேசும் சாமர்த்தியம் நல்லது, தெரியாததை தெரிந்தது மாதிரி அல்லாமல்.

7. நற்சிந்தனை சான்றோர்களின் உரைதனை பகிர்வதால் நமக்கும் ஆற்றலின் வல்லமையேறும்.

8. புவிவாழ் சான்றோர்கள் புரிந்த நற்சிந்தனை ஆக்கப் பதிவுகளை உரையாக்கலாம்.

9. என்றுமே நல்லாக்க மாற்றமென்பது உடனே நடவாது ஆய்வாகி நாட்களாகும்.

10. அதைசார்ந்த பணிதனை மேற்கொணர்தல் ஓய்வின் நேரமதை சிறப்பிக்கும் சிறந்ததாக.

11. என்னேரம் என்றல்லாது சிந்தனைகள் நமக்கானதாகவும் பலனேற்றி பிறர்களுக்காகவும் பயனளிக்கும்.

29.11. வாசிப்பது

1. நம்முடைய காலமதை பயனளிக்கும் விதமாக
   பலமார்க்க சிந்தனை உருவாகும்.

2. வரலாற்று உண்மை தகவல்களை சேகரிக்க
   தெரிந்து கொள்ள உதவும்.

3. பழமையான வரலாற்றின் குணங்குன்றா
   புதுமைதனை
   படைப்பது வாசிப்பின் வளர்ச்சி.

4. உடல் உறுப்புகளுக்கு ஆற்றல் நிலைத்
   தன்மையது மாறுபட்டு இருக்கும்.

5. பிறருக்காக வாசிப்பது தெளிவான சொல்
   நயமுடன் ஆர்வம் மிகுந்திருக்கும்.

6. நம்முடைய சொல் வளமும் அறிந்து
   கொள்ளும் ஆர்வமதையும் தூண்டும்.

7. அதைப்பற்றிதான அறிய தகவலுடன் பேச்சுகளில்
   சுவாரசியம் தூண்டும் நற்செயலாக.

8. வாசிப்பதனால் நமக்கு சுவாச எழுச்சிக்கு
   புத்துணர்ச்சியாக வலுவேற்றும் நன்றாக.

9. உலக நடப்பும் காலமாற்றமதின் வரவுகளும்
   அறிந்து கொள்ள முடியும்.

10. நூலகம் செல்லும் பழக்கமாகவும் புதுவரவுகளில்
    பதிப்புகளால் தகவல்கள் அறியலாம்.

11. நம்முடைய அன்றாட வாழ்வதனின் யதார்த்த
    சூழலும் பழகும் விதமாகும்.

29.12. பொதுவான யதார்தம்

1. பழக்கங்கள் உருவாக்கப்படும் சில சிந்தைனை கண்ணோட்டமாக சூழலை சார்ந்து.

2. வாய்ப்புகளும் வசதிகளும் நம் எண்ணங்களும் நம்முடன் நமக்காக பயணிப்பது.

3. பயணமார்க்கமது வாய்ப்பு வசதிக்கான நம் வளர்வாழ் சிந்தனை பெருகவே.

4. சிந்திக்கும் வழிதனில் பயணப்படுவது நமக்கானதும் பிறருக்குமான நன்மையதனை வழங்க.

5. பொது நலவாழ்வதனில் சுயநலமும் சார்ந்து வாழும் வாழ்வது சிறக்கும்.

6. எதிரியோ, நண்பனோ நமக்கு நாமாக இருப்பின் துயர் நேராது.

7. நல்லதையும் தீங்கானவையும் நமக்கு நமதுள் ஆய்வகமாக நம்முடனே இருப்பர்.

8. நமக்கு நாமே அலசல் பார்வைதனை நித்தம் செய்தல் பணிதனில்.

9. மாற்றமது தேவையிருப்பின் அன்றாட நிகழ்வினில் சேர்ப்பது வளர்ச்சி கூடும்.

10. மாற்றங்கள் நிகழும் போதினில் தலைமுறைகளின் படைப்புகள் சாதனையாக மெருகேரும்.

11. பார்க்கும் பார்வை பலவாகும், நோக்கும் நோக்கமது ஒன்றே தரணியேற்றம்.

30 - அனைத்தின் கலவையாக

30.1. அடிப்படை

1. சந்தோஷம் என்பதே யோசனையின் மறுபக்கம்
சிந்திக்காமல் நேரமதை கடப்பது.

2. குழந்தைகளுக்கு எண்ணங்கள் ஓடும் கவனமதை
நிகழ்வினில் பார்ப்பதை ரசிக்கும்.

3. வாழ்வோம் வாழ்வை வழிநடத்தும் வல்லவன்
வாழ்த்தும் வழி வகையாக.

4. வெல்வோம் வெற்றி வெல்க என
முன்னோர் பாதம் பணிந்து.

5. சும்மா இரு என்றால் எக்காலமதிலும்
இயலாத ஒன்றான செயல்.

6. சும்மா இருக்க மனமதனின் தேவை
இருக்காது செயலதற்கானதே மனம்.

7. மனமது எச்செயலாகினும் செய்வதற்கு
வலிமையுண்டு
முயற்சிதனின் விகிதாசாரமதில் விரும்பியதை.

8. காலனிலைதனை வகுத்து வள்ளலென வழங்கும்
எண்ணங்களை நினைத்த வண்ணம்.

9. பழமைதனில் புதுமையாக பூத்து குலுங்கும்
எண்ணங்களை பாராட்ட வார்த்தைகளாயிரம்.

10. பழமைதனை போற்றுவோம் புதுமையை
பாராட்டுவோம்
தலைமுறைகள் திறன் தழைக்க.

11. வளர்ச்சி பழமைதனை பேசுவதால் மட்டுமே
நிகழாது புதுமையை பாராட்டுவதாலும்.

30.2. மனமுடன் உரையாடல்

1. தகுந்த காலமதில் பொலிவுடன் இருக்க
நாம் நாமாக பழகுதல்.

2. மனமது என்றுமே பழகும் பழகத்தையே
பிடித்து கொள்ளும் பண்பானது.

3. மனமதற்கு ஏற்றதில் பற்று கொண்டு
பற்றாக பழக நினைக்கும்.

4. உள்ளிருக்கும் மறை பொருளதை மறந்த,
மனமுடன் பேச விழித்துக்கொள்ளும்.

5. மனமதன் செயலால் தான் அனைத்துமாகிய
நிலையானதால் அவற்றுடன் பழகவும்.

6. நிலைதனை உணர்ந்து பற்றில்லாமல் பதமாக
நிதர்சன புரிதலை உணரும்.

7. பழமையின் ஆழமும் புதுமையின் பொலிவும்
தனித்தனியாவது நன்றல்ல ஆரோக்கியமதற்கு.

8. பாலமாக புதுமையில் பழமையான கருத்தாழ
சிந்தனை சாரம் ஏற்புடையதாக.

9. பலவித மாற்றமதை மனமது புரிதலால்
நம்மை அறிவாற்றல் வழியேற்றும்.

10. நிலையதை நிலைத்து நிலை நிறுத்த
நித்திய நினைவினை நிலையேற்றும்.

11. வாக்கு வங்கிதனின் சேமிப்பை பெருக்குவது
மனமதற்கு வழிதனை கண்டதால்.

30.3. எழுத்தாளன்

1. எழுதும் மாண்பு உடையவர்களுக்கு இன
வேறுபாடு ஏதும் இல்லை.

2. தனிமை மிகவும் இனிமையானது எழுத்து
ஆதிக்கம் செலுத்தும் இடமதில்.

3. தனியாக நேசிக்கும் அனைத்தும் சுயனலமாக
சில நேரமதில் இருக்கும்.

4. எழுதும் நோக்கு உடையவர்களுக்கு என்றுமே
சுயனல வேர் இருக்காது.

5. உலகின் இயங்கு நிலையான தன்மைதனை
தனிமையான தனித்துவமதில் அறியமுடியும்.

6. தனி தன்மை தரமிக்க தரணியியக்க
தகவல் தடயமதை தரவல்லவை.

7. அல்லவைதனை நீக்கி வல்லவைகளை உணர்த்தும்
எழுதும் எழுத்தின் உச்சம்.

8. எண்ணங்களை வடிவகமாக வண்ணங்கள் செய்யும்
லீலைகளின் மர்ம ஜாலமது.

9. எழுதும் போக்கு மற்றவர் மனங்களை
புரிதலுடன் பரவலாக பார்ப்பது.

10. சுயனல வேரில்லா பொதுனல பயனாக்கமது
நேர்த்தியான வித்தின் வெளிச்சம்.

11. வேண்டுவது அல்லாமல் வேண்டியதை மனமகிழ
வழங்கும் வள்ளல் களஞ்சியம்.

30.4. எழுத்தின் ஊக்கம்

1. எவற்றை சார்ந்த எழுத்தும் முக்கால
விடியலாக, எழுதுவதன் பலனானது.

2. வளரும், வாழும், வாழவிருக்கும், பருவ
நிலையை ஈர்க்கும் ஊக்கம்.

3. தனக்கான தேர்வாக மையமதில் தீர்மானித்து
பாதைகளை வல்லவை ஆக்கும்.

4. இயல்பான வாழ்வினில் கோர்வையாக நித்தமதில்
வார்த்தை தொனிக்கும் ஊக்கமதற்கு.

5. ஊற்றாக சேருமதில் தலைப்பு தானெடுத்து
உற்சாக அருவியென அலங்காரமின்றி.

6. கோர்வை ஆக்கும் பாங்காக எண்ண
கலவை சேர்க்க செயலாடும்.

7. செயலெடுக்கும் பாணிதனை பயனூக்கம் பாடமாக
வகையெடுத்து வழி காணும்.

8. சிந்தித்து எழுதுவது சிறப்பு வருவதை
எழுதுவது தனி சிறப்பு.

9. இலக்கின் கால கணக்கீடு எண்ணமதன்
ஊக்கம் இலட்சிய பார்வைக்கு.

10. எழுத்தாதிக்க உலகில் எண்ணங்கள் வழிந்தோடும்
வகை காணும் வழியாக.

11. உலகின் மெய் பொருள் கண்டதே
எழுத்தின் வளர் வழியே.

30.5. சுற்றும் பூமி

1. சுற்றும் பூமி தலைமுறைகளை உருவாக்குவது
புதுமைகளை படைத்து பொலிவுற.

2. பழமைகள் போற்றுதலுக்கு உரியது அதுவே
நிரந்தரமன்று மாற்றங்கள் காணாமல்.

3. சுழல்வது அனைத்தின் பகுதிகளின் படைப்புகளை
பகுத்தறிந்து ஆற்றலாக வழங்க.

4. நதிகள் ஓடுவது அனைவருக்கும் பலனளிக்க
பாதையை பெருகிக் கொண்டே.

5. மலைகளில் அருவிகள் விழுவது தன்னலமற்று
தரணி தழைத்தோங்கி வளம்கொழிக்க.

6. மானுடமிடம் வெற்றிடமதில் மூல பொருளை
வழங்கி வளமடைய வைத்தது.

7. கசப்பு, துவர்ப்பு, கார்ப்பு, காரம்,
புளிப்பு, இனிப்பு சுவையுடன்.

8. நமக்கு நினைவுகளின் தாக்கமதை சுற்றி
சுற்றி தெளிவடைய வைக்கும்.

9. நிலை கொள்ள நிலையானவை இங்கு
எதுவும் அன்று புவியதனில்.

10. வாழும் வாழ்வதனை வளம் கொழிக்க
வாழ வகை வழியாக்கு.

11. சுற்றும் புவிதனில் சுற்று, சுழலும்
வரை வருவதை எதிர்கொண்டு.

30.6. தனி பார்வை

1. தனியாக செலுத்தும் பார்வைக்கானது மனிதனிடம் மட்டுமன்று இயற்கையின் அனைத்துமானது.

2. தன்னிடமதன் சில கொள்கை சாரந்தவைக்கான சமூக கூடுதல் உருவாக்குவது.

3. காடுகளிலும் மலைகளிலும் இல்லங்களிலும் வாழும் ஜீவராசிகள் இனமாக கூடும்.

4. இனமதில் பாதுகாப்பின் அம்சமென பார்வை கொண்டு தன் செயலாற்றும்.

5. இறையை தனக்காகவும், தன்னை சார்ந்து நம்பி இருப்பவைகளுக்கும் சேர்க்கும்.

6. ஒரு மானுட பிறப்பு, அனைத்து நிலை தன்மையையும் உணர.

7. சிறப்பென மானுட பிறப்பை கூறுவது அனைத்து நிலைதனை உணர்வதால்.

8. தம்மால் இயன்றதை அனைவருக்கும் பலனாகும் விதமாக பகிர்ந்து வழங்குவது.

9. சுயமின்றி உதிக்கும் தருணமே உரிமையின் உணர்வை அறிய இயலும்.

10. உரிமையானவை சுயனலமாக எண்ணாது பொது பார்வையாக பார்க்கவும் இயலும்.

11. தரணிக்கான தனிப்பார்வையது தன்னலமற்ற தாயக தரமதை தாங்கும் திறன்.

30.7. பொது பார்வை

1. முயற்சியின்றி அதிசயமும் ஆச்சர்யமும்
நிகழ்வதில்லை
வேரூன்றிய அனுபவமே அடையாளம்.

2. சுயமுயற்சியாக அனைவரும் தேடும் நிலையை
முயன்று அடைவதில் மனமகிழ்வு.

3. அன்றும், இன்றும், என்றும் நல்லதாகவே
அமைய ஏற்றும் நற்சிந்தனை.

4. மாற்றும் மாற்றமே நற்சிந்தனை அதற்காக,
துன்பமே இல்லை என்பதில்லை.

5. காரமின்றி இனிப்பின் சுவையும், இனிப்பின்றி
கார சுவையும் மிகைபடாது.

6. வாழ்வை நகர்த்த நற்செயல்கள் புரிவதே
வாழ்வின் உச்சமதை பிறப்பெட்டும்.

7. வாழ்வின் சுவாரசிய நகர்வாகவே அனைத்து
நிலைதனின் இன்ப துன்பம்.

8. வாழ்விற்கான விடியல் ரசனையோடு வாழ்வதே,
சிகரமேற்றி வல்லவைகளை வகுக்கும்.

9. தலைமுறைகளுக்கு சிகரமேறும் வல்லமை அனுபவ
பார்வையாக பார்க்கும் வழிகாட்டிட.

10. எவ்வித கருத்தும் ஆழமேற சில
திரிபுகளை மெருகேற்றல் மரபு.

11. திரிபுகள் என்றும் அடிப்படையை சார்ந்து
கருத்தூன்றி கருத்தில் மாறாது.

30.8. அனுசரிப்பு பார்வை

1. வருத்தமாக ஒடுங்கும் ஒருவரின் ஆற்றலதனை சில நேரமதை கைதாங்கலனெ.

2. வழங்கும் வார்த்தைகள் வணங்கும் விதமாக வருத்தமதில், வாடும் வாட்டமோட.

3. அன்பான பார்வையும், ஆத்மாத்த உரையும் வாட்டமதில் உன்னத பொலிவாக.

4. எவருக்கும் பாதையை நோக்கிய பயண மார்க்கமதை உடனில்லா ஒளியாக்க.

5. வருத்தமது விரயமாக நேரமதை விழுங்காமல் ஒலிகேட்டு ஒளியாக்கும் உவகையோடு.

6. ஒலி கேட்டு ஒளி தாங்க என்றல்லா வழி காட்டு.

7. அடிமைதனின் பார்வை என்றென்னாத அனுசரிப்பு பாதையாக சில சூழலென.

8. கேட்கவும், புகட்டவும் எப்போதும் என்று எவ்வித சூழலும் வளர்வாழ்வாகா.

9. தன் பார்வைதனை நடுநாயகமும், சுய ஆரோக்கிய வாழ் வல்லமையோடு.

10. எவற்றையும் பிறர் அனுசரிப்பாக எதிர்பாரா நோக்கமாக விளங்க விளக்கு.

11. பார்ப்வைக்கானது பரிதாபமாகா பயண மார்க்க புரிதலாக்கு விழித்தெழ.

30.9. ஊக்கமதன் நோக்கம்

1. உற்சாக வழியானதாக ஊக்கமது உண்டானால்
நோக்கமது அயரா ஆனந்தமாகும்.

2. ஊற்றாக வாழ்வில் வரும் வேளைதனை
அகக்கண் கொண்டு புறமெடு.

3. உனக்குள் உன்னையெழுப்பு மற்றவர் ஊக்கமாக்க
மனமதை பழகி மூழ்கிவிடாதே.

4. உனக்குள் உன்னை உணர உண்டான
உந்துதலே உனக்கான உத்வேகம்.

5. உன்னை உயர்த்திட உறுதி உவகையாக
உணர்த்த உள்ளாழம் உறுபெறும்.

6. பறக்கும் சிறகடித்து தன் உணவேற்கும்
பறவைக்கானது அதனது ஊக்கம்.

7. தேவைகளுக்கு ஆனதே ஊக்கம், ஆனதே
ஊக்கமதற்கு தேவைதனின் புரிதல்.

8. ஊக்கமதில் எவற்றையும் அடையலாம்,
தேவையறிதல்
அவசியம் மனவுளைச்சல் நீங்க.

9. ஊக்கமும் நோக்கமும் நண்பனாவது வளர்வாழ்
சிறப்பியல்பை வகுத்து மேம்படுத்தும்.

10. எவைதனின் ஊக்கம் அவசர அவசியமாக
எனும் தெளிவு நல்லது.

11. தனதான ஊக்கமாக இருப்பின் மெய்படல்
எளிமை கண்டு பொருளுணரும்.

30.10. உறவுகளின் புதிர்

1. உறைபனியாக அனைவருக்கும் உள்ளுணர்வில் தனி
   இடமதை வகிப்பது அருவி.

2. தனக்கான இடமதை வகிக்க விழுதென
   திடமதை தாங்கும் வல்லமை.

3. தனக்கானதை தானேற்ற இயலாத நிலைதனில்
   வேராழம் கொண்டதை பிடிப்பது.

4. தானேற்றும் வலிகளை வேரானது தாங்கும்
   என்பதின் தெளிவை தெரிந்து.

5. சுயனலமில்லா பொதுனலமான கண் கொண்டதால்
   வேரானது சுமைதனை ஏற்கும்.

6. சுமை ஏற்றுபவருக்கு சுயமானதும் சுகமதை
   இனிப்பின் ரகமென தொடருவது.

7. வெளி பார்வையின் பசுமை காண்பதே
   வேர்களின் திடமான திறன்.

8. வேர்களை காப்பது பணியாக ஏற்கும்
   எதிர்பார்பின் திறனை வழங்க.

9. சங்கிலி தொடராக தலைமுறை பார்க்கும்
   பார்வைகளில் புரியாத புதிர்.

10. மாற்றம் காண தேடும் தேடலாக
    விடியல் வாசல் நோக்கி.

11. வேரானது விழுதினை தனித்தியங்க காணவேண்டி
    வேரதை வழங்கும் வேட்கையோடு.

30.11. உன்னத மேன்மை

1. போக்குவரத்திடையே பாலமதன் கட்டமைப்பாக மானுட
மேன்மைக்கானது பலவகை சிறப்புகள்.

2. உன்னத தன்மையாக சிறப்புகள் வளரவளர வளர்ச்சியின் ஆதிக்கமும் வளரும்.

3. மானுட மகிமைதனை வளர்க்க நவீனமயமாக்கிய உத்திக்கானதே மாற்றமதை காண்பது.

4. ஒன்றின் மகிமைதனை பலவித கோணமாக ஆராய்வதே மாற்றமென யோசிப்பது.

5. பழகுதல் மேன்மைக்கு மெருகேற்றும் மனமது எளிதில் எதையும் பற்றாது.

6. மனமது தனி வழியதை தானேயேற்றி மௌன தெளிவில் வைத்திருக்கும்.

7. தெளிவான விளக்கமிருப்பின் ஏற்று பழக நேரமதை எடுத்து ஏற்கும்.

8. வெளிப்பார்வைக்கு தெரியாமல் தனக்கான தேடலை வகுக்க உன்னதம் காணும்.

9. பழகுதல் மனமதற்கு அனிச்சை செயலாவதால் தகுந்த பழக்கமாவது சிறப்பு.

10. பழக்கமதற்கு பற்றி பற்றல்லா வழக்கமது நிலையாக தேவை உணரும்.

11. மேன்மைக்காக அவசர நிலையேற்கா உன்னதம் தாங்குதல் உன்னத மேன்மையாகும்.

30.12. நினைவுகளில் யதார்த்தம்

1. நினைவுகள் என்பது யதார்த்த தன்மை
அவனிதனின் சுழற்சியாக என்றும்.

2. வருபவைகள் தாக்கத்தையோ இன்பமதையோ அன்றி
அனுபவ பார்வையென பார்வைக்கானது.

3. பார்வைகளை விழிப்புடன் செயலாக்க இருவகை
பதிவாக ஏற்பது விடுப்பது.

4. அவனிதனுள் அனுபவ பார்வை தலைமுறைகளுக்கு
வழிகாட்டும் வரலாறாக தோன்றும்.

5. அனுபவங்கள் சொல்வது வழிகாட்டுதலன்றி விடையாகா
அனைவரின் வாழ்க்கைக்கு எங்கும்.

6. வாழ்வின் பயணம் தனித்தனியானதே சுவாசமாக
சேர்ந்தே பயணமது காண்பினும்.

7. எவற்றிலும் மெய்யுணரும் புரிதலால் பொய்யகன்று
புலப்படும் மாண்பின் மாட்சி.

8. நினைவுகள் அனைவருக்கும் தேவையே வளமான
வாழ்வின் தேவைதனின் நினைவாக.

9. நினைவுகள் உங்களை உன்னத மேம்பாட்டின்
புரிதலுக்கானதாக அமைய கவனமேற்றால்.

10. நினைவுகளால் பணிகளில் மாற்றமதின் போக்கை
உணர்ந்து செயல் வல்லமையேறும்.

11. பாரமேற்கா பணி தொடர இருக்கும்
நினைவின் யதார்த்தம் தேவை.

நன்றியுரை

அனைத்து நிலைகளிலும் மறைனின்று வழிகாட்டிய இறையாற்றலுக்கு, தெய்வ நிலை எய்திய பெற்றவர்களுக்கு, மூதாதையர்களுக்கு என அனைவருக்கும் நன்றிகள் கோடான கோடிகள்.

எண்ணத்தின் விதைகளாக மனமதில் உதித்து வழிநடத்திய வார்த்தைகளுக்கு நன்றி.

எனக்கு வழி காட்டியாகவும் உதவியாகவும் இருந்த உடன் பிறந்தவர்களுக்கும், உறவுகளுக்கும், நண்பர்களுக்கும் நன்றியுரைக்கிறேன்.

அன்பின் வழிதனில் வளர்ந்த எமக்கு இவற்றை எழுத அமைந்த சூழல்களை ஏற்படுத்திய என்னுடைய மகளுக்கும், மருமகனுக்கும் பெரும் நன்றியுரைக்க மிகவும் கடமைபட்டுள்ளேன்.

இப்புத்தகத்தை வாங்கி படிக்கும் அன்பார்ந்த வாசகர்கள் அனைவருக்கும் எம்முடைய மனமார்ந்த நன்றிகள்.

கோர்வையென அமைந்த எழுத்தின் வடிவாக்க தொடர் நிலைதனுக்கும் எமதின் மனமார்ந்த நன்றிகள்.

மு. லதா

www.ingramcontent.com/pod-product-compliance
Lightning Source LLC
LaVergne TN
LVHW052027200926
848481LV00005B/1606

* 9 7 9 8 9 0 5 6 0 2 1 4 6 *